മാർക്സും
മാർപാപ്പയും

marxum marpappayum

•

sebastian paul

•

first edition
august 2017

•

second edition
february 2018

•

published & typesetting
chintha publishers, thiruvananthapuram

•

cover
vinod

വിതരണം

ദേശാഭിമാനി ബുക്ക് ഹൗസ്

H O തിരുവനന്തപുരം-695 035
Ph: 0471-2303026, 6063020
www.chinthapublishers.com
chinthapublishers@gmail.com

ബ്രാഞ്ചുകൾ

ഹെഡ്ഡാഫീസ് ബ്രാഞ്ച് കുന്നുകുഴി • സ്റ്റാച്യു തിരുവനന്തപുരം • കെ എസ് ആർ ടി സി ബസ് സ്റ്റേഷൻ ആലപ്പുഴ • കെ എസ് ആർ ടി സി ബസ് സ്റ്റേഷൻ എറണാകുളം • മച്ചിങ്ങൽ ലെയ്ൻ തൃശൂർ • ഐ ജി റോഡ് കോഴിക്കോട് • മാവൂർ റോഡ് കോഴിക്കോട് • എൻ ജി ഒ യൂണിയൻ ബിൽഡിങ് കണ്ണൂർ • സെൻട്രൽ ബസ് ടെർമിനൽ കോംപ്ലക്സ് താവക്കര കണ്ണൂർ

CR - 1809 / 4563
ISBN - 978-93-86637-14-7

മാർക്സും
മാർപാപ്പയും

സെബാസ്റ്റ്യൻ പോൾ

ചിന്ത പബ്ലിഷേഴ്സ്
തിരുവനന്തപുരം-695 035

സെബാസ്റ്റ്യൻ പോൾ

1947 മെയ് ഒന്നിനു ജനനം. കൊച്ചി സർവ്വകലാശാലയിൽ നിന്ന് ഭരണഘടനാനിയമത്തിൽ ഡോക്ടറേറ്റ്. ലോകസഭയിലും നിയമസഭയിലും എറണാകുളത്തെ പ്രതിനിധീകരിച്ചു. *ഇന്ത്യൻ എക്സ്പ്രസ്* ഉൾപ്പെടെ പല പത്രങ്ങളിലും പ്രവർത്തിച്ചു. 1980 മുതൽ കേരള ഹൈക്കോടതിയിൽ അഭിഭാഷകൻ. 2004 മുതൽ അഞ്ചുവർഷം പ്രസ് കൗൺസിൽ ഓഫ് ഇന്ത്യ അംഗം. ജോൺ പോൾ രണ്ടാമന്റെയും മദർ തെരേസയുടെയും ജീവചരിത്രം ഉൾപ്പെടെ ഇംഗ്ലീഷിലും മലയാളത്തിലും നിരവധി ഗ്രന്ഥങ്ങൾ രചിച്ചിട്ടുണ്ട്.

പ്രധാന കൃതികൾ: *ബെനലക്സ്-ആൽപൈൻ രാജ്യങ്ങൾ, ഇസ്രയേലും അയൽരാജ്യങ്ങളും, ലോകസംഘടനകൾ, സ്കൈലാബിന് ഒരു എപ്പിലോഗ്, പരേതന്റെ തിരിച്ചുവരവ്* (ഷെർലക് ഹോംസ് കഥകൾ), *ജോൺ പോൾ മാർപാപ്പ, മദർ തെരേസ, കാടിന്റെ വിളി* (പരിഭാഷ), *ആലപ്പി വിൻസെന്റ്, മനുഷ്യാവകാശങ്ങൾ, മനുഷ്യനും തൊഴിലും, പീലാത്തോസ് എഴുതിയത് എഴുതി, നിയമം നിയമത്തിന്റെ വഴികൾ, മാധ്യമസ്വാതന്ത്ര്യം — അതിരും പതിരും, Law, Ethics and the Media.*

അവാർഡുകൾ: കെ ആർ എൽ സി സി മാധ്യമ അവാർഡ് 2015, കേരള ലോയേഴ്സ് ക്ലബ് - പിരപ്പൻകോട് ശ്രീധരൻ നായർ അവാർഡ് 2015, സി പി മമ്മു ഫൗണ്ടേഷൻ അവാർഡ് 2015, ചെങ്ങാരപ്പള്ളി പരമേശ്വരൻ പോറ്റി മാധ്യമപുരസ്കാരം 2014, പി ആർ സ്മാരക വജ്രസൂചി അവാർഡ് 2011, നീതിസൂര്യ അവാർഡ് 2010, ഫിലിം ക്രിട്ടിക്സ് അസോസിയേഷൻ - സി കെ സോമൻ അവാർഡ് 2008, കെ വി ഡാനിയൽ മെമ്മോറിയൽ ടെലഗ്രാഫ് അവാർഡ് 2004.

ഭാര്യ	:	ലിസമ്മ അഗസ്റ്റിൻ (കേരള നിയമ പരിഷ്കരണ കമ്മീഷൻ അംഗം).
മക്കൾ	:	ഡോൺ, റോൺ, ഷോൺ.
വിലാസം	:	മൂഞ്ഞപ്പിള്ളി പ്രൊവിഡൻസ് റോഡ് കൊച്ചി 682 018.
ഫോൺ	:	9447225899
ഇമെയിൽ	:	drsebastianpaul@yahoo.com

ഉള്ളടക്കം

പ്രസാധകക്കുറിപ്പ്

കത്തോലിക്കാ സഭയുടെ പരമാദ്ധ്യക്ഷൻ എന്ന നിലയിലും ചെറുതെങ്കിലും ഒരു സ്വതന്ത്രപരമാധികാര രാഷ്ട്രത്തിന്റെ തലവൻ എന്ന നിലയിലും ലോകമെങ്ങും ആദരവോടെ കാണുകയും കേൾക്കുകയും ചെയ്യുന്ന ആളാണ് മാർപ്പാപ്പ.

വാഗ്ദാനം ചെയ്യപ്പെട്ട ഇന്ത്യാ സന്ദർശനത്തിന്റെ പശ്ചാത്തലത്തിലാണ് ഫ്രാൻസിസ് മാർപ്പാപ്പയെക്കുറിച്ച് ഡോ. സെബാസ്റ്റ്യൻ പോൾ എഴുതുന്നത്. ആഗോളവല്ക്കരണത്തോടുള്ള വിപ്രതിപത്തിയും ലോകദരിദ്രരോടും അഭയാർത്ഥികളോടുമുള്ള പ്രതിപത്തിയും ഫ്രാൻസിസ് മാർപ്പാപ്പയെ ലോകത്തിനു പ്രിയങ്കരനാക്കുന്നു.

മാർക്സിസ്റ്റ് പാപ്പ എന്ന് പലരും കടത്തിപ്പറഞ്ഞിട്ടുള്ള പ്രിയങ്കരനായ മാർപ്പാപ്പയെക്കുറിച്ച് പ്രിയങ്കരമായ ശൈലിയിൽ ഡോ. സെബാസ്റ്റ്യൻ പോൾ കുറിച്ചുവയ്ക്കുന്ന ഈ മഹദ്ഗ്രന്ഥം വായനക്കാർ ഇരുകൈയും നീട്ടി സ്വീകരിക്കുമെന്ന് ഞങ്ങൾക്കുറപ്പുണ്ട്.

ഒന്നാം പതിപ്പിന് ലഭിച്ച സ്വീകരണം രണ്ടാം പതിപ്പിനും പ്രതീക്ഷിക്കുന്നു.

ചിന്ത പബ്ലിഷേഴ്സ്

ആമുഖം

മാർപാപ്പയുടെ കാലാവധി ആജീവനാന്തമാകയാൽ സാധാരണ രണ്ട് പാപ്പമാർ കത്തോലിക്കാസഭയിൽ ഉണ്ടാകാറില്ല. ആകാശത്ത് രണ്ട് ചന്ദ്രന്മാരെ കാണുന്നതുപോലെയാണത്. അത്യപൂർവ്വമായി ആ പ്രതിഭാസം സംഭവിക്കാറുണ്ട്. കത്തോലിക്കാ സഭയുടെ ചരിത്രത്തിൽ നടാടെ രണ്ട് പാപ്പമാരെ ഒരുമിച്ച് കാണുന്നതിനുള്ള അവസരം 2013 ൽ ബെനഡിക്ട് പതിനാറാമന്റെ രാജിയോടെ ഉണ്ടായി. ഒരാൾ അധികാരമൊഴിഞ്ഞ മുൻ പാപ്പയാണെങ്കിലും രണ്ട് പാപ്പമാർ എന്ന അപൂർവ്വമായ അനുഭവത്തിലാണ് കത്തോലിക്കാസഭ. ബെനഡിക്ട് പതിനാറാമൻ ഇപ്പോൾ പോപ് ഇമെരിറ്റസ് എന്നാണറിയപ്പെടുന്നത്. 2005 ൽ ജോൺ പോൾ രണ്ടാമന്റെ മരണത്തെത്തുടർന്നാണ് ജർമ്മൻകാരനായ ജോസഫ് റാറ്റ്സിംഗർ പാപ്പയായി തെരഞ്ഞെടുക്കപ്പെട്ടത്. ബെനഡിക്ട് പതിനാറാമൻ എന്ന പേരാണ് അദ്ദേഹം സ്വീകരിച്ചത്. സ്ഥാനാരോഹണത്തിനുശേഷമുള്ള അദ്ദേഹത്തിന്റെ ആദ്യ ദിവ്യബലിയിൽ സെന്റ് പീറ്റേഴ്സ് സ്ക്വയറിൽ ലക്ഷക്കണക്കിന് വിശ്വാസികൾക്കൊപ്പം ഞാനും ഉണ്ടായിരുന്നു. അദ്ദേഹത്തിന്റെ മുൻഗാമിയായ ജോൺപോൾ രണ്ടാമൻ കൊച്ചിയിൽ വന്നപ്പോൾ അദ്ദേഹത്തെ കാണുന്നതിനുള്ള അവസരമുണ്ടായി. *ജോൺ പോൾ രണ്ടാമൻ: അനശ്വരതയുടെ അവകാശി* എന്ന പേരിൽ ഒരു പുസ്തകം ഞാൻ അന്നെഴുതി. ഫ്രാൻസിസ് പാപ്പയുടെ വാഗ്ദാനം ചെയ്യപ്പെട്ട ഇന്ത്യാ സന്ദർശനത്തിന്റെ പശ്ചാത്തലത്തിലാണ് ഈ പുസ്തകം എഴുതുന്നത്.

കത്തോലിക്കാ സഭയുടെ പരമാദ്ധ്യക്ഷൻ എന്നതിലുപരി ലോകം ആദരവോടെ ശ്രദ്ധിക്കുകയും ശ്രവിക്കുകയും ചെയ്യുന്ന പദവിയാണ് മാർപാപ്പയുടേത്. ചെറുതെങ്കിലും അദ്ദേഹം ഒരു സ്വതന്ത്ര പരമാധികാര

രാഷ്ട്രത്തിന്റെ തലവൻ കൂടിയാണ്. ജോൺ ഇരുപത്തിമൂന്നാമന്റെയും ജോൺ പോൾ രണ്ടാമന്റെയും പാത പിന്തുടർന്ന് പേപ്പസിയെ നവീകരിക്കുകയും ദൈവശാസ്ത്രത്തെ മാനവികതയുമായി പൊരുത്തപ്പെടുത്തുകയും ചെയ്യുന്ന പാപ്പയാണ് ഫ്രാൻസിസ്. വിമോചന ദൈവശാസ്ത്രത്തിന്റെ പാതയിലോ പാരമ്പര്യത്തിലോ അല്ല ലാറ്റിൻ അമേരിക്കയിൽ നിന്നുള്ള ഈ പാപ്പ. എന്നാൽ ആഗോളീകരണത്തോടുള്ള വിപ്രതിപത്തിയും ദരിദ്രരോടും അഭയാർത്ഥികളോടുമുള്ള പ്രതിപത്തിയും അദ്ദേഹത്തെ ലോകത്തിനു പ്രിയങ്കരനാക്കുന്നു. മാർക്സിസ്റ്റ് പാപ്പ എന്നുവരെ ചിലർ കടത്തിപ്പറഞ്ഞ ഫ്രാൻസിസ് പാപ്പയെക്കുറിച്ചുള്ള ഈ പുസ്തകം കേരളത്തിലെ വായനക്കാർക്ക് സമർപ്പിക്കുന്നു.

ഞാൻ അർജന്റീനയിൽ എപ്രകാരമായിരുന്നുവോ അതുപോലെതന്നെയാണ് ഇപ്പോഴും എന്ന് വത്തിക്കാനിലെത്തിയ ഫ്രാൻസിസ് പാപ്പ പറഞ്ഞു. മടക്കയാത്രയ്ക്കുള്ള ടിക്കറ്റുമായി കോൺക്ളേവിലെത്തിയ കാർഡിനൽ വൊയ്റ്റീവയ്ക്ക് ആ ടിക്കറ്റ് റദ്ദാക്കേണ്ടിവന്നു. അദ്ദേഹം പിന്നീട് പോളണ്ടിലെത്തിയത് ജോൺ പോൾ രണ്ടാമൻ എന്ന പേരിലായിരുന്നു. സമാനമായ അവസ്ഥയിലാണ് കാർഡിനൽ ബെർഗോളിയോ കോൺക്ളേവിൽനിന്ന് പുറത്തുവന്നത്. അദ്ദേഹത്തിന്റെ കൈയിലും മടക്കയാത്രയ്ക്കുള്ള ടിക്കറ്റുണ്ടായിരുന്നു. വിസ്മയിപ്പിക്കുന്ന അസാധാരണത്വങ്ങളാണ് ഫ്രാൻസിസിനെ വ്യത്യസ്തനാക്കുന്നത്. ഫ്രാൻസിസ് എന്ന പേര് തന്നെ വ്യത്യസ്തമായിരുന്നു. തെരഞ്ഞെടുക്കപ്പെട്ട വർഷം ഒക്ടോബർ നാലിന് അദ്ദേഹം അസീസിയിലേക്ക് നടത്തിയ തീർത്ഥാടനം ലോകത്തിനു മുഴുവൻ ആത്മീയമായ അനുഭവമായി. കുഷ്ഠരോഗിയെ സമാശ്ലേഷിച്ചുകൊണ്ട് ദൗത്യം ആരംഭിച്ച അസീസിയിലെ ഫ്രാൻസിസിനെ പൂർണ്ണമായും അനുകരിച്ചില്ലെങ്കിലും ശാരീരികവും മാനസികവുമായ വൈകല്യങ്ങളുള്ള നിരവധി കുട്ടികളെ ആ യാത്രയിൽ ഫ്രാൻസിസ് ആശ്ലേഷിച്ചു. അരികുകളിൽ നിഷ്കാസിതരായി കഴിയുന്നവരിലേക്ക് സുവിശേഷത്തിന്റെ ആഹ്ലാദം എത്തിക്കുന്ന പാപ്പയിൽ മാർക്സിന്റെ സ്വാധീനം കാണുന്നവരുണ്ട്. അതുകൊണ്ട് മതവും മാർക്സിസവും എന്ന വിഷയം സന്ദർഭം ആവശ്യപ്പെടുന്ന രീതിയിൽ ഈ പുസ്തകത്തിൽ വിവരിച്ചിട്ടുണ്ട്.

കമ്യൂണിസവും കത്തോലിക്കാ സഭയും അന്ത്യംവരെ വേറിട്ടുതന്നെ നില്ക്കുമെന്നറിഞ്ഞുകൊണ്ടുതന്നെയാണ് ഇത്തരം ചിന്തകൾ അവതരിപ്പിക്കുന്നത്. നമുക്ക് എതിരല്ലാത്തവൻ നമ്മുടെ പക്ഷത്താണെന്ന് യേശു പറഞ്ഞു. ശത്രുവിന്റെ ശത്രു മിത്രമാകണമെങ്കിൽ ശത്രു ആരെന്ന തിരിച്ചറിവുണ്ടാകണം. ഫ്രാൻസിസ് പാപ്പ തിരിച്ചറിയുന്ന ശത്രു മാർക്സിസമല്ല. മാർക്സിസ്റ്റുകാർ മുന്നിൽ കാണുന്ന ശത്രു കത്തോലിക്കാസഭയുമല്ല. സമാധാനമല്ല ഭിന്നതയാണ് യാഥാർത്ഥ്യമെന്ന് യേശു പറഞ്ഞു. മൂന്നുപേർ രണ്ടുപേർക്കെതിരായും രണ്ടു പേർ മൂന്നു പേർക്കെതിരായും ഭിന്നിച്ചിരിക്കും. ഈ ഭിന്നത തന്നെയാവണം മാർക്സ് ശാസ്ത്രീയമായി അപഗ്രഥിച്ച

വർഗ്ഗസമരം. ഭൂമിയിൽ തീയിടാനാണ് താൻ വന്നതെന്നു പറഞ്ഞ യേശുവും ഭൂമിയിൽ വിപ്ലവം അനിവാര്യമാണെന്നു കണ്ടെത്തിയ മാർക്സും തമ്മിൽ ഏതാനും വള്ളപ്പാടുകളുടെ അകലം മാത്രമാണുള്ളത്. കടലിനുമീതെ നടന്ന യേശുവിന്റെ അനുയായികൾക്ക് ഇത് അടുക്കാനാവാത്ത അകലമല്ല.

ബ്രൂസ് മാർഷൽ എന്ന സ്കോട്ടിഷ് സാഹിത്യകാരൻ 1973 ൽ എഴുതിയ നോവലിന്റെ പേരാണ് *മാർക്സ് ദ് ഫസ്റ്റ്*. മാർക്സ് എന്ന പേര് സ്വീകരിച്ച മാർപാപ്പയുടെ കഥയാണത്. ഉല്പതിഷ്ണുവായ പോപ് മാർക്സ് ഇടതുപക്ഷാഭിമുഖ്യത്തോടെ സഭയിൽ സമൂലപരിവർത്തനത്തിനു ശ്രമിക്കുന്ന കഥയാണ് നോവലിൽ വിവരിക്കുന്നത്. 1978 ൽ പോളണ്ടിൽ നിന്നെത്തിയ കാർഡിനൽ വോയ്റ്റീവയ്ക്ക് മാർക്സ് ഒന്നാമൻ ആകാൻ കഴിയുമായിരുന്നില്ല. 2013 ൽ അർജന്റീനയിൽനിന്നെത്തിയ കാർഡിനൽ ബെർഗോളിയോ പേരിൽ മാർക്സ് അല്ലെങ്കിലും സമീപനങ്ങളിൽ മാർക്സിസ്റ്റാണ്.

സംയോജനം അസാദ്ധ്യമാണെന്ന് അറിയുമ്പോഴും സഹകരണം സാദ്ധ്യമാണെന്ന തിരിച്ചറിവിനുവേണ്ടി ഈ പുസ്തകം വിശ്വാസികൾക്കും വിപ്ലവകാരികൾക്കുമായി സമർപ്പിക്കുന്നു.

പാപ്പയുടെ ജീവിതത്തിലെ നാഴികക്കല്ലുകൾ

1936: ഡിസംബർ 17 ന് ബ്യൂണസ് ഐറിസിൽ ജനനം. ഇറ്റലിയിൽനിന്ന് അഭയാർത്ഥിയായി അർജന്റീനയിലെത്തി റെയിൽവേയിൽ അക്കൗണ്ടന്റായി ജോലി ചെയ്തിരുന്ന മാറിയോയുടെയും റെജീനയുടെയും അഞ്ച് മക്കളിൽ ഒരാൾ.

1950: സെക്കന്ററി വിദ്യാലയത്തിൽ കെമിസ്ട്രി പഠനം. ഒപ്പം ടെക്സ്റ്റൈൽ ഫാക്ടറിയിൽ തൊഴിലാളി.

1957: സെമിനാരിയിൽ വൈദിക വിദ്യാർത്ഥി. ന്യൂമോണിയ ബാധിച്ച് മരണാസന്നനാകുന്നു. ശ്വാസകോശത്തിന്റെ ഒരു ഭാഗം നീക്കം ചെയ്യുന്നു.

1958: ഈശോസഭയിൽ അംഗമാകുന്നു.

1969: ഡിസംബർ പതിമൂന്നിന് പൗരോഹിത്യം സ്വീകരിക്കുന്നു.

1973: അർജന്റീനയിലെ ജസ്യൂട്ട് പ്രൊവിൻഷ്യലായി നിയമിതനാകുന്നു.

1987: അർജന്റീനയിലെ ജസ്യൂട്ട് പ്രോവിൻസിന്റെ പ്രൊകുറേറ്റർ ആയി നിയമിതനാകുന്നു.

1992: ബ്യൂണസ് ഐറിസിലെ സഹായ മെത്രാനായി നിയമിതനാകുന്നു.

1997: ബ്യൂണസ് ഐറിസിലെ ആർച്ച്ബിഷപ്പ്.

2001: കർദ്ദിനാൾ ആയി ഉയർത്തപ്പെടുന്നു.

2005: ജോൺ പോൾ രണ്ടാമനുശേഷമുള്ള കോൺക്ളേവിൽ പങ്കെടുക്കുന്നു. മാർപാപ്പയായി തെരഞ്ഞെടുക്കപ്പെട്ട കാർഡിനൽ റാറ്റ്സിംഗർക്കു പിന്നിൽ റണ്ണർ-അപ്പാകുന്നു.

2011: എഴുപത്തിയഞ്ച് വയസ്സ് പൂർത്തിയായതോടെ ബ്യൂണസ് ഐറിസിലെ ആർച്ച്ബിഷപ് എന്ന പദവി രാജിവച്ചു.

2013: മാർച്ച് 13 ന് മാർപാപ്പയായി തെരഞ്ഞെടുക്കപ്പെട്ടു. ഫ്രാൻസിസ് എന്ന പേര് സ്വീകരിച്ചു.

വലിയ മുക്കുവന്റെ പിൻഗാമികൾ

യേശു ഗലീലി കടൽത്തീരത്ത് നടക്കുമ്പോൾ കടലിൽ വല വീശിക്കൊണ്ടിരുന്ന രണ്ട് പേരെ കണ്ടു – പത്രോസ് എന്നു വിളിക്കപ്പെടുന്ന ശിമയോനെയും സഹോദരൻ അന്ത്രയോസിനെയും. അവർ മീൻപിടിത്തക്കാരായിരുന്നു. അവൻ അവരോട് പറഞ്ഞു: എന്നെ അനുഗമിക്കുക. ഞാൻ നിങ്ങളെ മനുഷ്യരെ പിടിക്കുന്നവരാക്കും. തൽക്ഷണം അവർ വലകൾ ഉപേക്ഷിച്ച് അവനെ അനുഗമിച്ചു.

മത്തായി 4, 18–20

ഞാൻ നിന്നോടു പറയുന്നു: നീ പാറയാണ്. ഈ പാറമേൽ എന്റെ സഭ ഞാൻ സ്ഥാപിക്കും. നരകകവാടങ്ങൾ അതിനെതിരെ പ്രബലപ്പെടുകയില്ല. സ്വർഗ്ഗ രാജ്യത്തിന്റെ താക്കോലുകൾ നിനക്കു ഞാൻ തരും. നീ ഭൂമിയിൽ കെട്ടുന്നതെല്ലാം സ്വർഗ്ഗത്തിലും കെട്ടപ്പെട്ടിരിക്കും. നീ ഭൂമിയിൽ അഴിക്കുന്നതെല്ലാം സ്വർഗ്ഗത്തിലും അഴിക്കപ്പെട്ടിരിക്കും.

മത്തായി 16, 18–19

ക്രിസ്തു സ്ഥാപിച്ച സഭയുടെ ആദ്യത്തെ അദ്ധ്യക്ഷനാണ് പത്രോസ് – ആദ്യത്തെ മാർപാപ്പ. തുടർന്ന് ലീനസ്, ക്ളീറ്റസ്, ക്ളെമന്റ് ...... ഏറ്റവും ഒടുവിൽ ഫ്രാൻസിസ്. ഇരുപതു നൂറ്റാണ്ടുകൾ പിന്നിട്ട് കണ്ണി പൊട്ടാതെയും പൊട്ടിയ കണ്ണികൾ വിളക്കിച്ചേർത്തും നീളുന്ന ശൃംഖലയിലെ ഇരുനൂറ്റി അറുപത്തി ആറാമത്തെ മാർപാപ്പയാണ് ഫ്രാൻസിസ്.

ചരിത്രത്തിന്റെ ഭാഗവും പിന്തുടർച്ചയുമാണ് മാർപാപ്പ. രണ്ടായിരം വർഷങ്ങളുടെ ചരിത്രം അവകാശപ്പെടാവുന്ന മറ്റൊരു സ്ഥാപനവും അധികാരസ്ഥാനവും ഇന്ന് ഭൂമുഖത്തില്ല. നെപ്പോളിയന്റെ ഭാഷയിൽ ഒരു ഡിവിഷൻ പട്ടാളം പോലുമില്ലാത്ത മാർപാപ്പയുടെ ഭൗതികമായ പരമാധികാരം

ഒരു കൊച്ചുനഗരത്തിന്റെയത്രപോലും വലിപ്പമില്ലാത്ത വത്തിക്കാൻ സിറ്റി എന്ന സ്വതന്ത്ര പരമാധികാര രാഷ്ട്രത്തിൽ ഒതുങ്ങിയിരിക്കുന്നു. പക്ഷേ, മാർപാപ്പ സംസാരിക്കുമ്പോൾ ലോകം കാതോർക്കുന്നു. ലോകത്തിന്റെ മനഃസാക്ഷിയുടെ ശബ്ദമാണത്. ലോകമെങ്ങുമുള്ള നൂറു കോടി കത്തോലിക്കരുടെ ആത്മീയാചാര്യൻ മാത്രമല്ല, ലോകജനതയുടെ സമാദരണീയനായ നേതാവ് കൂടിയാണദ്ദേഹം -- ക്രിസ്തുവിന്റെ വികാരി, പത്രോസിന്റെ പിൻഗാമി, ആഗോള കത്തോലിക്കാ സഭയുടെ പരമാദ്ധ്യക്ഷൻ, റോമിന്റെ ബിഷപ്, വത്തിക്കാൻ സിറ്റിയുടെ പരമാധികാരി.

മഹാപുരോഹിതൻ എന്നർത്ഥമുള്ള പോന്തിഫെക്സ് മാക്സിമൂസ് എന്ന വിശേഷണം പോപ്പിന് സ്വന്തമായി. അതിൽനിന്നാണ് പോന്തിഫ് എന്ന വിശേഷണമുണ്ടായത്. പിതാവ് എന്നർത്ഥമുള്ള പാപ്പ എന്ന ലത്തീൻ പദത്തിൽനിന്നാണ് പോപ് എന്ന വിശേഷണമുണ്ടായത്. ലിയോയുടെ കാലത്താണ് പോപ് എന്ന വിശേഷണം സഭാദ്ധ്യക്ഷനു സ്വന്തമായത്. 440 മുതൽ 461 വരെ പാപ്പയായിരുന്ന ലിയോ മഹാനായ ലിയോ എന്നറിയപ്പെടുന്നു. എല്ലാ അർത്ഥത്തിലും അനുയോജ്യമായ വിശേഷണമാണിത്.

ജറുസലെമിലും യൂദയ മുഴുവനിലും സമരിയയിലും ഭൂമിയുടെ അതിർത്തികൾവരെയും നിങ്ങൾ എനിക്ക് സാക്ഷികളായിരിക്കും എന്ന വാക്കുകളോടെയാണ് യേശു തന്റെ സഭയുടെ വ്യാപനദൗത്യം അനുയായികളെ ഏല്പിച്ചത്. ജറുസലെമിൽ രൂപംകൊണ്ട സഭ സമരിയായിലേക്കും പിന്നെ റോമാ സാമ്രാജ്യത്തിന്റെ അറിയപ്പെട്ടിരുന്ന മിക്കവാറും എല്ലാ കേന്ദ്രങ്ങളിലേക്കും വ്യാപിച്ച് ഭൂമിയുടെ അതിർത്തികൾ വരെയെത്തി. കാൽവരിയിലെ രക്തത്തിൽ സ്ഥാപിതമായ സഭയുടെ വളർച്ച പ്രചാരകരുടെ രക്തത്തിലൂടെയായിരുന്നു. നീറോയുടെ കാലത്ത്, എ ഡി 67 ൽ, പത്രോസിനെ തലകീഴായി കുരിശിലേറ്റി കൊന്നു. നിർണ്ണായകഘട്ടത്തിൽ ഗുരുവിനെ തള്ളിപ്പറഞ്ഞ പത്രോസ് ഗുരുവിനെപ്പോലെ മരിക്കാൻ അയോഗ്യനാണെന്നു പറഞ്ഞ് തലകീഴായുള്ള കുരിശുമരണം ചോദിച്ചു വാങ്ങുകയായിരുന്നു. പത്രോസിനെ സംസ്കരിച്ചതായി കരുതപ്പെടുന്ന ഇടത്താണ് അദ്ദേഹത്തിന്റെ പേരിലുള്ള ബസിലിക്ക ഉയർന്നത്. പത്രോസിനെ തുടർന്നുവന്ന പാപ്പമാരിൽ ഒട്ടേറെപേർക്ക് സഭയ്ക്കുവേണ്ടി ജീവത്യാഗം ചെയ്യേണ്ടിവന്നു. മാർപാപ്പമാരുടെ പട്ടികയിൽ ആദ്യത്തെ 35 പേർക്ക് വിശുദ്ധ പദവി ലഭിച്ചത് ശ്രദ്ധേയമാണ്. 352 മുതൽ 366 വരെ പാപ്പയായിരുന്ന ലൈബീരിയസിനുശേഷം വീണ്ടും ഒന്നര നൂറ്റാണ്ടു കാലം വിശുദ്ധരായ പാപ്പമാരുടേതാണ്. അതിനിടയിൽ അനസ്തേഷ്യസ് രണ്ടാമനു മാത്രമാണ് ആ പദവി കിട്ടാതെ പോയത്. 530 ൽ കാലം ചെയ്ത അൻപത്തിനാലാമത്തെ മാർപാപ്പയായ ഫെലിക്സിനെ പിന്തുടർന്ന 51 മാർപാപ്പമാരിൽ ഇരുപത്തിയൊന്നുപേർക്കും വിശുദ്ധ പദവി ലഭിച്ചു. എന്നാൽ കഴിഞ്ഞ പതിനൊന്നു നൂറ്റാണ്ടുകളിൽ

കേവലം ഏഴു പാപ്പമാർക്കു മാത്രമേ അൾത്താരയിലെ ആദരണീയമായ സ്ഥാനം കരസ്ഥമാക്കാൻ കഴിഞ്ഞിട്ടുള്ളു. അവരിൽ അവസാനത്തെയാളാണ് ജോൺ പോൾ രണ്ടാമൻ.

പാപികളും വിശുദ്ധരും

അപൂർവ്വമായ വിശുദ്ധിയുടെ മദ്ധ്യേ സമൃദ്ധമായ പാപം കണ്ടെത്താൻ കഴിയും. പുണ്യചരിതരായ പാപ്പമാരുടെ പരമ്പരയിലും അനർഹരായ ആളുകൾ കടന്നു കൂടിയിട്ടുണ്ട്. ആംഫിതിയേറ്ററിലെ ക്രൂരമായ പീഡനങ്ങളുടെയും രക്തസാക്ഷിത്വത്തിന്റെയും കാലം കഴിഞ്ഞ് നാലാം നൂറ്റാണ്ടിൽ കോൺസ്റ്റൻടൈൻ ചക്രവർത്തി സഭയുടെ സംരക്ഷകനായപ്പോൾ സഭ വമ്പിച്ച സമ്പത്തിന്റെ ഉടമയായി. കോൺസ്റ്റൻടൈൻ ദാനമായി നല്കിയ കൊട്ടാരത്തിൽ സിൽവെസ്റ്റർ പാപ്പ താമസമാക്കിയതോടെ സഭയുടെ സാമൂഹികമായ പദവിയിൽ മാറ്റം വന്നു. കോൺസ്റ്റൻടൈന്റെ ഭാര്യയുടെ വസതിയായിരുന്നു അത്. അവിടെയാണ് റോമിന്റെ കത്തീഡ്രൽ എന്നറിയപ്പെടുന്ന സെന്റ് ജോൺസ് കത്തീഡ്രൽ ഇപ്പോൾ ഉയർന്നു നില്ക്കുന്നത്. ഇന്നത്തെ വത്തിക്കാൻ സിറ്റിയുടെ ആരംഭം കോൺസ്റ്റൻടൈന്റെ കാലത്തുതന്നെ ആരംഭിച്ചു. പത്രോസിന്റേതെന്ന് കരുതപ്പെടുന്ന അസ്ഥികൾ കണ്ടെടുത്ത് കൊത്തുപണി ചെയ്ത ചെമ്പ് പേടകത്തിലാക്കി. അതിനു മുകളിൽ ബസിലിക്കയുടെ ആദ്യത്തെ ശില കോൺസ്റ്റൻടൈൻതന്നെ 320 ൽ സ്ഥാപിച്ചു. അങ്ങനെയാണ് പത്രോസിന്റെ സിംഹാസനം റോമിൽ സ്ഥാപിതമായത്. പത്രോസിന്റെ സിംഹാസനമെന്നത് ആലങ്കാരികമായ പ്രയോഗം മാത്രമാണ്. വത്തിക്കാനിലെ സിംഹാസനം വാസ്തവത്തിൽ പത്രോസിന്റേതല്ല. പത്രോസിന്റെ വിനീതമായ കസേര സംരക്ഷിക്കപ്പെട്ടില്ല. ഇന്ന് കാണുന്ന സിംഹാസനം 875 ൽ ജോൺ എട്ടാമൻ മാർപാപ്പയ്ക്ക് ചാൾസ് ദ് ബാൾഡ് എന്ന രാജാവ് നല്കിയതാണ്.

ഓരോ പുതിയ ചക്രവർത്തിയും മാർപാപ്പയ്ക്ക് കൂടുതൽ കൂടുതൽ സമ്പത്തും സ്വത്തും സംഭാവന ചെയ്തുകൊണ്ടിരുന്നു. മദ്ധ്യശതകങ്ങളിൽ യൂറോപ്പിലെ എറ്റവും വലിയ ഭൂവുടമ മാർപാപ്പയായിരുന്നു. രാജാക്കന്മാരെ സൃഷ്ടിക്കുന്നതും ധ്വംസിക്കുന്നതും മാർപാപ്പമാരായിരുന്നു. റോമിലെ പുതിയ സീസർ ആയി മാറി മാർപാപ്പ. യുദ്ധവും സമാധാനവും അവരുടേതായി. 1053 ൽ നോർമൻ ആക്രമണകാരികൾക്കെതിരെ ലിയോ ഒൻപതാമൻ ആയുധമെടുത്തു. വിശുദ്ധ റോമാ സാമ്രാജ്യത്തിന്റെ പ്രതാപകാലം മാർപാപ്പമാരുടെ അതിപ്രതാപകാലമായി. ഗ്രിഗറി ഏഴാമൻ (1073-1085) പാപ്പയുമായി ഇടഞ്ഞ ജർമ്മനിയിലെ ഹെൻറി നാലാമൻ ചക്രവർത്തിക്ക് കനോസയിൽ പേപ്പൽ വസതിക്കു മുന്നിൽ മാപ്പിനുവേണ്ടി മഞ്ഞിൽ മരവിച്ച് മൂന്നു ദിവസം കാത്തുനില്ക്കേണ്ടി വന്നു.

അഞ്ചാം നൂറ്റാണ്ടോടുകൂടി രണ്ടായി പിളർന്ന റോമാ സാമ്രാജ്യത്തിനൊപ്പം ഒരു സാമൂഹികക്രമം കൂടി ശിഥിലമായി. വ്യാപകമായ അഴി

മതിയാണ് സാമ്രാജ്യത്തിന്റെ പതനകാരണങ്ങളിലൊന്നായി ബ്രിട്ടീഷ് ചരിത്രകാരനായ എഡ്വേഡ് ഗിബ്ബൺ ചൂണ്ടിക്കാണിക്കുന്നത്. അഴിമതിക്കൊപ്പം വിശുദ്ധിയും അജ്ഞതയ്ക്കൊപ്പം ജ്ഞാനതൃഷ്ണയും നൃശംസതയ്ക്കൊപ്പം ധീരോദാത്തതയും നിറഞ്ഞതായിരുന്നു ഇക്കാലം. പോപ്പിന്റെ അധീശത്വത്തിൽ മതാധിഷ്ഠിത രാഷ്ട്രീയ സംവിധാനമായി ത്തീർന്നു യൂറോപ്പിലേത്. രാജാക്കന്മാരുടെ ഭരണം ഹ്രസ്വവും അനിശ്ചിതവുമായി. ഷാർലിമെയ്ൻ മാത്രമാണ് ഇക്കാലത്ത് ചൂണ്ടിക്കാണിക്കാവുന്ന രാജാധിപതി. നിരവധി രാജ്യങ്ങളെ കൂട്ടിയിണക്കുന്ന യൂറോപ്യൻ സാമ്രാജ്യമായിരുന്നു ഷാർലിമെയ്ന്റെ സ്വപ്നം.

യൂറോപ്പ് എന്ന യവനദേവതയിൽനിന്നാണ് യൂറോപ്പ് എന്ന പേരുണ്ടായത്. മേഷവേഷത്തിലെത്തിയ സ്യൂസ് ദേവൻ അവളെ തട്ടിക്കൊണ്ടുപോയി വധുവാക്കുകയും നിരവധി ധീരസന്താനങ്ങൾക്ക് ജന്മം നല്കുകയും ചെയ്തു. 1713 ലെ ഉൾട്രെച് ഉടമ്പടിക്കുശേഷമാണ് ക്രൈസ്തവലോകം എന്നറിയപ്പെട്ടിരുന്ന ഭൂപ്രദേശം യൂറോപ്പ് എന്ന പേരിൽ അറിയപ്പെടാൻ തുടങ്ങിയത്.

ചക്രവർത്തിമാർ തകർക്കാൻ ശ്രമിച്ച മതം ചക്രവർത്തിമാരുടെ മതമായിത്തീർന്ന ചരിത്രമാണ് റോമാ സാമ്രാജ്യത്തിനും ക്രിസ്തുമതത്തിനും പറയാനുള്ളത്. പീഡിതരുടെ മതം പീഡകരുടെ മതമായി. എണ്ണമറ്റ രക്തസാക്ഷികളുടെ മതമാണ് ക്രിസ്തുമതം. രക്തസാക്ഷിത്വം നിസ്സഹായതയുടെ അടിയറവല്ല. അത് നിഷേധവും വെല്ലുവിളിയുമാണ്. ചരിത്രത്തിൽ ആത്യന്തികമായ വിജയം നിഷേധികളുടേതാണ്. രക്തമൊഴുകിയ ദശകങ്ങളുടെ അന്ത്യത്തിൽ സാമ്രാജ്യത്തെ മതം അധിനിവേശിച്ചു. സാമ്രാജ്യത്തിന്റെ തകർച്ചയോടെ ശിഥിലമായ സാമൂഹിക ക്രമത്തെ പുനരേകീകരിച്ചതും നിലനിർത്തിയതും ക്രിസ്തുമതമായിരുന്നു. ഇതായിരുന്നു തെർതുലിയന്റെ ദർശനം. മൂന്നാം നൂറ്റാണ്ടിൽ ജീവിച്ചിരുന്ന ക്രൈസ്തവ സൈദ്ധാന്തികനായ തെർതുലിയനാണ് മദ്ധ്യയുഗം എന്ന പേര് ആദ്യമായി ഉപയോഗിച്ചത്. ഗ്രേക്കോ റോമൻ ശ്രേഷ്ഠകാലത്തിനും സുവിശേഷവല്ക്കരിക്കപ്പെടുന്ന പുതിയ കാലത്തിനും മദ്ധ്യേയുള്ള ഇടവേളയായിരുന്നു തെർതുലിയന്റെ മദ്ധ്യകാലം. എന്നാൽ പടിഞ്ഞാറൻ റോമാ സാമ്രാജ്യം മാർപാപ്പയുടെ മേല്ക്കോയ്മയിലായതിനുശേഷമുള്ള ഏഴു നൂറ്റാണ്ടുകളെയാണ് യൂറോപ്യൻ ചരിത്രകാരന്മാർ മദ്ധ്യയുഗം എന്നു വിശേഷിപ്പിക്കുന്നത്. രാഷ്ട്രീയമായ ഏകീകരണമില്ലെങ്കിലും മതാധിഷ്ഠിത രാഷ്ട്രീയസംവിധാനത്തിൽ മദ്ധ്യകാലയൂറോപ്പിന് മതപരമായ ഏകീകരണമുണ്ടായിരുന്നു. പാപ്പമാരുടെ സൃഷ്ടിയായിരുന്നു റിപ്പബ്ലിക്കാ ക്രിസ്റ്റ്യാന. പാപ്പമാർക്കൊപ്പം അജ്ഞാതരായ സന്ന്യാസികളുടെ നിശ്ശബ്ദമായ അദ്ധ്വാനവും ഫ്രാങ്കുകളുടെ രണവീര്യവുംക്രൈസ്തവ റിപ്പബ്ലിക്കിനെ ശക്തിപ്പെടുത്തി. ലോകം അവസാനിക്കാറായി എന്ന് പലരും കരുതിയിരുന്ന ഘട്ടത്തിലാണ് പീറ്ററിന്റെ സിംഹാസനത്തിൽ ശ്രേഷ്ഠനായ ഒരാൾ ഉപവിഷ്ടനായത്. 590 ൽ

തിരഞ്ഞെടുക്കപ്പെട്ട ഗ്രിഗറി മദ്ധ്യകാലത്തെ ഏറ്റവും മഹാനായ പാപ്പയായി പ്രകീർത്തിക്കപ്പെട്ടു. ആത്മീയമായ ഔന്നത്യം നല്കിയ അധികാരത്തിൽ അദ്ദേഹം അടയാളപ്പെടുത്തിയ വഴികളിലൂടെ പിന്നീട് വന്ന മദ്ധ്യകാല പാപ്പമാർക്ക് സഞ്ചരിക്കേണ്ടി വന്നു. വലിയ ഭൂപ്രദേശങ്ങൾ രാഷ്ട്രീയമായ ഇടപെടലിലൂടെ സ്വന്തമാക്കി പേപ്പൽ പ്രവിശ്യകൾ എന്ന ആശയം ഗ്രിഗറി പ്രാവർത്തികമാക്കി. അടിമത്തത്തെ എതിർത്ത ഗ്രിഗറി ജൂതരോട് സഹിഷ്ണുത പുലർത്തി. അന്ത്യോഖ്യ, കോൺസ്റ്റാന്റിനോപ്പിൾ, അലക്സാണ്ട്റിയ, ജറുസലേം എന്നിവിടങ്ങളിലെ പാത്രിയാർക്കീസുമാരെ അംഗീകരിക്കുന്നതിനൊപ്പം തന്റെ അധീനതയിലുള്ള പടിഞ്ഞാറൻ പാട്രിയാർക്കേറ്റിലെ പള്ളികളിൽ സജീവമായി ഇടപെടുകയും ചെയ്തു. ദൈവദാസന്മാരുടെ ദാസൻ എന്നാണ് പാപ്പാപദവിയെ അദ്ദേഹം നിർവ്വചിച്ചത്. പ്രാർത്ഥനാക്രമത്തിന്റെ നവീകരണത്തിനൊപ്പം കാലത്തെ അതിജീവിക്കുന്ന ഗ്രിഗോറിയൻ സംഭാവനയാണ് അദ്ദേഹത്തിന്റെ പേരിൽ അറിയപ്പെടുന്ന സംഗീതം. 1582ൽ മറ്റൊരു ഗ്രിഗറി — ഗ്രിഗറി പതിമൂന്നാമൻ — ജൂലിയസ് സീസറിന്റെ കാലം മുതൽ പ്രാബല്യത്തിലുണ്ടായിരുന്ന ജൂലിയൻ കലണ്ടറിലെ തെറ്റുകൾ തിരുത്തി ഇന്നു പ്രചാരത്തിലുള്ള ഗ്രിഗോറിയൻ കലണ്ടറിനു പ്രാബല്യം നല്കി.

വിശുദ്ധ റോമാ സാമ്രാജ്യം

റിപ്പബ്ലിക്കാ ക്രിസ്റ്റ്യാന പിന്നീട് വിശുദ്ധ റോമാ സാമ്രാജ്യമായി സ്വയം രൂപാന്തരപ്പെട്ടു. പലരും പല കാലങ്ങളിൽ വിശുദ്ധ റോമൻ ചക്രവർത്തി എന്ന പട്ടം അവകാശപ്പെട്ടിട്ടുണ്ടെങ്കിലും അവരിൽ പ്രമുഖൻ ഷാർലിമെയ്ൻ ആയിരുന്നു. ലൊംബാർഡുകളുടെയും ഫ്രാങ്കുകളുടെയും രാജാവായിരുന്ന ചാൾസ് ആണ് ഷാർലിമെയ്ൻ എന്ന പേരിൽ അറിയപ്പെടുന്നത്. കേരളത്തിലെ ചവിട്ടുനാടകങ്ങളിൽ കാറൽമാൻ എമ്പ്രദോർ എന്ന പേരിൽ ഷാർലിമെയ്ന്റെ അപദാനങ്ങൾ അവതരിപ്പിച്ചിരുന്നു. ദൃഢവും തീക്ഷ്ണവുമായ ക്രൈസ്തവവിശ്വാസമുണ്ടായിരുന്ന ഷാർലിമെയ്നെ എണ്ണൂറാമാണ്ടിലെ ക്രിസ്മസ് ദിനത്തിൽ റോമിലെ സെന്റ് പീറ്റേഴ്സ് ബസിലിക്കയിൽ കുർബ്ബാനമദ്ധ്യേ പോപ്പ് ലിയോ മൂന്നാമൻ ചക്രവർത്തിയായി പ്രഖ്യാപിച്ച് കിരീടധാരണം നടത്തി. അപ്പോഴേക്കും യൂറോപ്പിലെ ഏറ്റവും കരുത്തനായ ഭരണാധികാരിയായിക്കഴിഞ്ഞിരുന്നു ഷാർലിമെയ്ൻ. പോപ്പിലൂടെ ഷാർലിമെയ്നു ലഭിച്ചത് ദൈവം നല്കിയ അധികാരമാണെന്ന വിശ്വാസമുണ്ടായി. നിയമങ്ങൾ ക്രോഡീകരിക്കുകയും ഭരണകാര്യങ്ങൾ രേഖപ്പെടുത്താൻ സൗകര്യമുണ്ടാക്കുകയും ചെയ്ത ഷാർലിമെയ്ന് അക്ഷരാഭ്യാസമില്ലായിരുന്നു. എഴുത്തുപലക തലയണക്കീഴിൽ വച്ചുകൊണ്ടായിരുന്നു അദ്ദേഹത്തിന്റെ ഉറക്കം. എപ്പോൾ ഉണർന്നാലും അക്ഷരങ്ങൾ എഴുതിപ്പഠിക്കുന്നതിനുവേണ്ടിയായിരുന്നു അത്.

ഷാർലിമെയ്ന്റെ വീക്ഷണം വിശാലവും അത് നടപ്പാക്കുന്നതിനുള്ള

ഉത്സാഹം തീവ്രവുമായിരുന്നു. റോമാ സാമ്രാജ്യത്തിന്റെ അസ്തമിച്ച മഹത്ത്വത്തിന്റെ വീണ്ടെടുപ്പ് അദ്ദേഹത്തിന്റെ ലക്ഷ്യമായിരുന്നു. അതിൽ അദ്ദേഹം ഏറക്കുറെ വിജയിച്ചു. ബ്രിട്ടീഷ് ദ്വീപുകളും ദക്ഷിണ ഇറ്റലിയും സ്പെയിനിന്റെ ഭാഗങ്ങളും ഒഴികെ പശ്ചിമ യൂറോപ്പിലെ സമസ്ത ക്രൈസ്തവ ദേശങ്ങളും അദ്ദേഹത്തിന്റെ നിയന്ത്രണത്തിലായി. ഷാർ ലിമെയ്ന്റെ കാലശേഷം സാമ്രാജ്യം ശിഥിലമായെങ്കിലും വിശുദ്ധ റോമാ സാമ്രാജ്യത്തിന്റെ തുടക്കമായിരുന്നു അത്. ഷാർലിമെയ്ൻ മരിച്ച് 150 വർഷങ്ങൾക്കുശേഷം ജർമ്മനിയിലെ ഓട്ടോ രാജാവാണ് വിശുദ്ധ റോമാ സാമ്രാജ്യം എന്ന പേരിന് ഔദ്യോഗികമായ അംഗീകാരം നല്കിയത്. റോമൻ സാമ്രാജ്യത്തിന്റെ തുടർച്ചയായി ദൈവത്താൽ സ്ഥാപിതമായ സാമ്രാജ്യമെന്ന നിലയിലാണ് വിശുദ്ധ റോമാ സാമ്രാജ്യം എന്ന പേരുണ്ടായത്. വ്യത്യസ്തമായ മുന്നൂറോളം രാഷ്ട്രീയ സ്വത്വങ്ങളുടെ സമുച്ചയമാണ് വിശുദ്ധ റോമാ സാമ്രാജ്യം എന്ന പേരിൽ അറിയപ്പെട്ടത്. പതിമൂന്നാം നൂറ്റാണ്ടിൽ പൂർണ്ണതയിലെത്തിയ വിശുദ്ധ റോമാ സാമ്രാജ്യം പത്തൊൻപതാം നൂറ്റാണ്ടുവരെ യാഥാർത്ഥ്യമായി നിലനിന്നു. പക്ഷേ, വോൾട്ടെയർ പരിഹാസത്തോടെ പറഞ്ഞത് അത് വിശുദ്ധമോ റോമനോ അല്ല, സാമ്രാജ്യവുമല്ല എന്നായിരുന്നു. വോൾട്ടയറുടെ പരിഹാസം അർദ്ധസത്യം മാത്രമായിരുന്നു. യൂറോപ്പ് ഏറെക്കാലം മാർപാപ്പയുടെ രാഷ്ട്രീയനിയന്ത്രണത്തിലായിരുന്നു. പോർച്ചുഗലും സ്പെയ്നും ചേർന്ന് കണ്ടെത്തിയ നവലോകത്തിന്റെ വീതംവയ്പ് പ്രശ്നമായപ്പോൾ 1496 ൽ കടലിൽ ഒരു സാങ്കല്പികരേഖ വരച്ച് അലക്സാണ്ടർ ആറാമൻ പ്രശ്നം പരിഹരിച്ചു. ഒരു നൂറ്റാണ്ടിനുശേഷം ഡച്ച് പുരോഹിതനായ ഹ്യൂഗോ ഗ്രോഷ്യസ് സൈദ്ധാന്തികരൂപം നല്കിയ അന്താരാഷ്ട്ര നിയമത്തിന്റെ ആരംഭമായിരുന്നു അത്. ഭൗതികമായ സ്വാധീനം അഭൂതപൂർവ്വമായ അഴിമതിക്കും അഴിഞ്ഞാട്ടത്തിനും വഴിയൊരുക്കി. സിക്സ്റ്റസ് നാലാമനും ഇന്നസെന്റ് എട്ടാമനും ഒപ്പം അഴിമതിക്കാരുടെ കൂട്ടത്തിലാണ് അലക്സാണ്ടർ ആറാമന് ഇടം കിട്ടിയത്. പേപ്പസി ദുർബ്ബലമാകുന്നു

ആദ്ധ്യാത്മികമേഖലയിൽനിന്ന് ഭൗതികമണ്ഡലത്തിലെത്തിയപ്പോൾ പേപ്പസി ദുർബ്ബലമായി. അമിതമായ സമ്പത്തും അനിയന്ത്രിതമായ രാഷ്ട്രീയസ്വാധീനവും അധമരെ ആകർഷിച്ചു. നിയമവിരുദ്ധമായി പാപ്പമാരായവരുണ്ട്. ഒരേ സമയം ഒന്നിലധികം പാപ്പമാർ വാഴ്ച നടത്തിയിട്ടുണ്ട്. 355 മുതൽ 365 വരെ മാർപാപ്പയായിരുന്ന ഫെലിക്സ് രണ്ടാമനെ വ്യാജ പാപ്പയായി കണക്കാക്കുന്നു. പത്താം നൂറ്റാണ്ടിന്റെ ആദ്യപകുതിയിൽ തെയോഫിലാക്ടസ് കുടുംബത്തിലെ മൂന്ന് സ്ത്രീകളാണ് പേപ്പസിയെ നിയന്ത്രിച്ചിരുന്നത് – തെയോദോറയും അവരുടെ പുത്രിമാരായ മറോസിയായും ജൂണിയർ തെയോദോറയും. അവരുടെ നോമിനികൾക്കേ മാർപാപ്പയാകാൻ കഴിയൂ എന്ന അവസ്ഥയുണ്ടായി. 904 ൽ സെർജിയൂസ് മൂന്നാമൻ അവരുടെ സൃഷ്ടിയായിരുന്നു. 914 ൽ ജോൺ

പത്താമനെ ജൂണിയർ തെയോദോറയാണ് പാപ്പയാക്കിയത്. ഇതിൽ അപ്രീതയായ മറോസിയ അദ്ദേഹത്തെ സ്ഥാനഭ്രഷ്ടനാക്കുകയും കൊലപ്പെടുത്തുകയും ചെയ്തു. ജോൺ പതിനൊന്നാമൻ മറോസിയായിൽ സെർജിയൂസ് മൂന്നാമനുണ്ടായ ജാരസന്തതിയായിരുന്നു. എട്ട് വർഷം പാപ്പയായിരുന്ന് കുപ്രസിദ്ധിയാർജിച്ച ജോൺ പന്ത്രണ്ടാമനെ 963 ൽ ജർമ്മൻ ചക്രവർത്തി ഓട്ടോ വിളിച്ചുചേർത്ത സഭാ സൂനഹദോസ് സ്ഥാനഭ്രഷ്ടനാക്കി. ഈ നടപടി സാധുവല്ലെങ്കിൽ ലിയോ വ്യാജപാപ്പയാകും. സാധുവാണെങ്കിലോ ലിയോ യഥാർത്ഥ പാപ്പയും ബെനഡിക്ട് അഞ്ചാമൻ വ്യാജപാപ്പയുമാകും. ബെനഡിക്ട് ഒൻപതാമനെ 1044 ലും 1046 ലും 1048 ലും പുറത്താക്കുകയുണ്ടായി. ഈ നടപടികൾ അസാധുവായി കരുതിയാൽ സിൽവെസ്റ്റർ മൂന്നാമൻ, ഗ്രിഗറിആറാമൻ, ക്ലെമന്റ് രണ്ടാമൻ എന്നിവരെ വ്യാജപാപ്പമാരായി തള്ളേണ്ടിവരും. സവൊനറോളയെ മതനിന്ദ ആരോപിച്ച് വധശിക്ഷയ്ക്ക് വിധിച്ച അലക്സാണ്ടർ ആറാമന്റെ അവിഹിതസന്താനങ്ങളുടെ എണ്ണം 47 ആയിരുന്നു. അവരിലൊരാളെ പതിനെട്ടാമത്തെ വയസ്സിൽ ബിഷപ്പും പിന്നീട് കർദ്ദിനാളുമാക്കി.

ദ് ഗ്രേറ്റ് സിസം എന്നറിയപ്പെടുന്ന മതഭിന്നത സഭയുടെ ചരിത്രത്തിലെ അപഹാസ്യവും കൗതുകകരവുമായ സംഭവങ്ങളുടെ പരമ്പരയാണ്. 1305 ൽ പാപ്പയായി തെരഞ്ഞെടുക്കപ്പെട്ട ക്ലെമന്റ് അഞ്ചാമൻ റോമിലേക്ക് പോയതേയില്ല. അദ്ദേഹം സ്വദേശമായ ഫ്രാൻസിൽത്തന്നെ തുടർന്നു. ക്ലെമന്റിനെ പിന്തുടർന്ന് ആറ് ഫ്രഞ്ചുകാർ മാർപാപ്പാമാരായി. ആരും റോമിലേക്കു പോയില്ല. അവർ റോൺ നദീതീരത്തെ അവിഞ്ഞോൺ എന്ന ഗ്രാമത്തെ പോപ്പിന്റെ ആസ്ഥാനമാക്കി. പേപ്പസിയുടെ ചരിത്രത്തിലെ 72 വർഷം നീണ്ടുനിന്ന ഈ 'ബാബിലോണിയൻ' വിപ്രവാസം പേപ്പസിയെ ദുർബ്ബലപ്പെടുത്തി. 1377 ൽ ഗ്രിഗറി പതിനൊന്നാമൻ അവിഞ്ഞോണിൽനിന്ന് പേപ്പസിയെ റോമിൽ തിരിച്ചെത്തിച്ചു. ഒരു വർഷത്തിനകം അദ്ദേഹം മരിച്ചു. കർദ്ദിനാൾ സംഘത്തിൽ ഫ്രഞ്ചുകാർക്ക് ആധിപത്യമുള്ള കാലമായിരുന്നു. എന്നിട്ടും ഇറ്റാലിയൻ ജനസഞ്ചയത്തിന്റെ സമ്മർദ്ദത്തിനു വഴങ്ങി അവർക്ക് ഇറ്റലിക്കാരനെ പാപ്പയായി തിരഞ്ഞെടുക്കേണ്ടി വന്നു. 1378 ൽ അധികാരമേറ്റ ഊർബൻ ആറാമൻ മാർപാപ്പ കർദ്ദിനാൾമാരെ നിന്ദിക്കുകയും മർദ്ദിക്കുകയും ചെയ്യുന്ന സ്വഭാവക്കാരനായിരുന്നു. ഊർബനെ സഹിക്കാൻ കഴിയാതായപ്പോൾ കർദ്ദിനാൾമാർ ചേർന്ന് അദ്ദേഹത്തെ സ്ഥാനഭ്രഷ്ടനാക്കുകയും ക്ലെമന്റ് ഏഴാമനെ മാർപാപ്പയായി തിരഞ്ഞെടുക്കുകയും ചെയ്തു. അവിഞ്ഞോൺ ആയിരുന്നു ക്ലെമന്റിന്റെ ആസ്ഥാനം. ഈ തീരുമാനത്തെ അംഗീകരിക്കാതെ ഊർബൻ റോമിൽ അധികാരത്തിൽ തുടർന്നു. അങ്ങനെ ഒരേ സമയം രണ്ട് പാപ്പമാരുണ്ടായി. ഫ്രാൻസ്, സ്കോട്ലന്റ്, സ്പെയിൻ തുടങ്ങിയ രാജ്യങ്ങൾ ക്ലെമന്റിനെയും ഇംഗ്ലണ്ട്, ജർമ്മനി, ഇറ്റലി തുടങ്ങിയ രാജ്യങ്ങൾ ഊർബനെയും പിന്തുണച്ചു. 1389 ൽ ഊർബനെ ശത്രുക്കൾ വിഷംകൊടുത്ത് കൊന്നതിനുശേഷം ബോണിഫസ് ഒമ്പതാമൻ,

ഇന്നസെന്റ് ഏഴാമൻ, ഗ്രിഗറി പന്ത്രണ്ടാമൻ എന്നിവർ റോമിൽ പാപ്പമാരായി. അവിഞ്ഞോണിൽ ക്ലെമന്റ് ഏഴാമനും ബെനഡിക്ട് പതിമൂന്നാമനും സമാന്തരമായി പാപ്പമാരായി. 1409 ൽ പിസയിൽ ചേർന്ന സഭാസമിതി ഇരുപാപ്പമാരെയും സ്ഥാനഭ്രഷ്ഠരാക്കി മിലനിലെ ആർച്ച്ബിഷപ് പീറ്ററിനെ പൊതുസമ്മതനായ മാർപാപ്പയായി തിരഞ്ഞെടുത്തു. അദ്ദേഹം അലക്സാണ്ടർ അഞ്ചാമൻ എന്ന പേര് സ്വീകരിച്ചു. എന്നാൽ പിസ തീരുമാനത്തെ റോമിലെ ഗ്രിഗറിയും അവിഞ്ഞോണിലെ ബെനഡിക്ടും നിരാകരിച്ചതോടെ മാർപാപ്പമാരുടെ എണ്ണം മൂന്നായി. നാല്പത് വർഷം നീണ്ടുനിന്ന ദുരവസ്ഥയായിരുന്നു അത്. അലക്സാണ്ടർക്കുശേഷം നേപ്പിൾസിൽനിന്ന് ജോൺ ഇരുപത്തിമൂന്നാമൻ എന്ന പാപ്പയുണ്ടായി. പാമരനായ ജോൺ പണം നല്കി പാപ്പസ്ഥാനം വാങ്ങുകയായിരുന്നു. അലക്സാണ്ടറെയും ജോണിനെയും ആന്റി പോപ്പ് ആയി കണക്കാക്കുന്നു. ആദ്യത്തെ ജോൺ ഇരുപത്തിമൂന്നാമനെ ആന്റി പോപ്പായി നിരാകരിച്ചതുകൊണ്ടാണ് 1963 ൽ സഭയുടെ ചരിത്രത്തിൽ എക്കാലവും ആദരവോടെ സ്മരിക്കപ്പെടുന്ന മറ്റൊരു ജോൺ ഇരുപത്തിമൂന്നാമൻ ഉണ്ടായത്. 1414 മുതൽ 1418 വരെ ജർമ്മനിയിലെ കോൺസ്റ്റൻസിൽ ചേർന്ന അന്താരാഷ്ട്ര കൗൺസിൽ മൂന്ന് പാപ്പമാരെയും പുറത്താക്കി മാർട്ടിൻ അഞ്ചാമൻ എന്ന പാപ്പയെ തിരഞ്ഞെടുത്തു.

ഇരുണ്ട അദ്ധ്യായങ്ങൾ മഹത്തായ ഒരു പാരമ്പര്യത്തിലെ അനിവാര്യമായ അപഭ്രംശമായി കണ്ടാൽ മതി. ഗ്രിഗറി, ലിയോ തുടങ്ങി പ്രഗത്ഭരും വിശുദ്ധരുമായ പാപ്പമാർ സെർജിയൂസുമാരുടെ കളങ്കം കഴുകാനുണ്ടായി.

കുരിശുയുദ്ധങ്ങൾ

കനകം നിമിത്തവും കാമിനി നിമിത്തവും കലഹം നിരവധി ചരിത്രത്തിൽ സുലഭം. എന്നാൽ വിശ്വാസത്തിന്റെ പേരിൽ ഉണ്ടായിട്ടുള്ള സംഘർഷങ്ങളുടെ രൂക്ഷത മറ്റൊന്നിനും ഉണ്ടായിട്ടില്ല. പതിനൊന്നാം നൂറ്റാണ്ടിൽ ആരംഭിച്ച് രണ്ട് നൂറ്റാണ്ടുകാലം ഇടവിട്ട് നീണ്ടുനിന്ന കുരിശുയുദ്ധങ്ങൾ ക്രൂരതയിലും ഭീകരതയിലും സമാനതയില്ലാത്ത ഏറ്റുമുട്ടലുകളാണ്. ഇസ്ലാമിന്റെ വ്യാപനത്തെ തടയുകയും ജറുസലേമിലെ ക്രൈസ്തവ പുണ്യസ്ഥലങ്ങൾ വീണ്ടെടുക്കുകയുമായിരുന്നു കുരിശുയുദ്ധങ്ങളുടെ ലക്ഷ്യം. പാപമോചനത്തിനും മോക്ഷപ്രാപ്തിക്കുമുള്ള ഉപായമായി കുരിശുയുദ്ധങ്ങളെ അവയിൽ പങ്കെടുത്തവർ കരുതി. യേശുവിന്റെ പാവനപാദങ്ങൾ പതിഞ്ഞ മണ്ണിന്റെ വീണ്ടെടുപ്പ് വിശദീകരണവും ന്യായീകരണവും ആവശ്യമില്ലാത്ത ദൗത്യമായി. ഹെൻറി നാലാമൻ എന്ന നാടകത്തിൽ ഈ വികാരത്തെ ഷേക്സ്പിയർ അതിതീവ്രമായും മനോഹരമായും രേഖപ്പെടുത്തിയിട്ടുണ്ട്.

ആദ്യത്തെ കുരിശുയുദ്ധത്തിന് ഊർബൻ രണ്ടാമൻ പാപ്പ ആഹ്വാനം

ചെയ്ത 1095 മുതൽ സിറിയയിൽനിന്ന് ലത്തീൻ ക്രിസ്ത്യാനികൾ ബഹിഷ്കൃതരായ 1291 വരെ കുരിശുയുദ്ധങ്ങൾ പലതു നടന്നു. 1066 ൽ നോർമണ്ടിയിൽനിന്ന് വില്യം ഇംഗ്ലണ്ടിലെത്തിയത് പതിനാലായിരം സൈനികരുമായിട്ടായിരുന്നുവെങ്കിൽ ആദ്യത്തെ കുരിശുയുദ്ധത്തിൽ പങ്കെടുത്തത് അറുപതിനായിരം പേരായിരുന്നു. പൊരുതി വീണവർ വിശ്വാസത്തിനുവേണ്ടിയുള്ള രക്തസാക്ഷികളായി. ആദ്യഘട്ടത്തിൽ വിജയം ക്രിസ്ത്യാനികൾക്കായിരുന്നു. 1100 ലെ ക്രിസ്മസ് ദിനത്തിൽ ജറുസലേമിൽ ലാറ്റിൻ രാജവംശം സ്ഥാപിതമായി. പക്ഷേ, പിന്നീട് 1144 ലും 1147 ലും 1189 ലും 1198 ലും നടന്ന യുദ്ധങ്ങളിൽ ക്രിസ്ത്യാനികൾക്ക് വലിയ തോതിൽ നഷ്ടമുണ്ടായി. 1212 ലെ കുട്ടികളുടെ കുരിശുയുദ്ധം ആയിരക്കണക്കിന് ബാലകരുടെ കശാപ്പിനു കാരണമായി.

മദ്ധ്യശതകങ്ങളിലെ തീവ്രമായ ക്രൈസ്തവവികാരത്തിന്റെ സമർത്ഥമായ പ്രകടനമായിരുന്നു കുരിശുയുദ്ധങ്ങളുടെ പരമ്പര. ഇടതു കൈയിൽ കുരിശും വലതുകൈയിൽ ഖഡ്ഗവുമായി പുരോഹിതർ നയിച്ച പടയണി യൂറോപ്പിനെ നൂറ്റാണ്ടുകളോളം സജീവമാക്കി. ചന്ദ്രക്കലാങ്കിതമായ പച്ചക്കൊടി പാറിച്ച് അല്ലാഹു അക്ബർ വിളിയുമായി യൂറോപ്പിനെ കീഴടക്കുവാനെത്തിയ മുസ്ലിം സൈനികശക്തിക്കെതിരെയുള്ള ക്രൈസ്തവ യൂറോപ്പിന്റെ പ്രതികരണം കൂടിയായിരുന്നു കുരിശുയുദ്ധങ്ങൾ. പത്താം നൂറ്റാണ്ട് മുതൽ പതിനേഴാം നൂറ്റാണ്ടു വരെ കുരിശുയുദ്ധങ്ങളുടെ സ്വാധീനം യൂറോപ്പിൽ നിലനിന്നു. പ്രത്യേകിച്ച് സ്പെയിൻ, പോർച്ചുഗൽ, ഓസ്ട്രിയ തുടങ്ങിയ പ്രദേശങ്ങളിൽ.

എല്ലാ ക്രൈസ്തവ-മുസ്ലീം സംഘട്ടനങ്ങളും കുരിശുയുദ്ധമായി വിവരിക്കപ്പെടാറുണ്ടെങ്കിലും ആറ് ക്ലാസിക്കൽ കുരിശുയുദ്ധങ്ങൾക്കാണ് ചരിത്രകാരന്മാരുടെ അംഗീകാരമുള്ളത്. മുസ്ലീം നിയന്ത്രണത്തിലായ പലസ്തീനിലെ വിശുദ്ധ നാടുകളുടെ വീണ്ടെടുപ്പിന് പശ്ചിമ യൂറോപ്പിലെ ക്രൈസ്തവ രാഷ്ട്രങ്ങൾ നടത്തിയ സാഹസികമായ പടനീക്കമാണ് ക്ലാസിക്കൽ കുരിശുയുദ്ധങ്ങൾ. പതിനൊന്നാം നൂറ്റാണ്ട് മുതൽ പതിമൂന്നാം നൂറ്റാണ്ടു വരെയുള്ള കാലഘട്ടത്തിലാണവ നടന്നത്. ഒന്നും പൂർണ്ണമായി വിജയിച്ചില്ല.

ക്രിസ്തുമതത്തിലെ ആദ്യത്തെ ഭിന്നിപ്പ് 1054 ൽ ആയിരുന്നു. പേപ്പസിയുടെ ചരിത്രത്തിലെ അപമാനകരമായ കാലഘട്ടത്തിന്റെ അന്ത്യത്തിൽ അനിവാര്യമായി സംഭവിച്ചതായിരുന്നു അത്. കോൺസ്റ്റാന്റിനോപ്പിൾ കേന്ദ്രമായി പൗരസ്ത്യ ഓർത്തഡോക്സ് സഭകൾ നിലവിൽ വന്നു. തുടർന്ന് കിഴക്കൻ രാജ്യങ്ങളിൽ നഷ്ടപ്പെട്ട സ്വാധീനം വീണ്ടെടുക്കുന്നതിനുള്ള റോമിന്റെ താല്പര്യവും പാലും തേനുമൊഴുകുന്ന വാഗ്ദത്തഭൂമി സ്വന്തമാക്കുന്നതിനുള്ള യൂറോപ്പിന്റെ ത്വരയും കുരിശുയുദ്ധങ്ങളെ ത്വരിതപ്പെടുത്തി. യേശുവിന്റെ പാദസ്പർശംകൊണ്ടും രക്തസ്നാനംകൊണ്ടും പവിത്രമായ മണ്ണിൽ ക്രിസ്ത്യാനികൾക്കെതിരെ

മുസ്ലീങ്ങൾ നടത്തുന്നതായി പ്രചരിപ്പിക്കപ്പെട്ട ക്രൂരതകൾ യൂറോപ്പിനെ ആകെ ഇളക്കി മറിച്ചു. വിശുദ്ധ നാടുകളുടെ മോചനമെന്നത് മായാവി ഭ്രാന്തി സൃഷ്ടിക്കുന്ന മുദ്രാവാക്യമായി മാറി.

ഒന്നാമത്തെ കുരിശുയുദ്ധം 1096 വരെ നടന്നു. കാര്യമായ വിജയം നേടിയ ഏക കുരിശുയുദ്ധം അതായിരുന്നു. കോൺസ്റ്റാന്റിനോപ്പിളിൽ അലക്സിയൂസ് ചക്രവർത്തിയും റോമിൽ ഊർബൻ രണ്ടാമൻ മാർപാപ്പയും നേതൃത്വം നല്കിയ യുദ്ധത്തിന് 1095 ൽ ഫ്രാൻസിൽ നടന്ന സഭാ കൗൺസിൽ അംഗീകാരം നല്കിയിരുന്നു. ജർമ്മനി, ഫ്രാൻസ്, ബൽജിയം, ഇറ്റലി എന്നീ രാജ്യങ്ങളിൽനിന്നുള്ള യോദ്ധാക്കൾ 1099 ജൂലൈ പതിനഞ്ചിന് അഞ്ചാഴ്ച നീണ്ടുനിന്ന രൂക്ഷമായ സംഘട്ടനത്തിനുശേഷം മുസ്ലീം ചോരയിൽ നീന്തിക്കയറി ജറുസലേം വീണ്ടെടുത്തു. 1100 ലെ ക്രിസ്മസ് ദിനത്തിൽ അവിടെ ഒരു ക്രൈസ്തവ രാജ്യം സ്ഥാപിതമായി. 1147 മുതൽ 1149 വരെ നടന്ന രണ്ടാം കുരിശുയുദ്ധം എഡേസ പിടിച്ചടക്കിയ തുർക്കികളോടായിരുന്നു. ബനഡിക്ടൈൻ സന്ന്യാസി ബർണാദ് യൂറോപ്പിലാകെ സഞ്ചരിച്ച് തന്റെ വാഗ്ധോരണിയിൽ ജനങ്ങളെ ആവേശം കൊള്ളിച്ചു. പക്ഷേ, യുദ്ധത്തിൽ ക്രിസ്ത്യാനികൾക്ക് നേട്ടമുണ്ടായില്ല. 1187 ൽ ഈജിപ്തിലെ സലാദിൻ ജറുസലേം പിടിച്ചെടുത്തപ്പോൾ മൂന്നാമത്തെ കുരിശുയുദ്ധം നടന്നു. ജർമ്മനിയുടെയും ഫ്രാൻസിന്റെയും ഇംഗ്ലണ്ടിന്റെയും സൈന്യങ്ങളെ പരാജയപ്പെടുത്തിക്കൊണ്ട് സലാദിൻ വിജയിക്കുകയും ജറുസലേമിൽനിന്ന് മുഴുവൻ ക്രിസ്ത്യാനികളെയും പുറത്താക്കുകയും ചെയ്തു. ക്രൈസ്തവ തീർത്ഥാടകർക്ക് സ്വതന്ത്രമായി വിശുദ്ധ നഗരത്തിൽ പ്രവേശിക്കുന്നതിന് അവസരം ലഭിച്ചു എന്നതു മാത്രമായിരുന്നു നേട്ടം. നാലാമത്തെ കുരിശുയുദ്ധം (1202–1204) പോപ്പ് ഇന്നസെന്റ് മൂന്നാമനാണ് പ്രഖ്യാപിച്ചത്. ഇംഗ്ലണ്ടിൽ മാഗ്ന കാർട്ട ഒപ്പുവയ്ക്കപ്പെട്ടതും ജോൺ രാജാവുമായുള്ള ഇടർച്ചയെ തുടർന്ന് കാന്റർബറി കത്തീഡ്രലിൽ ആർച്ച്ബിഷപ് തോമസ് ബെക്കറ്റ് വധിക്കപ്പെട്ടതും ഇദ്ദേഹത്തിന്റെ കാലത്തായിരുന്നു. വിശുദ്ധ നാടുകൾ മോചിപ്പിക്കുകയെന്ന ലക്ഷ്യം മാർപാപ്പ നേരിട്ട് നേതൃത്വം നല്കിയ നാലാം കുരിശുയുദ്ധത്തിലും സാധിച്ചില്ല. യോദ്ധാക്കൾ നേരേ കോൺസ്റ്റാന്റിനോപ്പിളിലെത്തി ഒരു ലാറ്റിൻ രാജ്യം പ്രഖ്യാപിക്കുകയാണുണ്ടായത്.

അഞ്ചാമത്തേത് ബാലകരുടെ കുരിശുയുദ്ധമെന്നാണ് അറിയപ്പെടുന്നത്. 1212 ൽ നിക്കൊളാസ് എന്ന ജർമ്മൻ ബാലൻ കൊളോണിലും സ്റ്റീവെൻ വെൻഡൊമിയാം എന്ന ഇടയബാലൻ ഫ്രാൻസിലും കുരിശുയുദ്ധത്തിനുള്ള ദൈവികനിയോഗം ലഭിച്ചതായി അവകാശപ്പെട്ടു. അവർ സൃഷ്ടിച്ച ആവേശം ജ്വരമായി യൂറോപ്പിലെങ്ങും പടരവേ അൻപതിനായിരം ബാലന്മാർ മദ്ധ്യധരണ്യാഴിയുടെ തീരത്തെത്തി. വാഗ്ദത്ത ഭൂമിയിലേക്കുള്ള പുറപ്പാടിൽ മോശയുടെ നിഴൽ വീണ് കടൽ മുറിഞ്ഞതു

പോലെ മദ്ധ്യധരണ്യാഴി തങ്ങൾക്ക് പാതയൊരുക്കുമെന്ന് അവർ വ്യാമോഹിച്ചു. കടൽ മുറിയാതിരുന്നപ്പോൾ അവർ ഏഴ് കപ്പലുകളിലായി യാത്രയാരംഭിച്ചു. രണ്ടെണ്ണം കടലിൽ തകർന്നു. അവശേഷിച്ചവ അൾജീരിയൻ, ഈജിപ്ഷ്യൻ തുറമുഖങ്ങളിലടുത്ത് കുട്ടികളെ അടിമക്കച്ചവടക്കാർക്ക് കൈമാറി.

വിശുദ്ധ നാട്ടിലോ സ്വന്തം നാട്ടിലോ ആ കുട്ടികൾ എത്തിയില്ല. 1245 മുതൽ 1254 വരെ ഫ്രാൻസിലെ ലൂയി രാജാവിന്റെ നേതൃത്വത്തിൽ നടന്ന ആറാമത്തെ കുരിശുയുദ്ധവും തികഞ്ഞ പരാജയമായിരുന്നു.

അപ്രമാദിത്വമുള്ള ഏകാധിപതി

ദൈവത്താൽ സ്ഥാപിതമായതെന്ന് കരുതപ്പെടുന്ന സഭയുടെ അധിപനാണ് മാർപാപ്പ — അപ്രമാദിത്വം അവകാശപ്പെട്ടിരുന്ന ഏകാധിപതി. വിശ്വാസത്തെയും ധാർമ്മികതയെയും സംബന്ധിക്കുന്ന ഔദ്യോഗിക പ്രബോധനങ്ങളിൽ മാർപാപ്പയ്ക്കു തെറ്റു പറ്റില്ലെന്നതാണ് ആ സിദ്ധാന്തം. 1950 ൽ പീയൂസ് പന്ത്രണ്ടാമൻ കന്യകാമറിയത്തിന്റെ സ്വർഗ്ഗാരോഹണസിദ്ധാന്തം അവതരിപ്പിച്ചതിനുശേഷം ഒരു മാർപാപ്പയും അപ്രമാദിത്വം അവകാശപ്പെട്ടിട്ടില്ല. നിരവധി ആഘാതങ്ങളേറ്റിട്ടും വിള്ളലുകളുണ്ടായിട്ടും സുശക്തമായി നിലനില്ക്കുന്ന സഭാഘടനയുടെ അസ്തിവാരം പത്രോസിന്റെ റോമാസിംഹാസനമാണ്. അതാകട്ടെ കത്തോലിക്കർക്കും അകത്തോലിക്കർക്കും ഒരുപോലെ ഭദ്രതയുടെയും സുസ്ഥിരതയുടെയും അടയാളമാണ്. ഇൻക്വിസിഷന്റെ കരാളനാളുകളും കുരിശുയുദ്ധങ്ങളുടെ നൃശംസതയും പിന്നിട്ട് വിറ്റൻബർഗ്ഗിലെ ചുറ്റികയോശയെ അതിജീവിച്ച് പത്രോസിന്റെ നൗക മുന്നോട്ടു നീങ്ങുന്നു. മക്കാളെ പറഞ്ഞു: മറ്റെല്ലാറ്റിനും മാറ്റം സംഭവിച്ചേക്കാം; സഭയ്ക്കു മാറ്റമില്ല. ദശകങ്ങൾക്കു പിന്നാലെ ദശകങ്ങളും നൂറ്റാണ്ടുകൾക്കു പിന്നാലെ നൂറ്റാണ്ടുകളും പിന്നിട്ട് ചരിത്രത്തിന്റെ മഞ്ഞുമൂടിയ ജറുസലെമിലെ ഭോജനശാലയോളം നീളുന്ന പാരമ്പര്യവുമായി സഭ നില്ക്കുന്നു — പാറമേൽ പണിത വീടുപോലെ. വെള്ളപ്പൊക്കമുണ്ടാവുകയും ഒഴുക്ക് അതിന്മേൽ ആഞ്ഞടിക്കുകയും ചെയ്തു. എന്നാൽ വീടിനെ ഇളക്കാൻ കഴിഞ്ഞില്ല. എന്തെന്നാൽ അത് ബലിഷ്ഠമായി പണിയപ്പെട്ടിരുന്നു.

ഇൻക്വിസിഷൻ എന്ന മതദ്രോഹവിചാരണയാണ് പേപ്പസിയുടെ ചരിത്രത്തിൽ കളങ്കമായ ഒരേട്. പതിമൂന്നാം നൂറ്റാണ്ടിൽ ആരംഭിച്ച വിചാരണാസഭ പോപ്പിന്റെ അദ്ധ്യക്ഷതയിൽ സമ്മേളിച്ച് ക്രൈസ്തവ വിശ്വാസത്തിനു വിരുദ്ധമായ നടപടികൾ, പ്രചരണങ്ങൾ മുതലായവ അന്വേഷിച്ചു കണ്ടുപിടിക്കുകയും മതദ്രോഹപ്രവർത്തനങ്ങൾ നിരോധിക്കുകയും അത്തരം പ്രവർത്തകരെ ശിക്ഷിക്കുകയും ചെയ്തിരുന്നു. പതിനാറാം നൂറ്റാണ്ടിൽ ഇൻക്വിസിഷന്റെ പ്രവർത്തനം ഭീകരമായി. ഇറ്റാലിയൻ ജ്യോതിശാസ്ത്രജ്ഞനായ ഗലീലിയോ ഗലീലിയാണ് ഇൻക്വിസി

ഷന്റെ ഏറ്റവും വിശ്രുതനായ രക്തസാക്ഷി. ഭൂമിയാണ് പ്രപഞ്ചത്തിന്റെ കേന്ദ്രമെന്നും മറ്റു ഗോളങ്ങൾ വൃത്താകാരമായ പഥങ്ങളിലൂടെ ഭൂമിയെ പ്രദക്ഷണം വയ്ക്കുകയുമാണെന്നുമുള്ള ടോളമിയുടെ 1,300 വർഷം പഴക്കമെത്തിയ സിദ്ധാന്തത്തെ നിരാകരിച്ച കോപ്പർനിക്കസിന്റെ സൗരയൂഥസിദ്ധാന്തത്തെ തന്റെ ദൂരദർശിനിയിലൂടെ ന്യായീകരിക്കുകയും ഭൂമി സൂര്യനുചുറ്റും കറങ്ങിക്കൊണ്ടിരിക്കുകയാണെന്ന് സിദ്ധാന്തിക്കുകയും ചെയ്ത ഗലീലിയോയെ ഇൻക്വിസിഷനു വിധേയനാക്കി. 1633 ൽ എഴുപതാമത്തെ വയസ്സിൽ വീട്ടുതടങ്കലിലാക്കപ്പെട്ട ഗലീലിയോ തന്റെ സിദ്ധാന്തം തിരുത്തിപ്പറയുന്നതിന് നിർബ്ബന്ധിതനായി. ഗലീലിയോയുടെ സുഹൃത്തും അഭ്യുദയകാംക്ഷിയും ആയിരുന്നിട്ടും ഊർബൻ എട്ടാമൻ മാർപാപ്പയ്ക്ക് അദ്ദേഹത്തിന്റെ സഹായത്തിനെത്താനായില്ല. അതിനു രാഷ്ട്രീയമായ കാരണങ്ങളുണ്ടായിരുന്നു. മുപ്പതു വർഷം നീണ്ടുനിന്ന യുദ്ധത്തിൽ സ്പാനിഷ് പക്ഷത്തു നില്ക്കാൻ തീരുമാനിച്ച പോപ്പിന് തന്റെ യാഥാസ്ഥിതിക നിലപാടിനെ ബോദ്ധ്യപ്പെടുത്തേണ്ടതുണ്ടായിരുന്നു. ഗൂർഡിയാനോ ബ്രൂണോ ജീവനോടെ ചുട്ടുകരിക്കപ്പെട്ടു. ശാസ്ത്രത്തിന്റെ വളർച്ച യാഥാസ്ഥിതിക മതവിശ്വാസങ്ങളെ വെല്ലുവിളിച്ചപ്പോൾ ആദിമനൂറ്റാണ്ടുകളിലെ മതപീഡനകാലത്തിന്റെ തനിയാവർത്തനമായി.

നവീകരണത്തിന്റെ വെല്ലുവിളികൾ

ആന്തരികമായ ജീർണ്ണതയ്ക്കൊപ്പം ഉള്ളിൽനിന്നുതന്നെയുള്ള വെല്ലുവിളികളും സഭയ്ക്ക് നേരിടേണ്ടിവന്നു. മാർട്ടിൻ ലൂഥറുടെ പ്രൊട്ടസ്റ്റന്റ് കലാപമായിരുന്നു അവയിൽ പ്രധാനപ്പെട്ടത്. ധൂർത്തിലും അസാന്മാർഗ്ഗികതയിലും കുപ്രസിദ്ധരായ മാർപാപ്പമാരാണ് മതനവീകരണപ്രസ്ഥാനത്തിന് കാരണക്കാരായത്. മഹാനായ മാനവികതാവാദി ഇറാസ്മസ് നവീകരണവാദികളിൽ ചെലുത്തിയ സ്വാധീനം ചെറുതല്ല. ജർമ്മനിയിൽ ലൂഥറെന്നപോലെ സ്വിറ്റ്സർലണ്ടിൽ സ്വിംഗ്ളിയും ഫ്രാൻസിൽ കാൽവിനും റോമാസഭയ്ക്കെതിരെ വെല്ലുവിളി ഉയർത്തി. പ്രൊട്ടസ്റ്റന്റ് കലാപം പശ്ചിമ യൂറോപ്പ് പിന്നിട്ട് സ്കാൻഡിനേവിയ ഉൾപ്പെട്ട ഉത്തര യൂറോപ്പിലേക്ക് വ്യാപിച്ചപ്പോൾ ഇംഗ്ലണ്ടിൽ വ്യത്യസ്തമായ കാരണങ്ങളാൽ പുതിയ സഭയുണ്ടായി. അതാണ് ആംഗ്ലിക്കൻ സഭ അഥവാ ചർച്ച് ഓഫ് ഇംഗ്ലണ്ട്. ഇതൊന്നും റോമിൽ മാർപാപ്പയുടെ പദവിയെ ബാധിച്ചില്ല.

ശാസ്ത്രത്തിന്റെ വെളിപാടുകളോടും വെളിപ്പെടുത്തലുകളോടും മുഖം തിരിച്ചുനിന്ന പേപ്പസിക്ക് കലകളെ പുഷ്കലമാക്കിയ ചരിത്രമുണ്ട്. പതിനാറാം നൂറ്റാണ്ടിന്റെ ആരംഭത്തിൽ കലാനേതൃത്വം ഇറ്റാലിയൻ നവോത്ഥാനത്തിന്റെ ഈറ്റില്ലമായിരുന്ന ഫ്ളോറൻസിൽനിന്ന് റോമിലെത്തിയപ്പോൾ സസന്തോഷം ഏറ്റുവാങ്ങിയത് പേപ്പസിയായിരുന്നു.

പത്രോസിന്റെ ശവകുടീരത്തിനുമേലേ നിന്നിരുന്ന 1,200 വർഷം പഴക്കമുള്ള ദേവാലയം പൊളിച്ചുമാറ്റി പുതിയ ബസിലിക്ക പണിയുന്നതിന് ജൂലിയസ് രണ്ടാമൻ തീരുമാനിച്ചപ്പോൾ പണത്തോടൊപ്പം കലാകാരന്മാരുടെയും പ്രവാഹം റോമിലേക്കുണ്ടായി. ഡൊണാറ്റോ ബ്രമാന്തെയുടെ രൂപരേഖ അടിസ്ഥാനമാക്കി 1506 ൽ ആരംഭിച്ച പണി 1626 ൽ അവസാനിച്ചു. ബസിലിക്കയുടെ മുകളിലുള്ള അർദ്ധഗോളാകാരമായ ഗോപുരം മൈക്കലാഞ്ജലോ രൂപകല്പന ചെയ്തതാണ്. അങ്കണത്തിനു അതിരിടുന്ന സ്തംഭനിരയും അതിന്മേലുള്ള വിശുദ്ധന്മാരുടെ രൂപങ്ങളും ലോറൻസോ ബർണീനിയുടേതാണ്. തികഞ്ഞ കലാപ്രേമിയായിരുന്ന ജൂലിയസിന്റെ കീഴിൽ മൈക്കലാഞ്ജലോയും റാഫേലും അവരുടെ ഏറ്റവും നല്ല കലാസൃഷ്ടികൾ കാഴ്ചവച്ചു. ഇരുപത്തിയാറാമത്തെ വയസ്സിൽ വത്തിക്കാനിലെത്തിയ റാഫേൽ മുപ്പത്തിയേഴാമത്തെ വയസ്സിൽ മരിക്കുന്നതുവരെ അവിടെത്തന്നെയായിരുന്നു. കലയ്ക്കൊപ്പം യുദ്ധത്തിലും തല്പരനായിരുന്ന ജൂലിയസ് പടച്ചട്ടയണിഞ്ഞ് പേപ്പൽ സൈന്യത്തെ പെറൂഗിയായിലെയും ബൊളോഞ്ഞയിലെയും മാടമ്പിമാർക്കെതിരെ നയിച്ചിട്ടുണ്ട്. അദ്ദേഹത്തിന്റെ വിജയത്തെ പ്രകീർത്തിക്കുന്നതിന് റാഫേൽ വിഷയം കണ്ടെത്തിയത് ആയിരം വർഷം മുമ്പ് പാപ്പയായിരുന്ന ലിയോ ഒന്നാമന്റെ വിജയകഥയിൽ നിന്നാണ്. അഞ്ചാം നൂറ്റാണ്ടിൽ ആറ്റിലയുടെ നേതൃത്വത്തിൽ സർവ്വസംഹാരകമായ ചുഴലിക്കാറ്റുപോലെ യൂറോപ്പിനെ ആക്രമിച്ച് കൊള്ളയും കൊലയും കൊള്ളിവയ്പും നടത്തിയ ഹൂണന്മാരെ റോമിന്റെ കവാടത്തിൽ തടഞ്ഞത് ലിയോ ആയിരുന്നു. നിരായുധനായി മുന്നിൽനിന്ന ലിയോയുടെ പ്രഭാവത്തിനും വാഗ്ദാനം ചെയ്യപ്പെട്ട സ്വർണ്ണത്തിനും മുന്നിൽ ആറ്റില വഴങ്ങി. ആറ്റില പിൻവാങ്ങിയപ്പോൾ വത്തിക്കാന്റെ നിലവറകൾ ശൂന്യമായി എന്നാണ് കഥ. പക്ഷേ, ടാർട്ടാർ ഭീകരതയിൽനിന്ന് സെന്റ് പീറ്റേഴ്സും സെന്റ് പോൾസും രക്ഷപ്പെട്ടു.

ആറ്റില പിൻവാങ്ങിയിടത്ത് പതിന്നാല് നൂറ്റാണ്ടുകൾക്കുശേഷം ഗാരിബാൾഡി വിജയിച്ചു.

ദേശീയതയുടെ വളർച്ച

പതിനാറാം നൂറ്റാണ്ടിൽ അലയടിച്ചുയർന്ന ദേശീയത ക്രിസ്തുമതത്തിന്റെ രാഷ്ട്രീയസ്വാധീനത്തിൽ ഇടിവ് വരുത്തുകയും ആധുനിക ദേശരാഷ്ട്രങ്ങളുടെ പിറവിക്ക് വഴിയൊരുക്കുകയും ചെയ്തു. 1648ലെ വെസ്റ്റ്ഫാലിയ ഉടമ്പടിയോടെ പേപ്പൽ സ്റ്റേറ്റിന്റെ രാഷ്ട്രീയപ്രാധാന്യം കുറഞ്ഞു. പതിനെട്ടാം നൂറ്റാണ്ടോടെ പോപ്പിന്റെ രാജകീയപ്രതിച്ഛായയ്ക്കും ഇടിവുണ്ടായി. വൈദികാധിപത്യത്തിൽനിന്ന് സെക്കുലറിസത്തിലേക്ക് യൂറോപ്പ് പരിവർത്തനം ചെയ്യപ്പെടുകയായിരുന്നു. യൂറോപ്പിൽ സ്വാതന്ത്ര്യത്തിന്റെ അലയൊലി ഉയർന്ന പത്തൊൻപതാം നൂറ്റാണ്ട് ഇറ്റലി

യെയും അസ്വസ്ഥമാക്കി. അമേരിക്കൻ ഐക്യനാടുകളിലെ സ്വാതന്ത്ര്യ പ്രഖ്യാപനവും ഫ്രാൻസിലെ വിപ്ലവസന്ദേശവും ഇറ്റലിയിൽ ഐക്യ ദാഹം വളർത്തി. ഏകീകൃതമായ ഇറ്റലിയെക്കുറിച്ച് ചിന്തകരും എഴു ത്തുകാരും ജനങ്ങളിൽ ബോധം വളർത്തിയപ്പോൾ റോമിന്റെ മൺ മറഞ്ഞ മഹിമയുടെയും പ്രതാപത്തിന്റെയും വിധുരസ്മരണ വിപ്ലവ ത്തിനു വിത്ത് കുത്തി. ബൂർബൺ, ഹാപ്സ്ബുർഗ്ഗ്, സാവോയ് എന്നീ വൈദേശിക രാജകുടുംബങ്ങളുടെയും ബാക്കി പോപ്പിന്റെയും കീഴിലാ യിരുന്നു 1815 ലെ വിയന്ന കോൺഗ്രസിനുശേഷമുള്ള ഇറ്റലി.

ഇറ്റലിയുടെ ചരിത്രം പേപ്പസിയുമായി അഭേദ്യമായി ബന്ധപ്പെട്ടു കിടക്കുന്നു. എട്ടാം നൂറ്റാണ്ടിന്റെ ആരംഭത്തിൽ വൻകരയുടെ വടക്ക് സ്വന്തം രാജ്യം സ്ഥാപിച്ച ലൊംബാർഡുകളുടെ ഇറ്റലിയെ ഏകീകരി ക്കുന്നതിനുള്ള ശ്രമം പോപ്പ് തടഞ്ഞു. ഗോത്തുകളുടെയും ഫ്രാങ്കു കളുടെയും സഹായത്തോടെ ലൊംബാർഡുകളെ പോ നദിക്കപ്പുറത്ത് ഒതുക്കി നിർത്തി. യുദ്ധാനന്തരം ഗോളിലെ (ഫ്രാൻസ്) പെപ്പിൻ 22 ഇറ്റാ ലിയൻ പ്രവിശ്യകൾ പോപ്പിനെ ഏല്പിച്ചു. അങ്ങനെയാണ് പേപ്പൽ സ്റ്റേറ്റുകൾ നിലവിൽ വന്നത്. ലൊംബാർഡുകൾക്കെതിരെ പേപ്പസിയെ തുണച്ച ഫ്രാൻസിൽനിന്നുതന്നെ പില്ക്കാലത്ത് പേപ്പസിക്ക് കനത്ത ഭീഷണിയുണ്ടായി. പതിനെട്ടാം നൂറ്റാണ്ടിൽ വോൾട്ടയറും റൂസോയും നെപ്പോളിയനും പാപ്പാ സ്ഥാനത്തെ വെല്ലുവിളിച്ചു. പേപ്പൽ പ്രവിശ്യ കളുടെ നിലനില്പ് അപകടത്തിലായി. പീയൂസ് ആറാമനെ നെപ്പോളി യൻ തടവിലാക്കി. തടവിൽ കിടന്ന് ആ പാപ്പ മരിച്ചു.

ഏകീകൃതമായ ഇറ്റലിയുടെ രൂപീകരണത്തിനുവേണ്ടി പേപ്പൽ പ്രവി ശ്യകൾ വിട്ടുകൊടുക്കാൻ പോപ്പ് തയ്യാറായില്ല. വീശിയടിച്ച വിപ്ലവക്കൊ ടുങ്കാറ്റിൽനിന്ന് പേപ്പൽ പ്രവിശ്യകളെ രക്ഷിക്കുവാൻ പീയൂസ് ഒൻപതാ മൻ ഓസ്ട്രിയയുടെയും ഫ്രാൻസിന്റെയും സഹായം തേടി. ജനകീയമു ന്നേറ്റം താല്ക്കാലികമായി അടിച്ചമർത്തപ്പെട്ടു. സിസിലിയിലെ മർഗ്ഗലയിൽനിന്ന് ആയിരം ചെങ്കുപ്പായക്കാരുമായി ഗാരിബാൾഡി റോ മിലേക്ക് മാർച്ച് ചെയ്തപ്പോൾ ബൂർബണുകൾക്കും ഹാപ്സ്ബുർഗ്ഗു കൾക്കും തടയാൻ കഴിഞ്ഞില്ല. 1861 മാർച്ചിൽ പീഡ്മോണ്ടിലെ രാജാ വായ വിക്ടർ എമ്മാനുവൽ ഇറ്റലിയുടെ രാജാവായി.

ഫ്രാൻസിലെ നെപ്പോളിയൻ മൂന്നാമന്റെ ശക്തിയെ ആശ്രയിച്ച് പോപ്പ് അപ്പോഴും ചെറുത്തുനിന്നു. 1870 ൽ ഫ്രാങ്കോ-പ്രഷ്യൻ യുദ്ധത്തോടെ ഫ്രാൻസ് വിഷമാവസ്ഥയിലായി. ഫ്രഞ്ച് സൈന്യത്തി നു റോം വിടേണ്ടിവന്നു. ഇറ്റാലിയൻ സേന റോമിൽ പ്രവേശിച്ചു. പതി നൊന്ന് സ്വതന്ത്ര പരമാധികാര പ്രവിശ്യകളിൽ പരിപൂർണ്ണ സ്വാതന്ത്ര്യ ത്തോടെ ആദ്ധ്യാത്മികാധികാരം പോപ്പിന് ലഭ്യമാക്കുന്ന സംരക്ഷണനി യമങ്ങൾ 1871 ൽ ഇറ്റാലിയൻ പാർലമെന്റ് പാസാക്കി. എന്നാൽ പീയൂസ് ഒൻപതാമൻ അവ അംഗീകരിക്കാൻ കൂട്ടാക്കിയില്ല. അദ്ദേഹം വത്തിക്കാ

നിൽ തന്റെ കൊട്ടാരത്തിൽ സ്വയം തീർത്ത തടവിൽ ഒതുങ്ങി. യാഥാസ്ഥിതികത്വത്തിന്റെയും ഭൗതികാധികാരത്തിന്റെയും അവസാനത്തെ കൊത്തളങ്ങൾ സംരക്ഷിക്കുന്നതിനുള്ള അദ്ദേഹത്തിന്റെ പരിശ്രമത്തിന്റെ ഭാഗമായി 1869 ൽ അദ്ദേഹം ആദ്യത്തെ വത്തിക്കാൻ സുനഹദോസ് വിളിച്ചുചേർത്തു. മാർപാപ്പയുടെ പരമാധികാരവും അപ്രമാദിത്വവും സൈദ്ധാന്തികമായി പ്രഖ്യാപിക്കപ്പെട്ടെങ്കിലും മാറിയ രാഷ്ട്രീയ സാഹചര്യങ്ങളിൽ അത് പാഴ്വേലയായി.

തുടർന്നുവന്ന മൂന്ന് പാപ്പമാരും വത്തിക്കാനിലെ തടവിൽ കഴിഞ്ഞു. ലിയോ പതിമൂന്നാമൻ, പീയൂസ് പത്താമൻ, ബെനഡിക്ട് പതിനഞ്ചാമൻ എന്നിവരായിരുന്നു ആ പാപ്പമാർ. തൊഴിലാളികളുടെ മാഗ്ന കാർട്ട എന്ന് പ്രകീർത്തിക്കപ്പെട്ട 'റേരും നൊവാരും' എന്ന ചാക്രികലേഖനത്തിലൂടെ പ്രശസ്തനായ പാപ്പയാണ് ലിയോ. ആധുനികതയോട് പുറംതിരിഞ്ഞുനിന്ന പാപ്പയാണ് പീയൂസ്. രാഷ്ട്രീയാധികാരം പുനഃസ്ഥാപിക്കാൻ കഴിയുമോ എന്ന് നിശ്ശബ്ദമായി ആലോചിച്ചയാളാണ് ബെനഡിക്ട്.

മുസോളിനി അധികാരത്തിൽ വന്നപ്പോൾ റോമാ പ്രശ്നം പരിഹരിക്കാൻ ആത്മാർത്ഥമായ ശ്രമം നടത്തി. അന്ന് പാപ്പയായിരുന്ന പീയൂസ് പതിനൊന്നാമൻ കാലത്തിന്റെ മാറ്റം മനസ്സിലാക്കിയ ആളായിരുന്നു. അദ്ദേഹത്തിന്റെ സ്റ്റേറ്റ് സെക്രട്ടറിയായിരുന്ന കാർഡിനൽ ഗാസ്പരി നടത്തിയ സമർത്ഥമായ നയതന്ത്ര നീക്കങ്ങളെ തുടർന്ന് മുസോളിനിയും പാപ്പയും ഉടമ്പടിയിലെത്തി. ലാറ്ററൻ ഉടമ്പടി (കോൺകോർദാത്) എന്നറിയപ്പെടുന്ന ഈ ഒത്തുതീർപ്പിന്റെ അടിസ്ഥാനത്തിൽ 1929 ഫെബ്രുവരി പതിനൊന്നിന് വത്തിക്കാൻ സിറ്റി എന്നറിയപ്പെടുന്ന വത്തിക്കാൻ രാജ്യം നിലവിൽ വന്നു.എന്നാൽ രണ്ടായിരം വർഷമായി ചരിത്രപരമായും വിശ്വാസപരമായും വത്തിക്കാൻ ക്രിസ്തുമതത്തിന്റെ പ്രഭവകേന്ദ്രവും കത്തോലിക്കാ സഭയുടെ ആസ്ഥാനവുമാണ്. പതിമൂന്നാം നൂറ്റാണ്ടിൽ നിക്കൊളാസ് മൂന്നാമനാണ് വത്തിക്കാനിൽ സ്ഥിരതാമസമാക്കിയ ആദ്യത്തെ പാപ്പ. അതേസമയം, ഇന്നത്തെ വത്തിക്കാൻ സിറ്റിയുടെ സ്ഥാപകനായി പീയൂസ് പതിനൊന്നാമനെ കാണേണ്ടി വരും.

രണ്ടാം ലോകമഹായുദ്ധം ആരംഭിച്ച 1939 ൽ പാപ്പയായ പീയൂസ് പന്ത്രണ്ടാമൻ യുദ്ധത്തിന്റെ കലഹങ്ങൾക്കിടയിൽ വിവേകത്തിന്റെ ശബ്ദം ശ്രാവ്യമാക്കാൻ യത്നിച്ച പാപ്പയാണ്. പീഡിതരുടെ അഭയമായി വത്തിക്കാൻ. മെച്ചപ്പെട്ട ലോകത്തിനുവേണ്ടി മതത്തെ എപ്രകാരം ഉപയോഗിക്കാമെന്നതായിരുന്നു യുദ്ധാനന്തരം അദ്ദേഹത്തിന്റെ അന്വേഷണം.

1958 ൽ പീയൂസ് പന്ത്രണ്ടാമനെ പിന്തുടർന്ന് പാപ്പയായ ജോൺ ഇരുപത്തിമൂന്നാമൻ എല്ലാ അർത്ഥത്തിലും വ്യത്യസ്തനായിരുന്നു. വത്തിക്കാനിൽനിന്ന് പുറത്തുകടന്ന് അദ്ദേഹം റോമിലെ ആശുപത്രികളും റെജീന ചേലി ജയിലും കൂടെക്കൂടെ സന്ദർശിച്ചു. അദ്ദേഹം ലോകത്തിന്

സ്നേഹമുള്ള പിതാവായി. നിയമവും പാരമ്പര്യങ്ങളും സ്നേഹത്തിന്റെ ഭാഷയിൽ പരാവർത്തനം ചെയ്യപ്പെട്ടു. തന്റെ നവീനവും എന്നാൽ മാനവികവുമായ സമീപനങ്ങൾക്ക് അദ്ദേഹം രണ്ടാം വത്തിക്കാൻ കൗൺസിൽ വിളിച്ചുചേർത്ത് അംഗീകാരം നേടി. കൗൺസിലിന്റെ പ്രമാണരേഖയായ "സഭ ആധുനികലോകത്തിൽ" സഭയുടെ സാമൂഹികപ്രബോധനത്തിന് പുതിയ മാനങ്ങൾ നല്കി. ജോൺ പോൾ രണ്ടാമനേക്കാൾ ജോൺ ഇരുപത്തിമൂന്നാമനെയാണ് ഫ്രാൻസിസ് പാപ്പ മാതൃകയാക്കിയിരിക്കുന്നത്. ജോൺ ഇരുപത്തിമൂന്നാമനുശേഷം 1963 ൽ പാപ്പയായ പോൾ തീർത്ഥാടനം ചെയ്യുന്ന സഭയുടെ സമാധാനദൗത്യവുമായി ഇന്ത്യയുൾപ്പെടെ നിരവധി രാജ്യങ്ങൾ സന്ദർശിച്ചു. മാർപാപ്പയെ സ്വന്തം മണ്ണിൽ കാണുകയെന്നത് ലോകത്തെവിടെയുമുള്ള വിശ്വാസികൾക്ക് പുതുമയുള്ള അനുഭവമായിരുന്നു. 1978 ൽ പാപ്പയായ ജോൺ പോൾ രണ്ടാമൻ സവിശേഷമായ വ്യക്തിത്വംകൊണ്ടും നവീനമായ ദർശനംകൊണ്ടും ലോകത്തെ വശീകരിച്ച പാപ്പയായിരുന്നു. ഭൂതകാലത്തിന്റെ അവ്യക്തതകളിൽനിന്നും അപരാധങ്ങളിൽനിന്നുമുള്ള വിടുതലിനുവേണ്ടിയാണ് ഓരോ മാർപാപ്പയും ശ്രമിക്കുന്നത്. സെന്റ് പീറ്റേഴ്സ് സ്ക്വയറിലേക്ക് ലോകം ഒഴുകിയെത്തുന്നത് അവിടെനിന്ന് പ്രസരിക്കുമെന്ന് പ്രതീക്ഷിക്കുന്ന നന്മയുടെയും പ്രത്യാശയുടെയും സന്ദേശത്തിനു വേണ്ടിയാണ്. സെന്റ് പീറ്റേഴ്സ് ചത്വരത്തിൽ നില്ക്കുമ്പോൾ സമാശ്ലേഷത്തിൽ അകപ്പെട്ട അവസ്ഥയാണുണ്ടാകുന്നത്. ബെർണിനി രൂപകല്പനചെയ്ത ശില്പവിസ്മയത്തിൽ ബ്രഹ്മാണ്ഡമായ കുംഭഗോപുരം ശിരസ്സായും ഇരുവശങ്ങളിലേക്കും നീളുന്ന സമാന്തരസ്തംഭപങ്ക്തി ഇരുകരങ്ങളായും അനുഭവപ്പെടും.

വത്തിക്കാൻ സിറ്റി

വളരെയേറെ പ്രത്യേകതകളുള്ള രാജ്യമാണ് വത്തിക്കാൻ. ടൈബർ നദിയുടെ വലതുകരയിൽ 44 ഹെക്ടർ (108.7 ഏക്കർ) മാത്രം വിസ്തൃതിയുള്ള വത്തിക്കാനിലെ ജനസംഖ്യ ആയിരം മാത്രമാണ്. അതേസമയം ലോകമെങ്ങുമുള്ള നൂറു കോടിയിലേറെ കത്തോലിക്കർ (ലോകജനസംഖ്യയുടെ ഏഴിലൊന്ന്) ആദ്ധ്യാത്മികമായി വത്തിക്കാൻ പൗരന്മാരാണ്. സ്ത്രീകളും കുട്ടികളും ഇല്ലാത്ത രാജ്യമാണ് വത്തിക്കാൻ. പൗരന്മാരിൽ ഭൂരിപക്ഷവും വൈദികർ. അവരോ പല രാജ്യങ്ങളിൽനിന്നെത്തിയവരും. രാഷ്ട്രത്തലവൻതന്നെ വിദേശിയാണെന്നത് മറ്റൊരു പ്രത്യേകത.

വത്തിക്കാനു ചുറ്റും കോട്ടകളുണ്ട്. വത്തിക്കാൻ കൊട്ടാരം, സെന്റ് പീറ്റേഴ്സ് ദേവാലയം, വത്തിക്കാൻ ലൈബ്രറി, ആർക്കൈവ്സ്, മ്യൂസിയം എന്നിവയാണ് വത്തിക്കാനിലെ സ്ഥാപനങ്ങൾ. ലോകത്തിലെ ഏറ്റവും വലിയ ദേവാലയമാണ് സെന്റ് പീറ്റേഴ്സ്. മൈക്കലാഞ്ജലോയുടെ ചി

ത്രവേലയാൽ അലംകൃതമായ സിസ്റ്റൈൻ ചാപ്പൽ വത്തിക്കാനിലെ സമാനതയില്ലാത്ത ആകർഷണമാണ്. റാഫേൽ, ലിയൊനാർദോ ദാവിഞ്ചി, ഫ്രാ അഞ്ജലിക്കോ, ടിറ്റിയൻ, കൊറേഗിയോ തുടങ്ങിയ അനശ്വരപ്രതിഭകൾ ദീപ്തമാക്കുന്ന വത്തിക്കാൻ കലാപ്രേമികളുടെ പറുദീസയാണ്. സൃഷ്ടിയുടെ ആഡംബരപൂർവ്വമായ ആഘോഷമാണ് വത്തിക്കാനിലെ കലാസൃഷ്ടികൾ. ലോകത്തിലെ ഏറ്റവും മികച്ച ലൈബ്രറികളിലൊന്നാണ് വത്തിക്കാനിലേത്. 1451 ൽ നിക്കൊളാസ് അഞ്ചാമൻ സ്ഥാപിച്ചതും 1475 ൽ സിക്സ്റ്റസ് നാലാമൻ സ്ഥാപനവല്ക്കരിച്ചതുമാണ് ഈ ലൈബ്രറി. ഗലീലിയോയുടെ വിചാരണ സംബന്ധിച്ച രേഖകളും കാതറീനുമായുള്ള വിവാഹബന്ധം ഒഴിവാക്കിക്കിട്ടുന്നതിന് ഹെൻറി എട്ടാമൻ സമർപ്പിച്ച അപേക്ഷയും ആർക്കൈവ്സിൽ കാണാം.

ഇറ്റലിയിൽ അങ്ങിങ്ങായി ചിതറിക്കിടക്കുന്ന സ്ഥാപനങ്ങളും വസ്തുക്കളും പോപ്പിന്റെ അധീനതയിലുണ്ട്. സെന്റ് ജോൺ ലാറ്ററൻ ബസിലിക്ക, സാന്താ മരിയ മജോരെ ബസിലിക്ക, കാസ്റ്റൽ ഗണ്ടോൾഫോയിലെ വേനല്ക്കാല വസതി, സെന്റ് പോൾ ദേവാലയം തുടങ്ങിയവ അവയിൽപ്പെടുന്നു. റാവെന്ന, ജനോവ, മിലൻ, ഫ്ളോറൻസ്, ടൂറിൻ തുടങ്ങിയ വൻനഗരങ്ങളിലും പോപ്പിന് സ്വത്തുണ്ട്. ഇവയെല്ലാം ലാറ്ററൻ ഉടമ്പടി വഴി പോപ്പിനു വിട്ടുകിട്ടിയതും പോപ്പിന്റെ പരമാധികാരത്തിലുള്ളതുമാണ്.

പോപ്പിന്റെ സെക്രട്ടറിയേറ്റാണ് വത്തിക്കാൻ കാര്യാലയം. സാർവ്വത്രിക സഭയുടെ ഭരണയന്ത്രമാണിത്. റോമൻ കൂരിയ, വത്തിക്കാൻ കൂരിയ എന്നീ പേരുകളിലാണ് ഈ കാര്യാലയം സാധാരണ അറിയപ്പെടുന്നത്. വത്തിക്കാൻ കാര്യാലയം ഇപ്പോഴത്തെ രീതിയിൽ ക്രമീകരിച്ചത് പതിനാറാം നൂറ്റാണ്ടിൽ സിക്സ്റ്റസ് അഞ്ചാമൻ മാർപാപ്പയാണ്. വത്തിക്കാൻ കാര്യാലയത്തിന് പ്രധാനമായും പന്ത്രണ്ട് വിഭാഗങ്ങളാണുള്ളത്. സെക്രട്ടറിയേറ്റ് ഓഫ് സ്റ്റേറ്റ് അഥവാ നയതന്ത്രവിഭാഗം അതിലെ പരമോന്നതവിഭാഗമാണ്. വത്തിക്കാനെന്ന ഇത്തിരിപ്പോന്ന രാഷ്ട്രത്തിന് 179 രാജ്യങ്ങളുമായി നയതന്ത്രബന്ധമുണ്ട്. പരമാധികാരമില്ലാത്ത പലസ്തീനുമായും വത്തിക്കാന് നയതന്ത്രബന്ധമുണ്ട്. ഇസ്രയേലുമായി സൗഹൃദം നിലനിർത്തിക്കൊണ്ടുതന്നെയാണ് സ്വതന്ത്രരാഷ്ട്രമെന്ന പലസ്തീന്റെ ആവശ്യത്തിന് വത്തിക്കാൻ പിന്തുണ നല്കുന്നത്. വത്തിക്കാനിൽ പലസ്തീൻ എംബസി തുറക്കുന്ന കാര്യത്തിൽ ഫ്രാൻസിസ് മാർപാപ്പയും പലസ്തീൻ പ്രസിഡന്റ് മഹമൂദ് അബ്ബാസും തമ്മിൽ ധാരണയായിട്ടുണ്ട്. അങ്ങനെയായാൽ ഒരു യൂറോപ്യൻ യൂണിയൻ അംഗരാജ്യത്ത് പലസ്തീൻ തുറക്കുന്ന ആദ്യത്തെ എംബസിയായിരിക്കും അത്.

വത്തിക്കാന്റെ നയതന്ത്രപ്രതിനിധികൾ നുൺഷ്യോ എന്നറിയപ്പെടുന്നു. ഓരോ രാജ്യവുമായുള്ള നയതന്ത്രബന്ധത്തിന്റെ സ്വഭാവമനുസരിച്ച് മൂന്നു തരം പ്രതിനിധികളുണ്ട്– നുൺഷ്യോ, പ്രോ നുൺഷ്യോ, ഇന്റർ നുൺഷ്യോ. ഇറ്റാലിയൻ ആർച്ച്ബിഷപ് ജാംബത്തിസ്ത

ദികാത്രോയാണ് ഇപ്പോൾ ഇന്ത്യയിലെയും നേപ്പാളിലെയും അപ്പസ്തോലിക് നുൺഷ്യോ.

വത്തിക്കാന്റെ ഔദ്യോഗികഭാഷ ലത്തീനാണ്. റോമാ സാമ്രാജ്യത്തിന്റെ ഔദ്യോഗികഭാഷയായിരുന്നു ലത്തീൻ. ടൈബർ നദിയുടെ തീരത്ത് വസിച്ചിരുന്നവർ സംസാരിച്ചിരുന്ന ഭാഷയിൽനിന്നാണ് ലത്തീൻ ഭാഷ ആവിർഭവിച്ചത്. റോമാ സാമ്രാജ്യത്തിന്റെ വികാസത്തോടെ യൂറോപ്പ് മുഴുവനും ഒരു കാലഘട്ടത്തിൽ ലത്തീൻ സംസാരിച്ചിരുന്നു. ഇപ്പോൾ ഒരു രാജ്യത്തും ലത്തീൻ സംസാരിക്കുന്നില്ല. വത്തിക്കാനിൽ സാധാരണയായി ഉപയോഗിക്കുന്നത് ഇറ്റാലിയനാണ്. എന്നാൽ സഭയുടെ പഴയകാല രേഖകളും സുപ്രധാന എഴുത്തുകളും ലത്തീനിലായതുകൊണ്ട് ലത്തീൻ ഭാഷയുടെ പ്രോത്സാഹനത്തിനായി വത്തിക്കാനിൽ ഒരു പൊന്തിഫിക്കൽ ഫൗണ്ടേഷൻ പ്രവർത്തിക്കുന്നുണ്ട്

ലീറയാണ് വത്തിക്കാനിലെ നാണയം. ഇറ്റാലിയൻ റയിൽവേയുടെ ഒരു സ്റ്റേഷൻ വത്തിക്കാനിലുണ്ട്. ഇറ്റലിയിലെത്തുന്ന വിദേശികൾക്ക് വത്തിക്കാനിൽ പ്രവേശിക്കുന്നതിന് പ്രത്യേക അനുവാദപത്രം ആവശ്യമില്ല. തീർത്ഥാടനം പ്രോത്സാഹിപ്പിക്കുകയെന്ന ദൗത്യവുമായി റോമാ തീർത്ഥാടകർക്കുവേണ്ടി വത്തിക്കാനിൽ പൊന്തിഫിക്കൽ കാര്യാലയം പ്രവർത്തിക്കുന്നുണ്ട്.

വത്തിക്കാന്റെയും മാർപാപ്പയുടെയും ഔദ്യോഗിക സൈനികവിഭാഗം അറിയപ്പെടുന്നത് സ്വിസ് ഗാർഡ് എന്ന പേരിലാണ്. സ്വിറ്റ്സർലണ്ടിൽ നിന്നുള്ള പട്ടാളക്കാരായതുകൊണ്ടാണ് സ്വിസ് ഗാർഡ് എന്ന പേര് ലഭിച്ചത്. 1506 ൽ ജൂലിയസ് രണ്ടാമൻ പാപ്പയുടെ കാലത്താണ് ഈ പേപ്പൽ സൈന്യം രൂപീകൃതമായത്. സ്വിറ്റ്സർലണ്ടിലെ ജർമ്മൻ സംസാരിക്കുന്ന കത്തോലിക്കാ പ്രവിശ്യകളിൽനിന്നാണ് സ്വിസ് ഗാർഡുകളെ തെരഞ്ഞെടുക്കുന്നത്. മഞ്ഞയും നീലയും ചുവപ്പും നിറങ്ങളിലുള്ള യൂണിഫോം മൈക്കലാഞ്ജലോ ഡിസൈൻ ചെയ്തതാണ്. ആലങ്കാരികസൈന്യമാണെങ്കിലും വത്തിക്കാൻ രാഷ്ട്രത്തിന്റെയും മാർപാപ്പയുടെയും സംരക്ഷണം സ്വിസ് ഗാർഡിന്റെ ചുമതലയാണ്.

1587 ൽ സിക്സ്റ്റസ് അഞ്ചാമൻ മാർപാപ്പ സ്ഥാപിച്ചതാണ് വത്തിക്കാൻ മുദ്രണകാര്യാലയം. 1811 ൽ നെപ്പോളിയൻ റോം ആക്രമിച്ചപ്പോൾ വത്തിക്കാനിലെ അച്ചുക്കൂടം പൊളിച്ചെടുത്ത് പാരീസിലേക്കു കൊണ്ടുപോയി. ലൂയി പതിനെട്ടാമനാണ് പിന്നീട് ഇത് തിരികെ നല്കിയത്. ഇന്നത്തെ ആധുനിക മുദ്രണാലയം 1908 ൽ സ്ഥാപിച്ചതാണ്. ആരംഭകാലത്തുതന്നെ 23 ഭാഷകളിൽ മുദ്രണം സാദ്ധ്യമായിരുന്ന ഈ പ്രസിലാണ് മലയാളത്തിലെ ആദ്യകാല പുസ്തകങ്ങളിൽ ചിലത് മുദ്രണം നിർവ്വഹിച്ചിട്ടുള്ളത്. സാർവ്വത്രിക സഭയുടെ ഔദ്യോഗിക പത്രമായ *ലൊസർവ്വത്തോരെ റോമാനോ*യടക്കം സഭയുടെ ഔദ്യോഗിക പ്രസിദ്ധീകരണങ്ങളെല്ലാം ഇവിടെയാണ് മുദ്രണം ചെയ്യുന്നത്. മലയാളം ഉൾ

പ്പെടെ വിവിധ ഭാഷകളിൽ പ്രക്ഷേപണം നടത്തുന്ന വത്തിക്കാൻ റേഡിയോയും ഇവിടെ പ്രവർത്തിക്കുന്നു.

പോപ്പിന് സ്വന്തമായി ധനാഗമമാർഗ്ഗം ഒന്നുമില്ല. സഭാംഗങ്ങളുടെ സംഭാവനയ്ക്കു പുറമെ വത്തിക്കാൻ മ്യൂസിയത്തിലേക്കുള്ള പ്രവേശന ഫീസ്, സ്റ്റാമ്പുകളുടെയും കൗതുകവസ്തുക്കളുടെയും വില്പന എന്നിവയിലൂടെയാണ് വത്തിക്കാന്റെ വരുമാനം. സ്വിസ് ഗാർഡുകളുടെ പരിശീലനവും സാമ്പത്തികകാര്യങ്ങളും നിർവ്വഹിക്കുന്നത് സ്വിറ്റ്സർലണ്ടാണ്. ഭൗതികരംഗത്തെ വിലയിടിവ് പോപ്പിന്റെ സ്വാധീനം വർദ്ധിപ്പിച്ചിട്ടേയുള്ളു. വിശുദ്ധ റോമാ സാമ്രാജ്യത്തിന്റെ പ്രതാപകാലത്തേക്കാൾ കരുത്തുള്ള ധാർമ്മികശക്തിയായി വർത്തിക്കാൻ വത്തിക്കാനു കഴിയുന്നത് ഇക്കാരണത്താലാണ്.

ഇടയനും തൊഴുത്തും

പലസ്തീനിലെ നസ്രത്തിൽ ജോസഫ് എന്ന തച്ചനും ഭാര്യ മേരിയും ജീവിച്ചിരുന്നു. ബി സി നാലാം വർഷത്തിൽ റോമൻ ഭരണകൂടത്തിന്റെ കല്പനയനുസരിച്ച് കാനേഷുമാരിയിൽ പേര് കൊടുക്കുന്നതിനുവേണ്ടി ഗർഭിണിയായ മേരിയുമൊത്ത് ജോസഫ് ബേത്‌ലഹേമിലേക്കു പോയി. അവിടെ സത്രങ്ങളിൽ ഇടം കിട്ടാതിരുന്നതിനാൽ മേരി കാലിത്തൊഴുത്തിൽ ഒരു ആൺകുഞ്ഞിനെ പ്രസവിച്ചു.

രക്ഷകൻ എന്ന അർത്ഥത്തിൽ യേശു എന്നാണ് അവർ കുഞ്ഞിനു നല്കിയ പേര്. ഹീബ്രുവിൽ ജോഷ എന്നും ഗ്രീക്കിൽ ജീസസ് എന്നും ഈ പേരിന് രൂപാന്തരമുണ്ടായി. അഭിഷിക്തൻ അല്ലെങ്കിൽ മിശിഹ എന്നർത്ഥമുള്ള ക്രിസ്തോസ് എന്ന ഗ്രീക്ക് പദത്തിൽനിന്ന് ക്രിസ്തു (ക്രൈസ്റ്റ്) എന്ന പേര് ലഭിച്ചു. നാലാം നൂറ്റാണ്ടിൽ കോൺസ്റ്റൻടൈൻ ചക്രവർത്തിയാണ് ഡിസംബർ 25 യേശുവിന്റെ ജന്മദിനമായി പ്രഖ്യാപിച്ചത്. സൂര്യദേവന്റെ ജന്മദിനമായി റോമാക്കാർ നടത്തിയിരുന്ന ആഘോഷം ക്രിസ്മസ് ആയി മാറി. യേശുവിന്റെ ജനനത്തോടെ ക്രിസ്തുവർഷം ആരംഭിക്കുന്നതിനാൽ എ ഡി ഒന്നിലാണ് ജനനം നടന്നതായി കണക്കാക്കേണ്ടത്. എന്നാൽ വർഷഗണനയിൽ സംഭവിച്ച തെറ്റ് നിമിത്തം അത് ബി സി നാലായി മാറി.

പന്ത്രണ്ടാമത്തെ വയസ്സിൽ ജറുസലേം ദേവാലയത്തിൽ വേദപണ്ഡിതന്മാരുമായി നടത്തിയ തർക്കമൊഴിച്ച് യേശുവിന്റെ ബാല്യത്തെക്കുറിച്ച് കാര്യമായ വിവരമൊന്നും നമുക്കില്ല. മുപ്പതാമത്തെ വയസ്സിൽ ബന്ധുവായ സ്നാപക യോഹന്നാനിൽനിന്ന് ജ്ഞാനസ്നാനം സ്വീകരിച്ചതിനുശേഷം പന്ത്രണ്ട് അനുയായികൾക്കൊപ്പം നാടുകൾ ചുറ്റി സ്വർഗ്ഗരാജ്യത്തെക്കുറിച്ച് പ്രസംഗിക്കുകയും അത്ഭുതപ്രവൃത്തികൾ നടത്തുകയും ചെയ്തു.

സാരോപദേശകഥകളിലൂടെയായിരുന്നു യേശുവിന്റെ പ്രബോധനം. അതോടൊപ്പം അത്ഭുതപ്രവർത്തനങ്ങൾ – കാനായിലെ കല്യാണത്തിന് വെള്ളം വീഞ്ഞാക്കിയതും മരിച്ചുപോയ ലാസറെ ഉയിർപ്പിച്ചതും രോഗികളെ സുഖപ്പെടുത്തിയതും -- കൂടിയായപ്പോൾ യേശു പോകുന്നിടത്തെല്ലാം വമ്പിച്ച പുരുഷാരം അദ്ദേഹത്തെ വലയം ചെയ്തു. പ്രഭാഷണങ്ങളിലൂടെ യേശു പുതിയൊരു തത്ത്വശാസ്ത്രം പ്രചരിപ്പിക്കുകയും യഹൂദപുരോഹിതന്മാരെ കണക്കറ്റ് വിമർശിക്കുകയും ചെയ്തു.

മൂന്നു വർഷം മാത്രമായിരുന്നു യേശുവിന്റെ പരസ്യജീവിതം. ക്രിസ്തുവർഷം 29 ൽ (ആദ്യത്തെ കാലഗണനയനുസരിച്ച് എ ഡി 33) പെസഹ ആഘോഷിക്കുന്നതിനുവേണ്ടി അനുയായികളൊത്ത് യേശു ജറുസലേമിലെത്തി. ദേവാലയത്തിൽനിന്ന് വ്യാപാരികളെ ചാട്ടവാറുകൊണ്ടടിച്ച് പുറത്താക്കുക വഴി യേശു വലിയൊരു കലാപത്തിന് വഴിയൊരുക്കിയിരുന്നു. യഹൂദദേശീയതയെ ഭയപ്പെട്ടിരുന്ന റോമൻ ഗവർണർ പൊന്തിയസ് പീലാത്തോസ് ഇത് അപകടത്തിന്റെ ആരംഭമായി കണ്ടു. റോമിൽ സ്പാർട്ടക്കസിന്റെ നേതൃത്വത്തിൽ അടിമകൾ തുടങ്ങിയ കലാപം ക്രൂരമായി അടിച്ചമർത്തിയതിനുശേഷമുള്ള കാലമായിരുന്നു അത്. യേശുവിനോട് യഹൂദ വൈദികവർഗ്ഗത്തിനുണ്ടായിരുന്ന എതിർപ്പ് റോമൻ ഭരണകൂടത്തിന് സഹായകമായി. യേശുവിനെ ഒറ്റിക്കൊടുക്കുന്നതിന് ശിഷ്യനായ യൂദാസ് തയ്യാറായി. മുപ്പത് വെള്ളിക്കാശായിരുന്നു അയാൾക്ക് ലഭിച്ച പ്രതിഫലം. ക്രൈസ്തവലോകം യേശുവിന്റെ ബലിയെ അനുസ്മരിക്കുന്ന പരമപാവനമായ ദിവ്യബലിയുടെ സ്ഥാപനം നടന്നത് അന്നത്തെ അത്താഴവേളയിലായിരുന്നു. സെഹിയോൻ എന്ന ഊട്ടുശാലയിൽ നടന്ന ഈ അത്താഴമാണ് ലിയനാർഡോ ഡാവിഞ്ചിയുടെ വിശ്രുതമായ 'അവസാനത്തെ അത്താഴം' എന്ന ചിത്രത്തിനു വിഷയമായത്. അത്താഴത്തിനുശേഷം യേശു ശിഷ്യരുമൊത്ത് ഗത്സമേൻ എന്ന തോട്ടത്തിൽ പ്രാർത്ഥനയ്ക്കായി പ്രവേശിച്ചു. അവിടെ ആ രാത്രിയിൽ യൂദാസിന്റെ ചുംബനത്തെ തുടർന്ന് റോമൻ പടയാളികൾ യേശുവിനെ തടവിലാക്കി.

മിശിഹ എന്ന് സ്വയം വിശേഷിപ്പിച്ചുകൊണ്ട് ദൈവദൂഷണം നടത്തി എന്നതായിരുന്നു യേശുവിന്റെ മേൽ ചുമത്തപ്പെട്ട കുറ്റം. പീലാത്തോസ് ആയിരുന്നു ചട്ടവിരുദ്ധമായ ദ്രുതവിചാരണയിലെ ന്യായാധിപൻ. ബാഹ്യസമ്മർദ്ദത്തിനു വഴങ്ങിയ ന്യായാധിപൻ വികലവും ന്യായരഹിതവുമായ വിചാരണയ്ക്കുശേഷം യേശുവിനെ കുരിശുമരണത്തിനു വിധിച്ചു. കുരിശുമേന്തിയുള്ള അപമാനകരമായ യാത്രയ്ക്കൊടുവിൽ കാൽവരി മലയുടെ മുകളിൽ അദ്ദേഹം ക്രൂശിക്കപ്പെട്ടു. യൂദന്മാരുടെ രാജാവായ നസ്രായക്കാരൻ യേശു എന്ന അർത്ഥത്തിൽ ഐ എൻ ആർ ഐ എന്നീ അക്ഷരങ്ങൾ അവർ അദ്ദേഹത്തിന്റെ കുരിശിന്റെ മുകളിൽ പരിഹാസദ്യോതകമായി എഴുതിവച്ചു. അരമത്യായിലെ ജോസഫിന്റെ തോട്ടത്തിലുള്ള പുതിയ കല്ലറയിൽ യേശുവിന്റെ മൃതദേഹം ശിഷ്യന്മാർ പീലാ

ത്തോസിന്റെ അനുമതിയോടെ സംസ്കരിച്ചു.

മൂന്നാം ദിവസം പ്രഭാതത്തിൽ മഗ്ദലനയിലെ മേരി കുഴിമാടത്തിനരികെ എത്തിയപ്പോൾ അത് ശൂന്യമായിരുന്നു. യേശു ഉയിർത്തെഴുന്നേറ്റു എന്ന വാർത്ത ഒരു ദൈവദൂതൻ അവളെ അറിയിച്ചു. പിന്നീട് യേശു ശിഷ്യർക്കൊപ്പം നാല്പത് ദിവസം ഭൂമിയിൽ ചിലവഴിച്ചു. അതിനുശേഷം അദ്ദേഹം സ്വർഗ്ഗത്തിലേക്ക് ആരോഹണം ചെയ്തു.

മനുഷ്യനായി അവതരിച്ച ദൈവമാണ് ക്രിസ്തു എന്ന് ക്രിസ്തുമതം ഉദ്ഘോഷിക്കുന്നു. ത്രിത്വത്തിലെ രണ്ടാമാളാണ് ക്രിസ്തു. ആഗമനം മുതൽ സ്വർഗ്ഗാരോഹണം വരെയുള്ള സംഭവങ്ങളെ ആസ്പദമാക്കിയാണ് ക്രിസ്തുമത കലണ്ടർ രൂപപ്പെടുത്തിയിരിക്കുന്നത്.

*ബൈബിളാ*ണ് ക്രിസ്തുമത വിശ്വാസത്തിന്റെ പ്രമാണരേഖ. പഴയ നിയമം എന്നറിയപ്പെടുന്ന ഹിബ്രു ബൈബിളും പുതിയ നിയമവും ചേർന്നതാണ് ക്രിസ്ത്യാനികളുടെ *ബൈബിൾ*. നാലാം ശതകത്തോടെ സംവിധാനം പൂർത്തിയായ 27 പുസ്തകങ്ങൾ ചേർന്നതാണ് പുതിയ നിയമം. യേശുവിന്റെ ജീവിതവും പ്രബോധനവും ചിത്രീകരിക്കുന്ന നാല് സുവിശേഷങ്ങളാണ് ഇവയിൽ മുഖ്യം. ഇവ മാത്യു, മാർക്, ലൂക്ക്, ജോൺ എന്നിവർ എഴുതിയിരിക്കുന്നു. പഴയ നിയമത്തിന് അനുബന്ധമായി പതിന്നാല് ഭാഗങ്ങളിൽ എഴുതിയിട്ടുള്ള *അപ്പോക്രിഫ* എന്ന ഗ്രന്ഥവും ബൈബിളിന്റെ ഭാഗമായി ചിലർ കണക്കാക്കുന്നു. യേശു അറമായ ഭാഷയിൽ പറഞ്ഞ കാര്യങ്ങളാണ് അപ്പസ്തോലന്മാർ അദ്ദേഹത്തിന്റെ മരണശേഷം വിവിധ കാലങ്ങളിലും സന്ദർഭങ്ങളിലുമായി രേഖപ്പെടുത്തിയത്.

മനുഷ്യരക്ഷയ്ക്കായി ഭൂമിയിൽ അവതരിച്ച് കുരിശിൽ തൂങ്ങി മരിച്ച് ഉത്ഥാനം ചെയ്ത ദൈവപുത്രനാണ് യേശു എന്നും അന്ത്യനാളിൽ വിധി കല്പിക്കുന്നതിനുവേണ്ടി യേശു വീണ്ടും ആഗതനാകുമെന്നും ക്രൈസ്തവർ വിശ്വസിക്കുന്നു. ദൈവത്തെ വിശ്വസിക്കുകയും സ്നേഹിക്കുകയും ചെയ്യുക; തന്നെത്താൻ സ്നേഹിക്കുന്നതുപോലെ അയൽക്കാരനെയും സ്നേഹിക്കുക -- ഇതാണ് യേശുവിന്റെ പ്രബോധനങ്ങളുടെ അന്തസ്സത്ത.

"നിങ്ങൾ ജറുസലേമിലും, യൂദയാ മുഴുവനിലും, സമേരിയയിൽ കൂടി, അല്ല, ഭൂമിയുടെ അതിർത്തിവരെ എനിക്കുവേണ്ടി സാക്ഷ്യം വഹിക്കും." – അപ്പോസ്തലന്മാരുടെ നടപടികളിൽ രേഖപ്പെടുത്തിയിരിക്കുന്ന ഈ വാക്കുകളാണ് സ്വർഗ്ഗാരോഹണത്തിനു മുമ്പായി യേശുവിന്റെ അന്ത്യവചനം. സുവിശേഷം ഭൂമിയുടെ അതിർത്തിവരെ എത്തിക്കുക എന്നതാണ് യേശു അനുയായികളെ ഏല്പിച്ച ഉത്തരവാദിത്വം.

ആദിമ ക്രൈസ്തവർ അവരുടെ ജീവിതകാലത്തുതന്നെ ഈ ഉത്തരവാദിത്വം ഭാഗികമായി നിറവേറ്റി. ജറുസലേമിൽനിന്ന് യൂദയായും സമരിയയും കടന്ന് മദ്ധ്യധരണിയിലെ മുഖ്യ നഗരങ്ങളിലേക്കുവരെ ക്രിസ്തുമതത്തെ വ്യാപിപ്പിച്ച കഥ *ബൈബിളി*ലുണ്ട്. അന്ത്യോഖ്യയും ഏഥൻസും കൊറിന്ത്യയും എഫേസൂസും കടന്ന് സാമ്രാജ്യരാജധാനി

യായ റോമിൽ എത്തിയതോടെ ക്രിസ്തുമതത്തിന്റെ വളർച്ചയുടെ സുപ്രധാനമായ ഘട്ടം തുടങ്ങി.

പീറ്റർ (പത്രോസ്), ജോൺ (യോഹന്നാൻ) തുടങ്ങിയ ക്രിസ്തുശിഷ്യർ തന്നെയാണ് ആദ്യകാലങ്ങളിൽ മതപ്രചരണം നടത്തിയിരുന്നത്. നിരവധിപേരെ പുതിയ മതത്തിലേക്ക് ആകർഷിക്കാൻ അവർക്ക് കഴിഞ്ഞു. അപ്പോസ്തലന്മാരെപ്പോലെ ആദിമക്രിസ്ത്യാനികളും അധികവും യഹൂദരായിരുന്നു. അതുകൊണ്ട് യഹൂദമതത്തിന്റെ തുടർച്ച എന്ന നിലയിലാണ് ക്രിസ്തുമതത്തിന്റെ തുടക്കം.

പോൾ - സഭയുടെ ദാർശനികപ്രഭവം

ഏറ്റവും പ്രമുഖനായ ആദിമ ക്രിസ്ത്യാനിയത്രേ പോൾ (പൗലോസ്). നസ്രത്തിലെ തച്ചന്റെ മകനെ പിന്തുടരുന്ന മുക്കുവരുടെ സഭ എന്ന നിലയിൽനിന്ന് ക്രിസ്തുമതത്തെ ഉയർത്തി അതിന് ദാർശനികതയുടെ നിത്യഭാസുരമായ ചൈതന്യവും ഓജസ്സും നല്കിയത് പോളാണ്.

ഓരോ ശ്വാസംകൊണ്ടും ക്രൈസ്തവരെ കൊന്നൊടുക്കുമെന്ന് ഭീഷണിപ്പെടുത്തിയ പ്രമാണിയായിരുന്നു ശാവൂൾ. എല്ലാ ക്രിസ്ത്യാനികളെയും ബന്ധിച്ച് ജറുസലേമിലേക്ക് കൊണ്ടുവരുന്നതിനുവേണ്ടി കുതിരപ്പുറത്ത് ദമാസ്കസിലേക്ക് പായുകയായിരുന്നു അയാൾ. യാത്രാവേളയിൽ മിന്നൽപ്പിണരേറ്റ് അയാൾ നിലത്തുവീണു. “ശാവൂൾ, ശാവൂൾ, നീ എന്തിന് എന്നെ പീഡിപ്പിക്കുന്നു?” എന്ന ചോദ്യമാണ് അയാൾ ആകാശത്തുനിന്ന് കേട്ടത്. അത് യേശുവിന്റെ സ്വരമാണെന്ന് അയാൾ തിരിച്ചറിഞ്ഞു. ശാവൂൾ മാനസാന്തരപ്പെട്ട് യേശുവിന്റെ ശിഷ്യനായി ത്തീർന്നു. ശ്രേഷ്ഠൻ എന്നർത്ഥമുള്ള ശാവൂൾ എന്ന പേരുപേക്ഷിച്ച് വിനയൻ എന്ന അർത്ഥത്തിൽ പോൾ എന്ന പേര് സ്വീകരിച്ചു. ലൂക്കും പോളും ചേർന്നെഴുതിയ നടപടിപ്പുസ്തകത്തിൽനിന്നാണ് ക്രിസ്തുമതത്തിന്റെ പ്രാരംഭഘട്ടത്തെക്കുറിച്ചുള്ള വിവരങ്ങൾ ലഭിക്കുന്നത്.

ആദ്യകാലത്ത് യഹൂദരുടെ ഇടയിൽ മാത്രമായി ഒതുങ്ങി നിന്നിരുന്ന ക്രിസ്തുമതത്തെ സമസ്ത ജനപദങ്ങൾക്കുമായി തുറന്നുകൊടുത്തത് പോളാണ്. 49 ൽ ജറുസലേമിൽ ചേർന്ന സഭാ കൗൺസിലിൽ ഇക്കാര്യം അവതരിപ്പിച്ച് അംഗീകാരം നേടിയതിനുശേഷം അദ്ദേഹം സഭയുടെ കവാടങ്ങൾ വിജാതീയർക്കായി തുറന്നുകൊടുത്തു. ഇതിനാൽ വിജാതീയരുടെ അപ്പോസ്തലനായി പോൾ അറിയപ്പെടുന്നു. സമസ്ത ജനപദങ്ങളെയും ആശ്ലേഷിക്കുന്ന സഭ എന്ന അർത്ഥത്തിൽ ക്രിസ്തുമതത്തിന് കത്തോലിക്കാ സഭ എന്ന നാമധേയം നല്കിയത് ക്രിസ്തുവർഷം 100 ൽ അന്ത്യോഖ്യയിലെ ബിഷപ് ഇഗ്നേഷ്യസ് ആയിരുന്നു.

അപ്പോസ്തലന്മാരുടെ കാലശേഷമുള്ള ക്രിസ്തുമത ചരിത്രം പ്രായേണ അല്പമാത്രമാണ്. വിശ്വസനീയത കുറഞ്ഞ രേഖകളെയാണ് ഈ കാലഘട്ടത്തിൽ ആശ്രയിക്കേണ്ടത്. 64 ൽ റോമാ നഗരത്തെ ചാമ്പലാക്കിയ അഗ്നിബാധയ്ക്ക് കാരണക്കാർ ക്രിസ്ത്യാനികളാണെന്ന് വിധിച്ച

നീറോയെക്കുറിച്ച് ചില ഗ്രന്ഥകാരന്മാർ പ്രതിപാദിക്കുന്നുണ്ട്. പീറ്ററും പോളും വധിക്കപ്പെട്ടത് നീറോയുടെ കാലത്താണെന്ന് പൊതുവെ കരുതപ്പെടുന്നു. ക്രിസ്തുമത ചരിത്രത്തിലെ മറ്റൊരു പ്രധാന സംഭവം 70 ൽ ജറുസലേം നഗരത്തിന്റെ വിദ്ധ്വംസനമാണ്. വിഭിന്നവും വ്യത്യസ്തവുമായ വിശ്വാസം പുലർത്തുന്ന ഒരു യഹൂദവിഭാഗം മാത്രമായാണ് ക്രിസ്ത്യാനികളെ അതുവരെ ബാഹ്യലോകം കണ്ടിരുന്നത്. എന്നാൽ ജറുസലേമിന്റെ പതനത്തോടെ ക്രൈസ്തവരും യഹൂദരും തമ്മിലുള്ള അന്തരം പ്രകടമായി.

ഒന്നാം നൂറ്റാണ്ടിന്റെ അവസാനത്തെ വർഷങ്ങളിലാണ് പുതിയ നിയമത്തിലെ പല ഭാഗങ്ങളും എഴുതപ്പെട്ടത്. ഹീബ്രുവിൽ ആദ്യത്തെ സുവിശേഷം മാത്യു എഴുതിയത് 41 ലാണ്. ഗ്രീക്കിൽ മാർക്കിന്റെ സുവിശേഷം എഴുതപ്പെട്ടത് 60 നും 70 നും ഇടയ്ക്കാണ്. ലൂക്കിന്റെ സുവിശേഷം എഴുതപ്പെട്ടത് 60 നു ശേഷമാണ്. യേശുവിന്റെ കാലത്തിനുശേഷം ക്രിസ്ത്യാനിയായ ലൂക്ക് സുവിശേഷഘോഷണത്തിൽ പോളിന്റെ സഹചാരിയായിരുന്നു. നടപടിപ്പുസ്തകം എഴുതിയതും ഇദ്ദേഹമാണ്. ആദ്യന്തം യേശുവിന്റെ സഹയാത്രികനായിരുന്ന ജോൺ തന്റെ സുവിശേഷം രചിച്ചത് 96 ലാണ്.

പുതിയ നിയമത്തിന്റെ രചന പൂർത്തിയാകുമ്പോൾ സഭയുടെ അസ്തിവാരം ഭദ്രമായിക്കഴിഞ്ഞിരുന്നു. 100 മുതൽ 313 വരെയുള്ള കാലമാണ് സഭയുടെ ചരിത്രത്തിലെ രണ്ടാമത്തെ ഘട്ടം. ത്വരിതമായ വളർച്ചയുടെ കാലമാണത്. പാഷണ്ഡമതങ്ങളുടെ നിർജ്ജീവതയിൽ നിരാശരായവർ കൂട്ടമായി ക്രിസ്തുമതത്തിലേക്ക് ആകർഷിക്കപ്പെട്ടു. പാഷണ്ഡമതങ്ങളുടെ യാന്ത്രികവും മാന്ത്രികവുമായ ആചാരങ്ങളിൽനിന്നു ഭിന്നമായി ക്രിസ്തുമതം കാഴ്ചവച്ച ധർമ്മസംഹിതയാണ് ജനങ്ങളെ കൂടുതൽ വശീകരിച്ചത്. അതോടൊപ്പം കൃത്യമായ വിശ്വാസങ്ങളുടെ അടിസ്ഥാനത്തിലുള്ള ആരാധനാരീതി കൂടിയായപ്പോൾ ഒരു സമ്പൂർണ്ണമതത്തിന്റെ സ്വാഭാവം ക്രിസ്തുമതത്തിനു ലഭിച്ചു. യേശുവിനാൽ സ്ഥാപിതവും കാൽവരിക്കുന്നിലെ കുരിശുമരണത്തെ അനുസ്മരിപ്പിക്കുന്നതുമായ വിശുദ്ധ കുർബ്ബാന സഭയുടെ പരമപാവനമായ ആരാധനയായിത്തീർന്നു. ആദിമുതലേ ക്രിസ്തുമതം ധാർമ്മികതയിലും സദാചാരത്തിലും ശ്രദ്ധവച്ചിരുന്നു. മോശയുടെ പത്ത് കല്പനകൾ ഉൾപ്പെടെ യഹൂദരിൽനിന്ന് പൈതൃകമായി ലഭിച്ച ധർമ്മസംഹിതയെ ഗിരിപ്രഭാഷണത്തിലൂടെയും മറ്റ് പ്രബോധനങ്ങളിലൂടെയും യേശു കൂടുതൽ സമ്പന്നമാക്കിയിരുന്നു.

ശക്തമായ വളർച്ച

തെർത്തുല്യൻ എന്ന ക്രൈസ്തവ ചരിത്രകാരൻ 200 ൽ രേഖപ്പെടുത്തിയത് ക്രൈസ്തവരില്ലാത്ത ഒരു നഗരവും അന്നില്ലായിരുന്നു എന്നാണ്. നൂറ് വർഷത്തിനുശേഷം ഏഷ്യാമൈനറിലെ ജനങ്ങളിൽ പകു

തിയും ക്രൈസ്തവരായിരുന്നു എന്നും കണക്കാക്കപ്പെട്ടിരിക്കുന്നു.

സഭയുടെ സംഘടനാപരമായ സംവിധാനം രൂപപ്പെട്ടത് ഇക്കാലത്താണ്. സുവിശേഷഘോഷണം മാത്രം ലക്ഷ്യമാക്കിയിരുന്ന ആദ്യകാലത്ത് അപ്പോസ്തലന്മാർ തങ്ങളുടെ യാത്രാപഥങ്ങളിൽ ചെറിയ ക്രൈസ്തവസമൂഹങ്ങളെ സജ്ജമാക്കി കടന്നുപോവുകയായിരുന്നു പതിവ്. അപ്പോസ്തലന്മാരുടെ കാലശേഷം ഈ പ്രാദേശിക ഗ്രൂപ്പുകൾ മെത്രാന്മാരുടെ നിയന്ത്രണത്തിലായി. സഭയുടെ ഭരണസൗകര്യത്തിനുവേണ്ടി റോമാ സാമ്രാജ്യം നിരവധി പ്രവിശ്യകളായി വിഭജിക്കപ്പെട്ടു. റോം, അന്ത്യോഖ്യ, അലക്സാൻഡ്രിയ, കാർത്തേജ് തുടങ്ങിയ വൻനഗരങ്ങളിലെ സഭാധിപന്മാർക്ക് കൂടുതൽ പ്രാമാണ്യം നല്കപ്പെട്ടു. സ്വകാര്യ വസതികളിലായിരുന്നു ആദ്യകാലത്ത് ക്രിസ്ത്യാനികൾ ആരാധനയ്ക്കായി സമ്മേളിച്ചിരുന്നത്. പിന്നീട് പ്രധാന പട്ടണങ്ങളിൽ ആരാധനാകേന്ദ്രങ്ങൾ സ്ഥാപിതമായി.

ക്രിസ്തുമതത്തിന്റെ വളർച്ച അന്നത്തെ വ്യവസ്ഥാപിത മതസമൂഹങ്ങൾക്ക് ഭീഷണിയായപ്പോൾ മർദ്ദനംകൊണ്ട് അതിനെ അമർച്ച ചെയ്യാൻ ഭരണാധികാരികൾ തയ്യാറായി. “അവർ എന്നെ പീഡിപ്പിച്ചുവെങ്കിൽ നിങ്ങളെയും പീഡിപ്പിക്കും” എന്ന യേശുവചനം സാർത്ഥകമാക്കിക്കൊണ്ട് ഭീകരമായ മതമർദ്ദനത്തിന്റെ പരമ്പര ആരംഭിച്ചു. ആയിരങ്ങൾ തുറുങ്കിലടയ്ക്കപ്പെട്ടു. 250 ൽ ഡേഷ്യസ് എന്ന റോമൻ ചക്രവർത്തിയുടെ കാലത്ത് ഫാബിയൻ മാർപാപ്പ ഉൾപ്പെടെ നിരവധി ക്രിസ്ത്യാനികൾ വിഗ്രഹാരാധനയ്ക്കു വിസമ്മതിച്ചതിനെത്തുടർന്ന് വധിക്കപ്പെട്ടു. 303 ൽ ഡയക്ലീഷ്യൻ ചക്രവർത്തിയുടെ കാലത്ത് പറഞ്ഞൊപ്പിക്കാനാവാത്ത ദുരിതങ്ങൾക്ക് ക്രിസ്ത്യാനികൾ വിധേയരാക്കപ്പെട്ടു. പക്ഷേ, ഓരോ തുള്ളി ചോരയിൽനിന്നും ഓരായിരം പുതുജീവൻ ഉയിരെടുക്കുകയാണുണ്ടായത്.

വിശ്വാസികൾ ഒഴുക്കിയ രക്തപ്പുഴയിലൂടെ പത്രോസിന്റെ പടവ് മുന്നേറി. അതിഭീകരമായ മർദ്ദനങ്ങളെ അതിജീവിച്ചുകൊണ്ട് സഭ അസ്തിവാരം ഉറപ്പിച്ചു.

കോൺസ്റ്റന്റൈൻ ചക്രവർത്തിയുടെ കാലത്ത് സ്ഥിതിയാകെ മാറി. ചക്രവർത്തി ക്രിസ്തുമതം സ്വീകരിക്കുകയും 313 ൽ ക്രിസ്തുമതം റോമാസാമ്രാജ്യത്തിന്റെ ഔദ്യോഗികമതമാവുകയും ചെയ്തു. വേദസാക്ഷികളുടെ രക്തംവീണ് കുതിർന്ന മണ്ണിൽ സഭയുടെ വേരുകൾ ആഴത്തിലിറങ്ങി. റോമിൽ അപ്പോസ്തലന്മാരായ പീറ്ററിന്റെയും പോളിന്റെയും ശവകുടീരങ്ങൾക്കു മുകളിൽ മനോഹരമായ ദേവാലയങ്ങൾ ഉയർന്നു. ക്രൈസ്തവ വൈദിക മേലദ്ധ്യക്ഷന്മാർക്ക് ബഹുമാന്യമായ പദവിയും ക്രൈസ്തവർക്ക് സംരക്ഷണയും ലഭിച്ചു. തിയോഡോഷ്യസ് ചക്രവർത്തിയുടെ കാലത്ത് മറ്റു മതങ്ങളെ നിരോധിക്കുകകൂടി ചെയ്തപ്പോൾ പതിനായിരക്കണക്കിനാളുകൾ ക്രിസ്തുമതത്തെ ആശ്ലേഷിച്ചു. വിദ്യാലയങ്ങളിൽ ക്രിസ്തുമത സിദ്ധാന്തങ്ങൾ പഠിപ്പിക്കുകയും മതസം

ബന്ധമായ നിരവധി പുസ്തകങ്ങൾ രചിക്കപ്പെടുകയും ചെയ്തു. ഈ പ്രവാഹത്തെ തടുക്കുന്നതിന് തുടർന്നുവന്ന ജൂലിയൻ ചക്രവർത്തി ശ്രമിച്ചെങ്കിലും ഫലിച്ചില്ല.

അഞ്ചാം ശതകത്തിൽ ഉത്തര യൂറോപ്പിലെ പ്രാകൃതവർഗ്ഗങ്ങൾ നടത്തിയ കടന്നാക്രമണങ്ങൾ റോമാ സാമ്രാജ്യത്തെ ബലഹീനമാക്കി. ഗോത്തുകൾ, ഹൂണന്മാർ, ലൊംബാർഡുകൾ തുടങ്ങിയവരുടെ ആക്രമണങ്ങളിൽ സാമ്രാജ്യം ഉലഞ്ഞു. 476 ൽ സാമ്രാജ്യത്തിന് അന്തിമമായി തിരശ്ശീല വീണു. തുടർന്നുണ്ടായ രാഷ്ട്രീയ അനിശ്ചിതത്വത്തിന്റെ ഇരുളിൽ പ്രതീക്ഷയുടെ പ്രകാശം പ്രസരിപ്പിച്ചത് ക്രിസ്തുമതമായിരുന്നു. അടുത്ത മുന്നൂറ് വർഷങ്ങളിൽ ആ പ്രകാശം പടിഞ്ഞാറൻ യൂറോപ്പിലാകെ വ്യാപിച്ചു. മാർപാപ്പ ഐക്യത്തിന്റെ പ്രതീകമായി. രാജാക്കന്മാർ മാർപാപ്പയോട് വിധേയത്വം പ്രഖ്യാപിച്ചതോടെ രാഷ്ട്രീയശക്തിയും ആദ്ധ്യാത്മികശക്തിയും സംയുക്തമായി യൂറോപ്പിൽ സമഗ്രാധിപത്യം സ്ഥാപിച്ചു. അതാണ് വിശുദ്ധ റോമാ സാമ്രാജ്യം. കലിഗുളയുടെയും നീറോയുടെയും ചപലകേളികൾക്ക് അരങ്ങൊരുക്കിയ മണ്ണിൽ പത്രോസിന്റെ സിംഹാസനം സ്ഥാപിതമായി. ക്രാന്തദർശിയായ പത്രോസ് ആഗ്രഹിച്ചതുപോലെ മഹാസാമ്രാജ്യത്തിന്റെ ധ്വജാഗ്രത്തിൽത്തന്നെ സഭയുടെ കുരിശടയാളമുള്ള കൊടി ഉയർന്നു. ഗലീലിക്കടലിന്റെ തീരത്തുനിന്നാരംഭിച്ച വിനീതമായ യാത്ര ടൈബർ നദിയുടെ കരയിലെത്തി വെന്നിക്കൊടി പാറിച്ചു.

ആശ്രമങ്ങളുടെ സ്ഥാപനം

ആശ്രമങ്ങളുടെ സ്ഥാപനമാണ് ഇക്കാലത്തെ ശ്രദ്ധേയമായ സംഭവവികാസം. ബാഹ്യലോകത്തിൽനിന്നകന്ന് പ്രാർത്ഥനയിലും അദ്ധ്വാനത്തിലും ഐക്യജീവിതം നയിക്കുന്ന യോഗികളുടെ കേന്ദ്രമാണ് ആശ്രമം. മൂന്നാം ശതകത്തിൽത്തന്നെ നിരവധി ക്രൈസ്തവസന്ന്യാസിമാർ ഉണ്ടായിരുന്നു. ചിലർ മരുഭൂമിയിലെ ഏകാന്തതയിൽ തപസ്സനുഷ്ഠിച്ചു. ഈജിപ്തിലാണ് ആദ്യത്തെ സന്ന്യാസസമൂഹങ്ങൾ ഉണ്ടായത്. ഏഷ്യാമൈനറിലെ കപ്പഡോഷ്യയിൽ വിശുദ്ധ ബേസിലും ഫ്രാൻസിൽ ജോൺ കാസിയനും ഇത്തരം സമൂഹങ്ങൾ സ്ഥാപിച്ചു. നാലാം ശതകത്തിന്റെ അന്ത്യത്തിൽ റോമാ സാമ്രാജ്യത്തിന്റെ ഭൗതികസമൃദ്ധിയിൽ മനംമടുത്ത പലരും മനഃശാന്തിക്കായി പലസ്തീനിലേക്കു പോവുകയും പാവങ്ങളെയും തീർത്ഥാടകരെയും സേവിച്ച് കാലം കഴിക്കുകയും ചെയ്തു. ആറാം ശതകത്തിൽ വിശുദ്ധ ബെനഡിക്ട് ആശ്രമസംവിധാനവും ആശ്രമജീവിതവും സംബന്ധിച്ച നിയമങ്ങൾ സമഗ്രമാക്കി. തുടർന്നുള്ള ആയിരം വർഷക്കാലത്ത് ക്രിസ്തുമതത്തെ ആകർഷകമാക്കിയ പല നല്ല കാര്യങ്ങൾക്കും പ്രചോദനമായത് ബെനഡിക്ടിന്റെ ആശ്രമനിയമങ്ങളായിരുന്നു.

മൂന്നാം ശതകത്തിലെ മറ്റൊരു പ്രത്യേകതയാണ് പാഷണ്ഡതയുടെ

ആവിർഭാവം. സഭയെയും സഭാസ്ഥാപകനെയും സംബന്ധിക്കുന്ന ചില കാര്യങ്ങൾ അനുയായികൾ വിശ്വസിച്ചുകൊള്ളണമെന്ന് നിർബ്ബന്ധമാണ്. സഭയുടെ അടിസ്ഥാനതത്ത്വങ്ങൾ പലതും സാമാന്യബുദ്ധിക്കും യുക്തിക്കും അതീതമായതിനാൽ ചിലർ സ്വന്തം വ്യാഖ്യാനങ്ങളുമായി രംഗത്തെത്തി. സ്വതന്ത്രമായ ഈ സമീപനമാണ് പാഷണ്ഡത അല്ലെങ്കിൽ ദൈവനിന്ദ. അലക്സാണ്ട്രിയായിലെ ആരിയസ് യേശുവിന്റെ ദിവ്യത്വത്തെ യുക്തിസഹമായി നിഷേധിച്ചു. ചരിത്രത്തിലെ മഹാനായ മനുഷ്യസ്നേഹിയും വിപ്ലവകാരിയുമായി യേശുവിനെ കാണാൻ പലരും ഇഷ്ടപ്പെടുന്നു. അക്കാലത്തെ പ്രമുഖരായ പല ചിന്തകരെയും ആരിയസ് സ്വാധീനിച്ചു. 325 ൽ ഏഷ്യാമൈനറിലെ നിക്കേയിയയിൽ സമ്മേളിച്ച സഭയുടെ ആദ്യത്തെ ജനറൽ കൗൺസിലിലെ മുഖ്യ ചർച്ചാവിഷയം ആരിയസിന്റെ സിദ്ധാന്തമായിരുന്നു. കോൺസ്റ്റൻടൈൻ ചക്രവർത്തി വിളിച്ചുകൂട്ടിയ ഈ സമ്മേളനത്തിൽ പങ്കെടുത്ത 220 മെത്രാന്മാർ ആരിയസിനെ നിരാകരിച്ചെങ്കിലും അദ്ദേഹത്തിന്റെ സിദ്ധാന്തം തുടർന്നും സജീവമായ പ്രശ്നമായി നിലനിന്നു. 381 ൽ കോൺസ്റ്റാന്റിനോപ്പിളിൽ ചേർന്ന രണ്ടാമത്തെ കൗൺസിൽ ആരിയസിന്റെ പഠനങ്ങളെ സമ്പൂർണ്ണമായും നിരാകരിച്ചു.

പാഷണ്ഡതയെ ഉന്മൂലനം ചെയ്യുന്നതിന് ക്രൈസ്തവരായ ഭരണാധികാരികളുടെ സഹായം സഭാധികാരികൾക്കു ലഭിച്ചിരുന്നു. ദൈവനിന്ദകരെ അവർ ബഹിഷ്കൃതരാക്കി. ബഹിഷ്കൃതർ സ്വന്തനിലയിൽ ക്രിസ്ത്യാനികളായിത്തന്നെ തുടർന്നു. പ്രവാസഭൂമിയിൽ അവർ ക്രിസ്തുവിനെ അവരുടേതായ വീക്ഷണത്തിൽ അവതരിപ്പിച്ചു. ഇതും ക്രിസ്തുമതത്തിന്റെ വളർച്ചയ്ക്കു കാരണമായി.

റോമൻ കത്തോലിക്കാ സഭ ദൈവത്താൽ സ്ഥാപിതമായ സമ്പൂർണ്ണ സ്വതന്ത്ര സമൂഹമാണെന്നാണ് സഭയുടെ സിദ്ധാന്തം. പവിത്രാധിപത്യത്തിൽ അധിഷ്ഠിതമായ രാജവാഴ്ചയാണ് സഭയുടെ ഭരണസംവിധാനം. അതനുസരിച്ച് മാർപാപ്പയാണ് പരമാധികാരി. താഴെ ബിഷപ്പുമാർ. അതിനു താഴെ വൈദികർ. പിന്നെ വിശ്വാസികൾ. കർദ്ദിനാൾ, ആർച്ച് ബിഷപ്, പാത്രിയാർക് തുടങ്ങി വിവിധ സ്ഥാനങ്ങൾ അലങ്കരിക്കുന്നവർ സഭയിലുണ്ടെങ്കിലും അവർക്ക് ബിഷപ്പിന്റെ ആധികാരിക പൗരോഹിത്യപൂർണ്ണതയിൽ കവിഞ്ഞ് പവിത്രാധിപത്യഘടനയിൽ പ്രത്യേകതകളൊന്നുമില്ല. മാർപാപ്പയെ തിരഞ്ഞെടുക്കുന്ന കോൺക്ലേവിലെ അംഗങ്ങൾ എന്ന പ്രത്യേകത കർദ്ദിനാൾമാർക്കുണ്ട്. സാധാരണയായി അവരിൽ നിന്നൊരാളാണ് മാർപാപ്പയായി തിരഞ്ഞെടുക്കപ്പെടുന്നത്.

പാഷണ്ഡതയെ പ്രതിരോധിക്കുന്നതിനുള്ള ശ്രമത്തിലൂടെയാണ് ക്രൈസ്തവ ദൈവവിജ്ഞാനീയം വികസിച്ചത്. അംഗീകൃത ദൈവശാസ്ത്രത്തിന്റെ രചയിതാക്കളെ സഭാപിതാക്കൾ എന്നു വിളിക്കുന്നു. ഗ്രീക്കിലും ലത്തീനിലുമാണ് പ്രാമാണികമായ ദൈവശാസ്ത്ര ഗ്രന്ഥങ്ങൾ എഴുതപ്പെട്ടത്. സഭാപിതാക്കളിൽ പ്രമുഖനാണ് ഹിപ്പോയിലെ വിശുദ്ധ

അഗസ്റ്റിൻ. അഞ്ചാം ശതകത്തിൽ ഉത്തര ആഫ്രിക്കയിൽ ജീവിച്ചിരുന്ന അഗസ്റ്റിൻ സഭയ്ക്കു നല്കിയ ദാർശനികസംഭാവന പോളിന്റേതിനോട് കിടപിടിക്കുന്നതാണ്. അംബ്രോസ്, അഗസ്റ്റിൻ, ജെറോം, മഹാനായ ഗ്രിഗറി എന്നിവരാണ് സഭയുടെ മഹാപ്രബോധകർ. അഗസ്റ്റീനിയൻ സന്ന്യാസിസമൂഹത്തിൽ പെട്ടയാളായിരുന്നു പതിനാറാം നൂറ്റാണ്ടിൽ മതനവീകരണത്തിനു തുടക്കമിട്ട മാർട്ടിൻ ലൂഥർ.

യേശുവിന്റെ പന്ത്രണ്ട് ശിഷ്യരിൽ ഒരാളായ തോമസ് തന്നെയാണ് ക്രിസ്തുമതത്തെ ഭാരതത്തിലെത്തിച്ചത്. പലസ്തീനിൽനിന്ന് ലോകത്തിന്റെ വിവിധ ഭാഗങ്ങളിലേക്ക് അപ്പോസ്തലന്മാർ യാത്ര ചെയ്ത കൂട്ടത്തിൽ 72 ൽ തോമസ് കൊടുങ്ങല്ലൂരിലെത്തുകയും കേരളത്തിലും തമിഴ്നാട്ടിലും പ്രേഷിതവൃത്തി ചെയ്യുകയുമുണ്ടായി എന്ന് കരുതപ്പെടുന്നു.

എ ഡി 800 ലെ ക്രിസ്മസ് ദിനത്തിൽ ഫ്രാങ്ക് രാജാവായ ഷാർലിമെയ്നെ വിശുദ്ധ റോമാ സാമ്രാജ്യത്തിന്റെ ചക്രവർത്തിയായി ലിയോ മൂന്നാമൻ മാർപാപ്പ വാഴിച്ചതോടെ ക്രിസ്തുമത ചരിത്രത്തിലെ മറ്റൊരു സുപ്രധാനഘട്ടം ആരംഭിച്ചു. യൂറോപ്പിലെ ഏറ്റവും വലിയ രാഷ്ട്രീയശക്തിയുമായി മാർപാപ്പ സ്ഥാപിച്ച ബന്ധം സഭയുടെ വ്യാപനത്തിനും വളർച്ചയ്ക്കും വളരെയേറെ സഹായകമായി.

ക്രൈസ്തവസിദ്ധാന്തങ്ങളുടെ അടിസ്ഥാനത്തിൽ മഹത്തായ ഒരു നാഗരികത പടുത്തുയർത്തുകയെന്നതായിരുന്നു ഷാർലിമെയ്ന്റെ ലക്ഷ്യം. കീഴടക്കിയ ജനങ്ങളെ അദ്ദേഹം ക്രിസ്തുമതത്തിലേക്ക് പരിവർത്തനം ചെയ്യിച്ചു. റോമൻ ആയിട്ടുള്ളതെല്ലാം ഇഷ്ടപ്പെട്ടിരുന്ന ഷാർലിമെയ്ൻ സാമ്രാജ്യത്തിലാകെ റോമൻ നിയമം നടപ്പാക്കുകയും റോമൻ മതാചാരങ്ങൾക്ക് പ്രചാരം നല്കുകയും ചെയ്തു. ആശ്രമങ്ങളും അവയോടനുബന്ധിച്ച് വിദ്യാലയങ്ങളും സ്ഥാപിക്കുന്നതിന് പ്രോത്സാഹനം നല്കിക്കൊണ്ട് സഭയും വിദ്യാഭ്യാസവും തമ്മിലുള്ള അഭേദ്യമായ ബന്ധത്തിനും ഷാർലിമെയ്ൻ തുടക്കമിട്ടു.

ഷാർലിമെയ്ന്റെ ഭരണം അവസാനിക്കുമ്പോൾ യൂറോപ്യൻ ജീവിതത്തിന്റെ ചട്ടക്കൂട് ക്രൈസ്തവമായിക്കഴിഞ്ഞിരുന്നു.

അംബരചുംബികളായ ദേവാലയങ്ങൾ

മനുഷ്യന്റെ ഏറ്റവും മനോജ്ഞമായ ചിന്ത കല്ലിൽ കൊത്തിയിരിക്കുന്നുവെന്ന് വിക്ടർ യൂഗോ പറഞ്ഞത് ഏതോ ക്രൈസ്തവ ദേവാലയത്തിന്റെ കല്പടവിൽ നിന്നുകൊണ്ടായിരിക്കണം. കോൺസ്റ്റൻന്റൈൻ ചക്രവർത്തി ക്രിസ്തുമതത്തിനു നിയമസാധുത നല്കിയതോടെയാണ് ക്രൈസ്തവ ദേവാലയങ്ങളുടെ ചരിത്രം ആരംഭിക്കുന്നത്. വൈയക്തികതയുടെ വാല്മീകങ്ങളിൽനിന്നും സുരക്ഷിതത്വത്തിന്റെ ആവൃതിയിൽ നിന്നും ക്രൈസ്തവർ പരസ്യമായ പ്രാർത്ഥനയ്ക്കും ആരാധനയ്ക്കുമായി പുറത്തേക്കിറങ്ങി. പുതുതായി ലഭിച്ച ആരാധനാസ്വാതന്ത്ര്യത്തി

ന് ഭദ്രമായ ബാഹ്യരൂപം നല്കുന്നതിനുവേണ്ടി അവർ ആദ്യം ചെയ്തത് ദേവാലയങ്ങൾ നിർമ്മിക്കുകയായിരുന്നു. അല്പം ഭേദഗതികളോടെ റോമൻ ദേവാലയമാതൃകതന്നെ അവർ സ്വീകരിച്ചു. ജറുസലേമിലേക്ക് ദൃഷ്ടി പതിയുന്നതിന് അൾത്താര കിഴക്കുഭാഗത്ത് സ്ഥാപിച്ചു. പ്രവേശനകവാടം പടിഞ്ഞാറ്. അതിനൊപ്പം രണ്ടു വശത്തേക്കും ഓരോ എടുപ്പ് കൂടി ചേർത്തപ്പോൾ തറ കുരിശിന്റെ ആകൃതിയിലായി. വിഗ്രഹാരാധനയെ വിലക്കിക്കൊണ്ടുള്ള കല്പനകളുടെ അടിസ്ഥാനത്തിൽ ആദ്യകാലദേവാലയങ്ങളിൽ രൂപങ്ങൾ ഉണ്ടായിരുന്നില്ല. മാർബിളും മൊസൈക്കും ഉപയോഗിച്ച് അവ അലങ്കരിക്കപ്പെട്ടിരുന്നു. മൂവായിരം വർഷങ്ങൾക്കു മുമ്പ് സുമേരിയക്കാർ രൂപപ്പെടുത്തിയ മൊസൈക് ചിത്രവേല ദേവാലയനിർമ്മിതിയിൽ സുലഭമായി ഉപയോഗപ്പെടുത്തി.

റോമിൽ മാത്രമല്ല ഏഷ്യാമൈനറിലും ഉത്തരാഫ്രിക്കയിലും നിരവധി ദേവാലയങ്ങൾ പടുത്തുയർത്തുന്നതിന് കോൺസ്റ്റൻടൈൻ പ്രോത്സാഹനവും സഹായവും നല്കി. രണ്ട് നൂറ്റാണ്ടുകൾക്കുശേഷം ജസ്റ്റീനിയൻ ചക്രവർത്തിയുടെ കാലത്ത് ബൈസൻടൈൻ വാസ്തുശില്പത്തിന്റെ സുവർണ്ണയുഗമായി. 527 ൽ കോൺസ്റ്റാന്റിനോപ്പിളിൽ പൂർണ്ണ റോമൻ സിംഹാസനത്തിൽ അവരോധിതനായ ജസ്റ്റീനിയൻ ക്രൈസ്തവ ശില്പകലയ്ക്ക് പുതിയ മാനം നല്കി.

റോമൻ ബസിലിക്കകളുടെ മാതൃകയിലാണ് കോൺസ്റ്റൻടൈന്റെ കാലത്ത് ക്രൈസ്തവ ദേവാലയങ്ങൾ നിർമ്മിച്ചിരുന്നത്. കോടതി കൂടുവാൻ ഉപയോഗിച്ചിരുന്ന കൂറ്റൻ സഭാമണ്ഡപങ്ങളായിരുന്നു ബസിലിക്കകൾ. അവയുടെകൂടെ ദൈവികതയെ സംബന്ധിച്ച പൗരസ്ത്യ സങ്കല്പത്തിന്റെ പ്രതീകമായ കുംഭഗോപുരങ്ങൾകൂടി ജസ്റ്റീനിയൻ കൂട്ടിച്ചേർത്തു. തറയിൽനിന്ന് 180 അടി ഉയർന്ന് വായുവിൽ നില്ക്കുന്ന പ്രതീതി ജനിപ്പിക്കുന്ന കുംഭഗോപുരത്തോടുകൂടിയ ഹാഗിയ സോഫിയ ദേവാലയം നിർമ്മിക്കുന്നതിന് ജസ്റ്റീനിയൻ ഇന്നത്തെ മതിപ്പനുസരിച്ച് നൂറു കോടി രൂപ ചെലവാക്കി. പതിനായിരം ജോലിക്കാർ അഞ്ചു വർഷം അദ്ധ്വാനിച്ചാണ് പണി പൂർത്തിയാക്കിയത്. സന്തോഷം അടക്കാനാവാതെ ദേവാലയപീഠത്തിൽ കയറിനിന്ന് ജസ്റ്റീനിയൻ വിളിച്ചു പറഞ്ഞു: "സോളമൻ, അങ്ങയെ ഞാൻ പരാജയപ്പെടുത്തി!"

ജസ്റ്റീനിയന്റെ മരണത്തോടെ അവസാനിച്ച വൻദേവാലയങ്ങളുടെ നിർമ്മാണം നൂറ്റാണ്ടുകൾക്കുശേഷം ഷാർലിമെയ്ന്റെ കാലത്ത് വീണ്ടും സജീവമായി. ഇതിനിടെ ക്രൈസ്തവകല ദേവാലയങ്ങളിൽ നിരവധി ഇതളുകളായി വിരിഞ്ഞു. ക്രിസ്തുവിന്റെ ചിത്രം വരയ്ക്കുന്നതിനുണ്ടായിരുന്ന നിരോധം ഗ്രിഗറി മാർപാപ്പ നീക്കിയതോടെ ക്രൈസ്തവ ചിത്രകലയുടെ സജീവമായ ആരംഭമായി. അതോടൊപ്പം ശില്പകലയും വളർന്നു. ഗ്രീക്ക്, റോമൻ, ഹീബ്രു സമ്പ്രദായങ്ങളെ സമന്വയിപ്പിക്കുന്ന ക്രൈസ്തവമായ ആരാധനാസംഗീതത്തിന് ഗ്രിഗറി രൂപംനല്കി. ഇങ്ങനെ കലകൾ പുഷ്പിച്ചു നില്ക്കുന്ന ഘട്ടത്തിലാണ് ഷാർലിമെയ്ൻ രം

ഗപ്രവേശം ചെയ്തത്.

ക്രൈസ്തവ ദേവാലയങ്ങളുടെ മുഖമുദ്രയായി ഉയർന്നുനില്ക്കുന്ന മണിഗോപുരങ്ങൾ ഷാർലിമെയ്ന്റെ സംഭാവനയാണ്. മണിഗോപുരത്തിനു പുറമെ പ്രതിരോധാവശ്യങ്ങൾക്കുവേണ്ടി മദ്ധ്യശതകങ്ങളിൽ ദേവാലയങ്ങൾക്കു മുന്നിൽ ഗോപുരങ്ങൾ കെട്ടിയിരുന്നു. ഫ്യൂഡൽ പ്രഭുക്കൾ തമ്മിലുള്ള മത്സരത്തിൽ എതിരാളിക്കു നല്കിയിരുന്ന ഏറ്റവും വലിയ അപമാനം അയാളുടെ അധികാരമേഖലയിലെ ദേവാലയത്തിന്റെ ഗോപുരം ഇടിച്ചു തകർക്കുകയെന്നതായിരുന്നു.

ഷാർലിമെയ്നുവേണ്ടി മെഡ്സിലെ ഒഡോം തലസ്ഥാനമായ ആച്ചനിൽ രൂപകല്പന ചെയ്ത ദേവാലയത്തിന് രണ്ട് ഗോപുരങ്ങളുണ്ടായിരുന്നു. ഭാവിയിൽ തന്റെ ശവകുടീരമായിത്തീരണമെന്നു കരുതി ഷാർലിമെയ്ൻ പണിയിച്ച ഈ ദേവാലയം നിരവധി നൂറ്റാണ്ടുകൾ യൂറോപ്പിലെ ഏറ്റവും മുന്തിയ സൗധമായി നിലകൊണ്ടു. ഇറ്റലിയിലേക്കുള്ള യാത്രയിൽ കോൺസ്റ്റൻടൈനിന്റെയും ജസ്റ്റീനിയന്റെയും ദേവാലയങ്ങൾ കാണുന്നതിന് അവസരം ലഭിച്ച ഷാർലിമെയ്ൻ ആച്ചനിലെ ദേവാലയനിർമ്മിതിയിൽ സ്വന്തം ആശയങ്ങൾക്കൊപ്പം റോമൻ-ബൈസൻടൈൻ രീതികളും നന്നായി ചേർത്തു. സന്ദർശകനെ വിസ്മയിപ്പിക്കുന്ന ഉത്തുംഗങ്ങളായ പ്രവേശനകവാടങ്ങളായിരുന്നു ഷാർലിമെയ്ൻ പണിയിച്ച ദേവാലയങ്ങളുടെ പ്രത്യേകത. മദ്ധ്യകാലവാസ്തുവിദ്യയുടെ സുവർണ്ണയുഗത്തിന് മുഖവുരയെഴുതിയ ഷാർലിമെയ്ൻ റോമൻ ശില്പകലയിൽനിന്ന് ഗോഥിക് വാസ്തുവിദ്യയിലേക്കുള്ള പരിവർത്തനത്തിന്റെ ശംഖനാദം മുഴക്കി.

വെളിപാട് പുസ്തകത്തെ അടിസ്ഥാനമാക്കി ചിലർ വ്യാഖ്യാനിച്ചിരുന്നതുപോലെ ആയിരാമാണ്ടിൽ ലോകം അവസാനിക്കുമെന്ന ആശങ്ക അസ്ഥാനത്തായതോടെ ജീവിതത്തിന്റെ എല്ലാ തലങ്ങളിലും പുതിയ ഉണർവ്വ് സംജാതമായി. ദൃഢീകരിക്കപ്പെട്ട വിശ്വാസത്തോടെ വിശ്വാസികൾ കൂട്ടമായി ദീർഘമായ തീർത്ഥയാത്രകൾ നടത്തിത്തുടങ്ങി. അവരുടെ ഇടത്താവളങ്ങൾ ആരാധനാകേന്ദ്രങ്ങളായി. ആരാധനാകേന്ദ്രങ്ങൾ ദേവാലയങ്ങളായി പരിണമിച്ചു. നിർമ്മാണരോഗം എന്ന് സമകാലീന ചരിത്രകാരന്മാർ വിശേഷിപ്പിച്ച രോഗം പടർന്നുപിടിച്ചതിന്റെ ഫലമായി പതിനൊന്നാം നൂറ്റാണ്ടിൽ ഫ്രാൻസിൽ മാത്രം 1,587 ദേവാലയങ്ങൾ നിർമ്മിച്ചുവെന്നാണ് കണക്ക്. ലോകം പഴയ കുപ്പായം വലിച്ചെറിഞ്ഞ് നിറയെ ദേവാലയങ്ങൾ തുന്നിച്ചേർത്ത പുതിയ അങ്കി അണിയുന്നതുപോലെ തോന്നി എന്നാണ് ഗ്ളാബർ എന്ന സന്ന്യാസി എഴുതിയത്.

റോമൻ ശില്പകലയുടെ എഞ്ചിനീയറിങ് പരിമിതി പരിഹരിച്ചത് ഗോഥിക് ഘട്ടത്തിലായിരുന്നു. കൂർമ്പിച്ച കമാനവും ഉയർന്നു കൂർത്ത വളച്ച വാതിലുകളും കൂട്ടം ചേർന്ന സ്തൂപങ്ങളും മുഖ്യ ലക്ഷണങ്ങളായുള്ള ഗോഥിക് ദേവാലയങ്ങൾ ഗ്രീസിന്റെയും റോമിന്റെയും ക്ലാസിക് നിലവാരങ്ങളിൽനിന്ന് വ്യത്യസ്തമായിരുന്നു. അപരിഷ്കൃതവും പരു

ഷവും ആയത് എന്ന അർത്ഥത്തിലാണ് ഈ രീതിയെ ഗോഥിക് എന്നു വിളിച്ചു തുടങ്ങിയത്. ബാൾട്ടിക് സമുദ്രത്തിന്റെ ദക്ഷിണതീരത്തുനിന്ന് മൂന്നും നാലും നൂറ്റാണ്ടുകളിൽ റോമാ സാമ്രാജ്യത്തെ ആക്രമിച്ചു കീഴടക്കി ഇറ്റലി, ഫ്രാൻസ്, സ്പെയിൻ എന്നിവിടങ്ങളിൽ ആധിപത്യം സ്ഥാപിച്ച പ്രാകൃതരും അപരിഷ്കൃതരുമായ പുരാതന ജർമ്മാനിക് വർഗ്ഗമാണ് ഗോഥ്. യഥാർത്ഥത്തിൽ ഗോഥും ഗോഥിക്കും തമ്മിൽ യാതൊരു ബന്ധവുമില്ല. നവോത്ഥാനകാലത്തെ ക്ലാസിക് പ്രേമികൾക്ക് പുതിയ സമ്പ്രദായത്തോടു തോന്നിയ അവജ്ഞയിൽനിന്നാണ് ഈ പേരുണ്ടായത്. ഇരുപതാം നൂറ്റാണ്ടിലെ അംബരചുംബികൾ ഉയരുവോളം ഗോഥിക് ദേവാലയങ്ങൾ വാസ്തുകലയുടെ വിസ്മയമായിരുന്നു.

ദൈവത്തിന്റെ ആലയമെന്നപോലെ മനുഷ്യന്റെയും ആലയമായിത്തീർന്നു ദേവാലയങ്ങൾ. സാമൂഹജീവിതത്തിന്റെ കേന്ദ്രബിന്ദുവാണ് ദേവാലയം. ആരാധനയ്ക്കൊപ്പം കലകളും ദേവാലയങ്ങളെ കേന്ദ്രമാക്കി വികസിച്ചു. ശില്പകലയ്ക്കും വാസ്തുവിദ്യക്കും സംഗീതത്തിനും ചിത്രമെഴുത്തിനും നാടകത്തിനും നൃത്തത്തിനും ക്രൈസ്തവദേവാലയങ്ങൾ നല്കിയ സംഭാവനകൾ വിസ്മരിക്കാവതല്ല. ഡാവിഞ്ചിയുടെയും മൈക്കലാഞ്ജലോയുടെയും ബീഥോവന്റെയും പേരുകൾ മറക്കാൻ കഴിയില്ല.

ജനങ്ങളിലും ഭരണകൂടത്തിലും സഭ പൂർണ്ണമായ സ്വാധീനം ചെലുത്തിയ കാലമാണ് മദ്ധ്യശതകങ്ങൾ. സർക്കാരിലെ ഉത്തരവാദപ്പെട്ട പല സ്ഥാനങ്ങളും മെത്രാന്മാർ വഹിച്ചിരുന്നു. സന്ന്യാസികളുടെ സാന്നിദ്ധ്യം സാർവ്വത്രികമായി. പുതിയ സന്ന്യാസസമൂഹങ്ങൾ നിലവിൽ വന്നു. ദാരിദ്ര്യത്തെ ആശ്ലേഷിച്ചുകൊണ്ട് വിശ്വപ്രേമത്തിന്റെ പ്രവാചകനായി പ്രത്യക്ഷപ്പെട്ട അസീസിയിലെ ഫ്രാൻസിസ് (1182-1226), നാസ്തികർക്കെതിരെ സഭയുടെ പ്രതിരോധമായി മാറിയ ഡൊമിനിക് (1170-1221) എന്നിവർ സ്ഥാപിച്ച സമൂഹങ്ങളാണ് കൂടുതൽ പ്രസിദ്ധം. എക്കാലത്തെയും ഏറ്റവും വലിയ ക്രൈസ്തവ ദാർശനികനായ തോമസ് അക്വിനാസ് (1225-74) വിശുദ്ധ ഡൊമിനിക്കിൽനിന്ന് പ്രചോദനം ഉൾക്കൊണ്ട ആളാണ്.

പതിനാലാം നൂറ്റാണ്ട് അവിഞ്ഞോൺ പേപ്പസിയുടെ കാലമാണ്. കലാപകലുഷിതമായ റോമാ നഗരം വിട്ട് ഫ്രഞ്ചുകാരനായ ക്ലെമന്റ് അഞ്ചാമൻ 1305 ൽ മാർപാപ്പയുടെ ആസ്ഥാനം ഫ്രാൻസിലെ അവിഞ്ഞോൺ ഗ്രാമത്തിലേക്കു മാറ്റി. മുക്കാൽ നൂറ്റാണ്ടിനുശേഷം 1377 ൽ ഗ്രിഗറി പതിനൊന്നാമനാണ് ആസ്ഥാനം റോമിൽത്തന്നെ പുനഃസ്ഥാപിച്ചത്.

ഗുട്ടൻബർഗ്ഗും ലൂഥറും

ക്രിസ്തുമതം അതിന്റെ ചരിത്രത്തിലെ ഏറ്റവും നിർണ്ണായകമായ പ്രതിസന്ധിയെ നേരിട്ടത് പതിനാറാം നൂറ്റാണ്ടിലാണ്. അച്ചടിയുടെ കണ്ടുപിടിത്തം മനുഷ്യന്റെ ചിന്തയുടെ ചക്രവാളങ്ങളെ വിപുലമാക്കുകയും അവിടെനിന്ന് വീശിയ കൊടുങ്കാറ്റ് സഭയ്ക്കെതിരെ ആഞ്ഞടിക്കുകയും

ചെയ്തു. പുരോഹിതർക്കുമാത്രം സ്വന്തമായിരുന്ന ബൈബിൾ സാധാരണക്കാരനും വായിക്കാമെന്നായപ്പോൾ അതുവരെയുണ്ടായിരുന്ന പല വിശ്വാസങ്ങളെയും ജനങ്ങൾ ചോദ്യം ചെയ്തു തുടങ്ങി. ഡാവിഞ്ചിയെപ്പോലുള്ള ചിത്രകാരന്മാരും ഇറാസ്മസിനെപ്പോലുള്ള ചിന്തകന്മാരും സഭയ്ക്ക് മാനവികതയുടെ മുഖം നല്കി. പാപമോചനച്ചീട്ടിന്റെ വില്പനയിലൂടെയും മറ്റ് സംഭാവനകളിലൂടെയും അളവറ്റ ധനം സമ്പാദിച്ച് ധൂർത്തടിക്കുന്ന സഭാദ്ധ്യക്ഷന്മാരുടെ നടപടികളോട് സ്വാഭാവികമായും എതിർപ്പുണ്ടായി. അതോടൊപ്പം ഗ്രീസിൽനിന്നുള്ള പ്രചോദനത്തോടെ ആരംഭിച്ച ദേശീയ പ്രബുദ്ധത യൂറോപ്പിലാകമാനം വ്യാപിക്കുകയും ചെയ്തു. റോമിന്റെ ആധിപത്യത്തിൽനിന്ന് മോചനം നേടി ദേശീയ സഭകൾ സ്ഥാപിക്കുന്നതിന് ഇവയെല്ലാം കാരണമായി. ഈ ശിഥിലീകരണത്തിനു പൊതുവെ നല്കിയ പേരാണ് മതനവീകരണം.

മതനവീകരണത്തിന്റെ ഞാണൊലി ജർമ്മനിയിൽ മുഴങ്ങിയത് 1517 ഒക്ടോബർ 31 ന് മാർട്ടിൻ ലൂഥർ എന്ന പണ്ഡിതനായ കത്തോലിക്കാ പുരോഹിതൻ വിറ്റൻബർഗ്ഗ് ദേവാലയത്തിന്റെ വാതിലിൽ തന്റെ പ്രസിദ്ധമായ നിർദ്ദേശപത്രിക അടിച്ചു തറച്ചതോടെയാണ്. പൊതുസംവാദത്തിനുള്ള വിഷയങ്ങൾ അപ്രകാരം ദേവാലയവാതിലിൽ തറയ്ക്കുന്ന പതിവ് അക്കാലത്തുണ്ടായിരുന്നു. പോപ്പ് ലിയോ പത്താമന്റെ കാലത്ത് സെന്റ് പീറ്റേഴ്സ് ദേവാലയത്തിന്റെ നിർമ്മാണത്തിനുവേണ്ടിയുള്ള പണസമാഹരണം വലിയ വിവാദമായിരുന്നു. പാപമോചനമാണ് പണത്തിനു പകരമായി നല്കിയിരുന്നത്. പാപമോചനച്ചീട്ടുകളുടെ സാധുത ലൂഥർ ചോദ്യം ചെയ്തു. മനോഹരമായ ശൈലിയിൽ ബൈബിൾ ജർമ്മനിലേക്ക് വിവർത്തനം ചെയ്തുകൊണ്ട് ലൂഥർ സുവിശേഷത്തെ ജനകീയവായനയാക്കി. അതുവരെ മതഗ്രന്ഥങ്ങൾ ലത്തീനിൽ മാത്രമാണ് ലഭ്യമായിരുന്നത്. സാധാരണക്കാരന് ബൈബിൾ മനസ്സിലാക്കിക്കൊടുത്തതിനുശേഷം ആ പഠനത്തിന്റെ വെളിച്ചത്തിൽ ലൂഥർ റോമിനെ എതിർത്തു. അപ്രമാദിത്വം മാർപാപ്പയ്ക്കല്ല ബൈബിളിനാണെന്ന് അദ്ദേഹം സ്ഥാപിച്ചു. മതപരം മാത്രമല്ല രാഷ്ട്രീയവും സാമ്പത്തികവുമായ കാരണങ്ങളാൽ റോമിന്റെ സ്വാധീനത്തിൽനിന്ന് മോചനം നേടാൻ വെമ്പിയിരുന്ന ജർമ്മൻ രാജാക്കന്മാർ ലൂഥറിനു നിർല്ലോഭമായ പിന്തുണ നല്കി.

ഇതേ കാലയളവിൽത്തന്നെ യൂറോപ്പിൽ ഇതരഭാഗങ്ങളിലും മതനവീകരണപ്രസ്ഥാനം ശക്തിപ്പെടുന്നുണ്ടായിരുന്നു. സ്വിറ്റ്സർലണ്ടിൽ മതനവീകരണപ്രസ്ഥാനത്തിന്റെ പ്രമുഖ നേതാക്കളായിരുന്നു കാൽവിനും സ്വിംഗ്ളിയും. സൂറിച്ച് കത്തീഡ്രലിലെ വികാരിയായിരുന്ന ഉൾറിച്ച് സ്വിംഗ്ളി പുതിയ നിയമത്തിന്റെ നവമായ വായനയുടെ വെളിച്ചത്തിൽ കത്തോലിക്കാ സഭയ്ക്കെതിരെ ആക്രമണം ആരംഭിച്ചു. അദ്ദേഹത്തിന്റെ പ്രഭാഷണങ്ങൾ സ്വിറ്റ്സർലണ്ടിൽ മതനവീകരണത്തിനു വഴിയൊരുക്കി.

ലൂഥറുടെ പഠനങ്ങളുമായി മിക്കവാറും യോജിപ്പുണ്ടായിരുന്ന സ്വിംഗ്ളി ഉപവാസം, വിശുദ്ധരോടുള്ള ആരാധന, വൈദിക ബ്രഹ്മചര്യം തുടങ്ങി

യ കാര്യങ്ങളെ എതിർക്കുകയും റോമിന്റെ പാപമോചനച്ചീട്ടുകളെ നിരാകരിക്കുകയും ചെയ്തു. വൈദികവൃന്ദമല്ല, വിശ്വാസികളുടെ സമൂഹമാണ് സഭയെ ഭരിക്കേണ്ടതെന്ന് ഉദ്ബോധിപ്പിച്ച സ്വിംഗ്ളി സഭയെയും രാഷ്ട്രത്തെയും സൈദ്ധാന്തികമായി സംയോജിപ്പിച്ചുകൊണ്ട് രാഷ്ട്രീയത്തിലും വിപ്ലവകാരിയായിത്തീർന്നു. സ്വിംഗ്ളിയുടെ ആശയങ്ങൾ സ്വിറ്റ്സർലണ്ടിൽ ആഭ്യന്തരയുദ്ധത്തിനു വഴിയൊരുക്കി. യുദ്ധമദ്ധ്യേ 1531 ൽ സ്വിംഗ്ലി കൊല്ലപ്പെട്ടു.

പ്രൊട്ടസ്റ്റന്റ് പ്രസ്ഥാനത്തെ ജനീവയിലെത്തിച്ചത് ജോൺ കാൽവിൻ ആയിരുന്നു. 1541 ആയപ്പോഴേക്കും അവിടെ വൈദികഭരണം സ്ഥാപിക്കുന്നതിൽ വിജയിച്ച കാൽവിൻ ജനീവയെ ഒരു പ്രൊട്ടസ്റ്റന്റ് വത്തിക്കാനാക്കി. അദ്ധ്വാനത്തിൽ അധിഷ്ഠിതമായ പ്രവർത്തനസ്വാതന്ത്ര്യത്തെക്കുറിച്ച് പ്രസംഗിച്ച കാൽവിൻ ഭൗതികപുരോഗതിയിലേക്കാണ് വിരൽ ചൂണ്ടിയത്. അങ്ങനെ ആധുനിക പുരോഗതിയുടെ പ്രവാചകൻ കൂടിയായി കാൽവിൻ. ആധുനിക മുതലാളിത്തത്തിന്റെ ആവിർഭാവത്തിനും പ്രചാരത്തിനും സഹായകമായ പ്രബോധനമായിരുന്നു കാൽവിന്റേത്. പ്രൊട്ടസ്റ്റാന്റിസവും മുതലാളിത്തവും തമ്മിലുള്ള ആരോഗ്യകരമായ ബന്ധത്തെക്കുറിച്ച് സാമൂഹികശാസ്ത്രജ്ഞനായ മാക്സ് വെബർ വിശദമായി പരിശോധിച്ചിട്ടുണ്ട്. ജനീവയിൽ പരിശീലനം സിദ്ധിച്ച അനുയായികൾ കാൽവിന്റെ സന്ദേശം ഫ്രാൻസിലും ഹോളണ്ടിലും ഹംഗറിയിലും പരത്തി. ഒടുവിൽ, തീർത്ഥാടക പിതാക്കൾ എന്നറിയപ്പെടുന്ന യൂറോപ്യൻ പ്രവാസികൾ അത് അമേരിക്കയിലുമെത്തിച്ചു.

ദൈവവിജ്ഞാനീയത്തിന്റെ വ്യാഖ്യാനമായിരുന്നില്ല ഇംഗ്ലണ്ടിൽ മതനവീകരണത്തിനു വഴിയൊരുക്കിയത്. 1509 മുതൽ 1547 വരെ രാജാവായിരുന്ന ഹെൻറി എട്ടാമൻ ഭാര്യ കാതറീനെ ഉപേക്ഷിച്ച് ആൻ ബോളിനെ വിവാഹം കഴിക്കാൻ തീരുമാനിച്ചു. വിവാഹമോചനത്തിന് ക്ലെമന്റ് ഏഴാമൻ മാർപാപ്പ അനുവാദം നല്കിയില്ല. തന്റെ ഇംഗിതത്തിനു വഴങ്ങാതിരുന്ന മാർപാപ്പയോടുള്ള വിധേയത്വം അവസാനിപ്പിച്ചുകൊണ്ട് ഹെൻറി സ്വയം സഭാധികാരിയായി. ഈ നടപടിക്ക് പാർലമെന്റ് അംഗീകാരം നല്കി. അങ്ങനെ ഹെൻറി എട്ടാമൻ അദ്ധ്യക്ഷനും തോമസ് ക്രാൻമർ കാന്റർബറി ആർച്ചുബിഷപ്പുമായി ചർച്ച് ഓഫ് ഇംഗ്ലണ്ട് എന്ന ആംഗ്ലിക്കൻ സഭ നിലവിൽ വന്നു.

മാർട്ടിൻ ലൂഥറിനെതിരെ പ്രബന്ധമെഴുതിയിട്ടുള്ള ഹെൻറി എട്ടാമൻ പുതിയ സഭയിൽ കാതലായ മാറ്റങ്ങൾ ഒന്നുംതന്നെ വരുത്തിയില്ല. ഹെൻറിയുടെ കാലശേഷം മാത്രമാണ് പ്രൊട്ടസ്റ്റന്റ് സിദ്ധാന്തങ്ങൾ ആംഗ്ളിക്കൻ സഭ ഔദ്യോഗികമായി സ്വീകരിച്ചത്. എഡ്വേർഡ് ആറാമന്റെ കാലത്ത് മതനവീകരണം കൂടുതൽ രൂക്ഷമായി. എന്നാൽ മേരി ഭരണമേറ്റപ്പോൾ കത്തോലിക്കാ സഭയിലേക്ക് തിരിച്ചുപോക്കുണ്ടായി. എലിസബത്തിന്റെ ഭരണം വന്നപ്പോൾ ഈ പ്രവണത നിലയ്ക്കുകയും മതനവീകരണം യാഥാർത്ഥ്യമാവുകയും ചെയ്തു. കത്തോലിക്കാ

സഭയെയും പ്രൊട്ടസ്റ്റന്റ് സഭയെയും ഒരേ സമയം തങ്ങൾ ആശ്ലേഷിക്കുന്നുവെന്ന് ചർച്ച് ഓഫ് ഇംഗ്ലണ്ടിലെയും ഇതര ആംഗ്ലിക്കൻ സഭകളിലെയും അംഗങ്ങൾ പറയുന്നത് ആദ്യം മുതലേയുള്ള ചാഞ്ചല്യത്തിന്റെ പ്രതിഫലനമാണ്. ലൂഥറിന്റെയോ കാൽവിന്റെയോ കൂട്ടത്തിൽ പരിഗണിക്കാവുന്ന ഒരു ദൈവശാസ്ത്രജ്ഞനെയും സംഭാവന ചെയ്യാൻ ഇംഗ്ലീഷ് സഭയ്ക്ക് കഴിഞ്ഞില്ല. മാർപാപ്പയുടെ അധികാരത്തെ നിഷേധിച്ചുകൊണ്ട് കത്തോലിക്കാ സഭയുടെ സംവിധാനം നിലനിർത്തിയ ചർച്ച് ഓഫ് ഇംഗ്ലണ്ട് ബൈബിൾ പഠനത്തെ പ്രോത്സാഹിപ്പിക്കുകയും 1611 ൽ *ബൈബിളിന്* ആധികാരികമായ ഇംഗ്ലീഷ് ഭാഷാന്തരം പ്രസിദ്ധീകരിക്കുകയും ചെയ്തു.

യൂറോപ്പിന്റെ ഉത്തര മേഖലയിൽ മാത്രമായി മതനവീകരണത്തിന്റെ ചലനങ്ങൾ ഒതുങ്ങി. റോമിന്റെ സമീപരാജ്യങ്ങൾ മിക്കവാറും എല്ലാം തന്നെ മാർപാപ്പയോടുള്ള വിധേയത്വം തുടർന്നു. മാത്രമല്ല, മതനവീകരണം കത്തോലിക്കാ സഭയ്ക്ക് നവജീവൻ നല്കി. പ്രൊട്ടസ്റ്റന്റ് നവീകരണപ്രസ്ഥാനത്തിന് അനുബന്ധമായി ഒരു പ്രതിനവീകരണപ്രസ്ഥാനം ഉണ്ടായി. പ്രൊട്ടസ്റ്റന്റ് വെല്ലുവിളിയെ നേരിടുന്നതിനൊപ്പം കത്തോലിക്കാ സഭയെ സംശുദ്ധമാക്കുന്നതിനുകൂടി ഉദ്ദേശിച്ചുള്ളതായിരുന്നു പ്രതിനവീകരണപ്രസ്ഥാനം. ഈശോസഭയുടെ സ്ഥാപകനായ ഇഗ്നേഷ്യസ് ലയോള എന്ന സ്പാനിഷ് പുരോഹിതനായിരുന്നു ഈ ശുദ്ധീകരണ പ്രസ്ഥാനത്തിന് നേതൃത്വം നല്കിയത്. 1540 ൽ സ്ഥാപിതമായ ഈശോസഭയിലെ അംഗങ്ങൾ ജസ്യൂട്ടുകൾ എന്നറിയപ്പെട്ടു. ഈ സഭയിലൂടെയാണ് ജോർജ് മാറിയോ ബെർഗോളിയോ പൗരോഹിത്യം സ്വീകരിച്ചത്. ജസ്യൂട്ടുകൾക്കിടയിലെ ഫ്രാൻസിസ്കൻ ആയിരുന്നു ബെർഗോളിയോ.

അഭിജാതനായ ഇഗ്നേഷ്യസ് സുന്ദരനും സാഹസികനും വിഷയലമ്പടനുമായിരുന്നു. സാഹസികതയോടുള്ള അഭിനിവേശം അദ്ദേഹത്തെ സ്പാനിഷ് സൈന്യത്തിലെത്തിച്ചു. ഒരു യുദ്ധത്തിൽ പങ്കെടുക്കവെ വെടിയുണ്ട തറച്ച് ഒരു കാൽ വികലമായി. ഇഗ്നേഷ്യസിന്റെ തകർന്ന സ്വപ്നങ്ങളിൽനിന്ന് കാലം മറ്റൊരു സ്വപ്നം വിടർത്തി. യേശുവിന്റെ പടയാളിയാവുകയെന്ന നിശ്ചയത്തോടെയാണ് ഇഗ്നേഷ്യസ് കിടക്ക വിട്ടത്. പിന്നെ ജറുസലെംവരെയെത്തിയ യാത്രകൾ; സ്പെയ്നിലെയും പാരീസിലെയും സർവ്വകലാശാലകൾ വരെയെത്തിയ പഠനങ്ങൾ. പോൾ മൂന്നാമൻ മാർപാപ്പയുടെ അംഗീകാരത്തോടെ സൊസൈറ്റി ഓഫ് ജീസസ് (ഈശോസഭ) എന്ന പൗരോഹിത്യവിഭാഗത്തിന് അദ്ദേഹം രൂപംനല്കി.

ഈശോസഭയുടെ പ്രതിരോധം

അച്ചടക്കവും അനുസരണയും ജസ്യൂട്ടുകൾക്ക് അവശ്യം വേണ്ടതായ ഗുണങ്ങളാണ്. ഇഗ്നേഷ്യസിന് പരിചിതമായ പട്ടാളച്ചിട്ടയിൽ ഇവ രണ്ടും പാലിക്കപ്പെട്ടു. ആശ്രമങ്ങളിൽ സ്വയം തളച്ചിടാതെ പ്രബോധകരും ശുശ്രൂഷകരുമായി അവർ ജനങ്ങളിലേക്കിറങ്ങി. സുവിശേഷ

പ്രഘോഷണത്തിനായി അവർ കടലും കരയും കടന്നു. പാരീസ് സർവ്വകലാശാലയിൽ ഇഗ്നേഷ്യസിന്റെ സഹപാഠിയും ഈശോസഭയുടെ രൂപീകരണത്തിൽ പങ്കാളിയുമായിരുന്ന ഫ്രാൻസിസ് സേവ്യർ പോർച്ചുഗലിലെ ജോൺ മൂന്നാമൻ രാജാവിന്റെ ആവശ്യപ്രകാരം സുവിശേഷപ്രഘോഷണത്തിനായി 1542 ൽ ഗോവയിലെത്തി. പതിനൊന്ന് വർഷം നീണ്ട പ്രവർത്തനത്തിൽ അദ്ദേഹം സുവിശേഷവുമായി ഇന്ത്യയും ഇന്തോനേഷ്യയും കടന്ന് ജപ്പാൻ വരെയെത്തി. 1552 ൽ സൗത്ത് ചൈനാ സമുദ്രത്തിലെ ഒരു ദ്വീപിൽ അദ്ദേഹം വധിക്കപ്പെടുമ്പോൾ ജസ്യൂട്ടുകൾ സുവിശേഷവുമായി ബ്രസീലിലും മൊറോക്കോയിലും എത്തിക്കഴിഞ്ഞിരുന്നു. സുവിശേഷപ്രഘോഷണത്തേക്കാൾ അദ്ധ്യാപനത്തിലാണ് ജസ്യൂട്ടുകൾ ശ്രദ്ധ കേന്ദ്രീകരിച്ചത്. ലോകമെങ്ങുമുള്ള പ്രമുഖമായ വിദ്യാഭ്യാസസ്ഥാപനങ്ങൾ ജസ്യൂട്ടുകളുടേതാണ്. പ്രാദേശികതയുമായി അവർ ക്രിസ്തുമതത്തെ സമന്വയിപ്പിച്ചു. ഇന്ത്യയിലെത്തിയ റോബർട്ട് ഡി നോബിലി സംസ്കൃതം പഠിക്കുകയും വേദങ്ങളുടെ തുടർച്ചയെന്ന നിലയിൽ ക്രിസ്തുമതത്തെ അവതരിപ്പിക്കുകയും ചെയ്തു. അക്ബറുടെ സദസ്സിൽ മതസംവാദത്തിനെത്തിയ രണ്ട് ജസ്യൂട്ടുകളുടെ കഥ പ്രസിദ്ധമാണ്.

പ്രൊട്ടസ്റ്റന്റ് നവീകരണത്തെ തടുക്കുന്നതിന് കത്തോലിക്കാ സഭ സ്വയം നവീകരിക്കപ്പെടണമെന്ന് പോൾ മൂന്നാമൻ മാർപാപ്പയ്ക്ക് ബോദ്ധ്യമുണ്ടായിരുന്നു. സഭയുടെ അവസ്ഥ പഠിക്കാൻ അദ്ദേഹം ഒൻപത് കർദ്ദിനാൾമാരെ നിയോഗിച്ചു. കർദ്ദിനാൾസംഘത്തിന്റെ ശിപാർശകൾ അദ്ദേഹം നടപ്പാക്കി. അദ്ദേഹത്തിന്റെ ഏറ്റവും ശ്രദ്ധേയമായ സംഭാവനയായിരുന്നു 1545 ൽ ട്രെന്റിൽ ആരംഭിച്ച സുനഹദോസ്. പ്രതിനവീകരണ പ്രസ്ഥാനത്തിലെ ശ്രദ്ധേയമായ കാൽവയ്പായി കരുതപ്പെടുന്ന ഈ സുനഹദോസ് 20 വർഷംകൊണ്ടാണ് പൂർത്തിയായത്. അപ്പോഴേക്കും പോൾ നാലാമന്റെ കാലമായിരുന്നു. നിശ്ചയദാർഢ്യത്തോടെയും ഉരുക്കുമുഷ്ടിയോടെയും അദ്ദേഹം കൗൺസിലിന്റെ നിർദ്ദേശങ്ങൾ നടപ്പാക്കി. പ്രൊട്ടസ്റ്റന്റ് മതങ്ങളിലേക്ക് വിഘടിച്ചുപോയവരെ തിരിച്ചുകൊണ്ടുവരുന്നതിനു കഴിഞ്ഞില്ലെങ്കിലും കത്തോലിക്കാ സഭയുടെ ആധുനികഘട്ടത്തിന് തുടക്കം കുറിക്കാൻ ട്രെന്റിലെ കൗൺസിലിനു കഴിഞ്ഞു. കൂറിയയെ നവീകരിച്ചുകൊണ്ട് അദ്ദേഹം മാർപാപ്പയുടെ വിശ്വാസ്യതയും അംഗീകാരവും അധികാരവും പുന:സ്ഥാപിച്ചു. വ്യതിചലനങ്ങളോട് വിട്ടുവീഴ്ചയില്ലാത്ത നിലപാടായിരുന്നു അദ്ദേഹത്തിന്റേത്. മതവിചാരണയ്ക്ക് അദ്ദേഹം നേരിട്ട് നേതൃത്വം നല്കി. ശിക്ഷ കഠിനമായിരുന്നു. പോൾ നാലാമൻ മരിച്ചപ്പോൾ ജനങ്ങൾ തെരുവിൽ നൃത്തംചെയ്യുകയും അദ്ദേഹത്തിന്റെ പ്രതിമ ടൈബർ നദിയിലെറിയുകയും ചെയ്തു.

ദേശീയവികാരങ്ങൾ പിരിമുറുക്കിയ മതനവീകരണം രക്തരൂഷിതമായ യുദ്ധങ്ങൾക്ക് വഴിയൊരുക്കി. ജർമ്മനിയിൽ കത്തോലിക്കരും പ്രൊട്ടസ്റ്റന്റുകാരും തമ്മിൽ 1618 ൽ ആരംഭിച്ച യുദ്ധം മുപ്പതു വർഷത്തി

നുശേഷം വെസ്റ്റ്ഫാലിയായിലെ ഉടമ്പടിയോടെയാണ് അവസാനിച്ചത്. മതനവീകരണപ്രസ്ഥാനം ഉയർത്തിയ രാഷ്ട്രീയ കൊടുങ്കാറ്റുകൾക്ക് അതോടെ ശമനമായെങ്കിലും യൂറോപ്പ് രണ്ടായി വിഭജിക്കപ്പെട്ടു. ഇറ്റലി, ഫ്രാൻസ്, സ്പെയ്ൻ, ഓസ്ട്രിയ, ദക്ഷിണ ജർമ്മനി, പോളണ്ട് എന്നിവ കത്തോലിക്കാ സഭയുടെ ശക്തികേന്ദ്രങ്ങളായി തുടർന്നു. ബ്രിട്ടൻ, ഉത്തര ജർമ്മനി, ഉത്തര ഹോളണ്ട്, സ്കാൻഡിനേവിയൻ രാജ്യങ്ങൾ എന്നിവ പ്രൊട്ടെസ്റ്റന്റ് മതങ്ങളെ ആശ്ലേഷിച്ചു. വലിയ വ്യത്യാസമില്ലാതെ ഈ ചേരിതിരിവ് ഇന്നും തുടരുന്നു. വെസ്റ്റ്ഫാലിയയിൽ മതവും രാഷ്ട്രീയവും കൂട്ടിച്ചേർക്കാൻ കഴിയാത്തവിധം വേർതിരിക്കപ്പെട്ടു. സഭ മതത്തിലേക്ക് പിൻവാങ്ങി. യൂറോപ്യൻ സെക്കുലറിസത്തിന്റെ തുടക്കമായിരുന്നു അത്. ജസ്യൂട്ടുകളുടെ ശക്തമായ പ്രതിരോധത്തിലും ആക്രമണത്തിലും പേപ്പസി നവീകരിക്കപ്പെട്ടു. നവോത്ഥാനകാലത്തെ ആഡംബരങ്ങളിൽ നിന്ന് പ്രതിനവീകരണകാലത്തെ ആത്മീയതയിലേക്ക് പേപ്പസി പരിവർത്തനം ചെയ്യപ്പെട്ടു. പോൾ നാലാമനെപ്പോലെ ഉറച്ച നിലപാടുകളുള്ള പാപ്പമാർ സഭയുടെ സാരഥ്യത്തിലെത്തി. യേശുചരിതം എത്ര ലാഭകരം എന്ന് വിസ്മയം പൂണ്ട ലിയോ പത്താമനിൽനിന്നുള്ള പ്രകടമായ വ്യതിയാനമായിരുന്നു അത്. ഇഗ്നേഷ്യസ് ലയോളയെപ്പോലെ തനിക്കുള്ളതെല്ലാം പാവങ്ങൾക്ക് നല്കിയ പീട്രോ കരാഫയാണ് പോൾ നാലാമൻ എന്ന പേരിൽ പാപ്പയായത്. സഭയുടെ മാനസാന്തരത്തിൽ ഇഗ്നേഷ്യസിനെപ്പോലെ വലിയ പങ്ക് വഹിച്ചയാളാണ് ആവിലയിലെ തെരേസ. വെപ്പാട്ടികളും കുടുംബാംഗങ്ങളും സഭാമന്ദിരങ്ങളിൽനിന്ന് കുടിയിറക്കപ്പെട്ടു. ദാരിദ്ര്യത്തിന്റെ അരൂപി തിരിച്ചെത്തി. പാപമോചനത്തിനായി വരുന്ന യുവതികളുമായുള്ള യുവവൈദികരുടെ അത്ര ആത്മീയമല്ലാത്ത സംഭാഷണങ്ങൾ അവസാനിപ്പിക്കാൻ കാഴ്ചയ്ക്കും സ്പർശത്തിനും സൗകര്യമില്ലാത്ത കറുത്ത കുമ്പസാരക്കൂടുകൾ സ്ഥാപിക്കപ്പെട്ടു.

പ്രൊട്ടസ്റ്റന്റ് പ്രസ്ഥാനം ഉടലെടുത്തത് പതിനാറാം നൂറ്റാണ്ടിലാണെങ്കിലും ക്രിസ്തുമതത്തിൽ ആദ്യത്തെ ഭിന്നിപ്പുണ്ടായത് പതിനൊന്നാം നൂറ്റാണ്ടിലായിരുന്നു. 1054 ൽ റോമൻ കത്തോലിക്കാ സഭ, പൗരസ്ത്യ ഓർത്തഡോക്സ് സഭകൾ എന്നിങ്ങനെ രണ്ടായി ക്രിസ്തുമതം പിരിഞ്ഞു. റോമൻ കത്തോലിക്കാ സഭ മാർപാപ്പയുടെ അധീശത്വം അംഗീകരിക്കുമ്പോൾ പൗരസ്ത്യ ഓർത്തഡോക്സ് സഭകൾ പരമാധികാരിയായി അംഗീകരിക്കുന്നത് കോൺസ്റ്റാന്റിനോപ്പിളിലെ പാത്രിയാർക്കിസിനെയാണ്. മതപരവും രാഷ്ട്രീയവും സാംസ്കാരികവുമായ നിരവധി ഘടകങ്ങൾ ഈ ഭിന്നിപ്പിന് കാരണമായുണ്ട്. 325 മുതൽ 787 വരെ നടന്ന ആദ്യത്തെ ഏഴ് സൂനഹദോസുകളുടെ ശാസനങ്ങൾ അംഗീകരിച്ചുകൊണ്ട് പൗരസ്ത്യ ഓർത്തഡോക്സ് സഭകൾ പൊതുസ്വഭാവവും ക്രിസ്തുവിന്റെ സഭയുടെ പിന്തുടർച്ചയും അവകാശപ്പെടുന്നു.

കോൺസ്റ്റാന്റിനോപ്പിൾ, അലക്സാൻഡ്രിയ, അന്ത്യോഖ്യ, ജറു

സലേം എന്നീ നാല് പുരാതന പാത്രിയാർക്കേറ്റുകൾ ഉൾപ്പെടെ സൈപ്രസ്, റുമാനിയ, യൂഗോസ്ളാവിയ, ഗ്രീസ്, ബൾഗേറിയ, അൽബേനിയ, ഫിൻലണ്ട്, ചെക്കോസ്ളോവാക്യ, മോസ്കോ, ജോർജിയ, സെർബിയ എന്നിങ്ങനെ പതിനഞ്ച് സ്വതന്ത്ര സഭകൾ ഉൾപ്പെട്ടതാണ് പൗരസ്ത്യ ഓർത്തഡോക്സ് വിഭാഗം.

റോമിനേക്കാൾ ഗ്രീസിനോടാണ് പൗരസ്ത്യ ഓർത്തഡോക്സ് സഭകൾക്ക് ആഭിമുഖ്യം. പാപമോചനസമ്പ്രദായം പൗരസ്ത്യ സഭകളിലില്ല. മറിയത്തെ ദൈവജനനിയായി അംഗീകരിക്കുന്നുണ്ടെങ്കിലും കത്തോലിക്കാ സഭയുടെ വിശ്വാസപ്രമാണമായ അമലോത്ഭവ സിദ്ധാന്തത്തെ അവ നിരാകരിക്കുന്നു. കുരിശൊഴികെ മറ്റ് കൊത്തുരൂപങ്ങളൊന്നും ഓർത്തഡോക്സ് ദേവാലയങ്ങളിൽ ഇല്ല. ഓർത്തഡോക്സ് പുരോഹിതർക്ക് വിവാഹം അനുവദിച്ചിട്ടുണ്ട്. പൗരോഹിത്യത്തിനുശേഷം വിവാഹം പാടില്ല. മെത്രാന്മാരെ തെരഞ്ഞെടുക്കുന്നത് അവിവാഹിതരായ പുരോഹിതരിൽനിന്നാണ്. ഓർത്തഡോക്സ് സഭകളുടെ ഭരണസീമ ഇരുപതാം നൂറ്റാണ്ടിൽ മിക്കവാറും കമ്യൂണിസ്റ്റ് രാജ്യങ്ങളായി മാറി. റോമൻ സഭയുമായുള്ള ഓർത്തഡോക്സ് സഭകളുടെ ബന്ധങ്ങൾ പോൾ ആറാമൻ മാർപാപ്പയുടെ കാലം മുതൽ വളരെയധികം മെച്ചപ്പെട്ടിട്ടുണ്ട്. പോൾ മാർപാപ്പയും അത്തനഗോറസ് പാത്രിയർക്കീസും തമ്മിൽ നടന്ന കൂടിക്കാഴ്ചകൾ സൗഹാർദ്ദപൂർണ്ണമായ ബന്ധങ്ങൾക്ക് വഴിയൊരുക്കി. പിന്നീടുവന്ന പാപ്പമാരും അവ കൂടുതൽ ദൃഢീകരിച്ചു.

ഇന്ന് ലോകത്തിലെ ക്രിസ്തുമത വിശ്വാസികളുടെ എണ്ണം 100 കോടിയിലധികം വരും. അതിൽ 82.5 കോടി റോമൻ കത്തോലിക്കരുണ്ട്. 1962 ൽ ജോൺ ഇരുപത്തിമൂന്നാമൻ മാർപാപ്പ ഉദ്ഘാടനം ചെയ്ത രണ്ടാം വത്തിക്കാൻ സുനഹദോസ് കത്തോലിക്കാ സഭയുടെ ചരിത്രത്തിൽ പുതിയ അദ്ധ്യായത്തിന്റെ ആരംഭമായി. സഹോദരസഭകളുമായി കൂടുതൽ രമ്യതയിൽ കഴിയുന്നതിന് വത്തിക്കാൻ കൗൺസിലിന്റെ തീരുമാനങ്ങൾ സഹായകമായി. 1948 ൽ രൂപീകൃതമായ സഭകളുടെ ലോക കൗൺസിലിൽ പ്രൊട്ടസ്റ്റന്റ്-ഓർത്തഡോക്സ് വിഭാഗങ്ങളിൽപ്പെട്ട 220 സഭകൾ അംഗങ്ങളായുണ്ട്. സഭകൾ തമ്മിൽ ക്രിസ്തുവിന്റെ നാമത്തിൽ വളർന്നുവരുന്ന ഐക്യവും സ്നേഹവും ശുഭകരമാണ്. ഒരു ഇടയനും ഒരു തൊഴുത്തും എന്ന യേശുവിന്റെ സങ്കല്പം സാക്ഷാൽക്കരിക്കുന്നതിന്റെ നാന്ദിയായിരിക്കാം ഈ ഐക്യശ്രമങ്ങൾ. യൂറോപ്പിൽ ഏറ്റവും രക്തരൂഷിതമായ യുദ്ധങ്ങൾ നടന്നിട്ടുള്ളത് ക്രൈസ്തവവിഭാഗങ്ങൾ തമ്മിലാണെന്നത് ഓർത്തിരിക്കേണ്ട ചരിത്രമാണ്.

കഴിഞ്ഞ പതിനാറ് നൂറ്റാണ്ടുകളായി മാനവനാഗരികതയ്ക്ക് കനപ്പെട്ട സംഭാവനകളാണ് ക്രിസ്തുമതം നല്കിയിട്ടുള്ളത്. സുവിശേഷവുമായി ലോകം മുഴുവനെത്തിയ മിഷണറിമാർ അജ്ഞതയുടെ ഇരുട്ടിനെ അകറ്റുകയും വേദനിക്കുന്ന മനുഷ്യന്റെ കണ്ണീരൊപ്പുകയും ചെയ്തു. സമത്വത്തിനും സ്വാതന്ത്ര്യത്തിനുംവേണ്ടി നിലകൊള്ളുന്ന

ക്രിസ്തുമതം ലോകത്തിനു സംഭാവന ചെയ്ത മഹദ്വ്യക്തികൾ അസംഖ്യമാണ്. ഫാദർ ഡാമിയൻ മുതൽ മദർ തെരേസ വരെയുള്ള ധന്യാത്മാക്കളെ സ്വാധീനിക്കുന്ന വാക്കുകൾ ഇവയാണ്:

ഇവിടെ എന്റെ ഈ ഏറ്റവും എളിയ സഹോദരരിൽ ഒരുവനോട് നിങ്ങൾ ഇവയെല്ലാം ചെയ്തപ്പോൾ അവയെല്ലാം എനിക്ക് ചെയ്തു.

വെല്ലുവിളികൾ അകത്തും പുറത്തും

എ ഡി 500 മുതൽ 1300 വരെയുള്ള എട്ട് നൂറ്റാണ്ടുകൾ യൂറോപ്പ് മതാധിഷ്ഠിതമായ രാഷ്ട്രീയ സംവിധാനത്തിൽ ഒതുങ്ങി. എന്നാൽ യൂറോപ്പിന്റെ സുസ്ഥിരതയ്ക്ക് പേപ്പസിയും സാമ്രാജ്യവും മാത്രം മതിയാകുമായിരുന്നില്ല. ദൈവത്തിനും മനുഷ്യനും മദ്ധ്യേ ഇടനിലയായി മറ്റൊന്നുകൂടി വേണമായിരുന്നു. ക്രിസ്തുവിന്റെ നിയമങ്ങളും നിർദ്ദേശങ്ങളും മനുഷ്യരിലേക്കെത്തിക്കാനുള്ള ഫലപ്രദമായ സംവിധാനമായി മാറാൻ സഭയ്ക്ക് കഴിഞ്ഞില്ല. സഭാധികാരികൾക്ക് രാഷ്ട്രീയവും ഭൗതികവുമായ താല്പര്യങ്ങൾ വർദ്ധിച്ചപ്പോൾ ലളിതവും വിനീതവുമായ മറ്റൊരു വൈദികതലം ആവശ്യമായി. നർഗ്ഗിയായിലെ ബെനഡിക്ട് ആണ് ഈ ആവശ്യം ആദ്യം തിരിച്ചറിഞ്ഞത്. ബെനഡിക്ടും പിന്നീടു വന്ന ഡൊമിനിക്കും ഫ്രാൻസിസും മാർട്ടിൻ ലൂഥറെപ്പോലെ സഭയെ വെല്ലുവിളിച്ചവരാണ്. സഭയെ നേരിട്ടെതിർക്കാതെ ജീവിതലാളിത്യംകൊണ്ടും പ്രാർത്ഥനാനിരതമായ ആത്മസമർപ്പണംകൊണ്ടും അവർ സഭയുടെ ആഡംബരത്തെയും അഴിമതിയെയും ചോദ്യംചെയ്തു.

മദ്ധ്യ ഇറ്റലിയിലെ നർഗ്ഗിയയിൽ 480 ൽ ജനിച്ച ബെനഡിക്ടിന് ആഡംബരജീവിതത്തോട് വിരക്തിയായിരുന്നു. നേപ്പിൾസിനടുത്ത് മോണ്ടെ കസിനോയിൽ 520 ൽ അദ്ദേഹം സ്ഥാപിച്ച ആശ്രമം പാശ്ചാത്യ മൊണാസ്റ്റിസിസത്തിന്റെ തുടക്കമായി. അദ്ദേഹത്തിന്റെ ലളിതജീവിതത്തിൽ ആകൃഷ്ടരായി ആശ്രമത്തിലേക്ക് ധാരാളം പേർ എത്തി. അദ്ദേഹം തയ്യാറാക്കിയ ആശ്രമനിയമാവലി സന്ന്യാസികൾക്ക് കഠിനമായ ജീവിതചര്യയാണ് നിർദ്ദേശിച്ചത്. ആറ് മണിക്കൂർ പ്രാർത്ഥനയും ആരാധനയും, അഞ്ച് മണിക്കൂർ കായികമായ അദ്ധ്വാനം, നാല് മണിക്കൂർ മതപരവും ആത്മീയവുമായ വായന എന്നിങ്ങനെയായിരുന്നു ഒരു

ബെനഡിക്ടൈൻ സന്ന്യാസിയുടെ ജീവിതം ചിട്ടപ്പെടുത്തിയിരുന്നത്. സ്വകാര്യമായി സ്വത്ത് ആർജ്ജിക്കാതെ ദരിദ്രമായ ജീവിതമായിരുന്നു അവരുടേത്. ബെനഡിക്ടൈൻ സന്ന്യാസിമാരാണ് ഇംഗ്ലണ്ടിൽ ക്രിസ്തുമതം എത്തിച്ചത്. പതിനഞ്ച് നൂറ്റാണ്ടുകൾക്കിടയിൽ ഈ സന്ന്യാസസഭയ്ക്ക് 24 മാർപാപ്പമാരെ സംഭാവന ചെയ്യാൻ കഴിഞ്ഞു. ബെനഡിക്ടിന്റെ ആദ്യകാല അനുയായിയായിരുന്നു 590 ൽ പാപ്പയായ ഗ്രിഗറി. അദ്ദേഹം മഹാനായ ഗ്രിഗറി എന്നറിയപ്പെടുന്നു. സഭയെന്നപോലെ സന്ന്യാസാശ്രമങ്ങളും വളരുകയും വളർച്ചയിൽ അവയുടെ മൗലികമായ നിലപാടുകളിൽനിന്ന് വ്യതിചലിക്കുകയും ചെയ്തു.

കത്തോലിക്കാ സഭയുടെ ചരിത്രത്തിലെ സവിശേഷതയുള്ള കഥാപാത്രമാണ് അസീസിയിലെ ഫ്രാൻസിസ്. പ്രഭുകുടുംബത്തിൽ ജനനം. സാഹസികമായ ജീവിതം. ഒടുവിൽ യൗവനത്തിന്റെ തീക്ഷ്ണതയിൽ എല്ലാറ്റിനോടും വിരക്തി. ദാരിദ്ര്യത്തെ ആശ്ലേഷിച്ച ഫ്രാൻസിസ് കൊട്ടാരത്തിൽനിന്ന് തെരുവിലേക്കിറങ്ങി. സിദ്ധാർത്ഥനെപ്പോലെ തഥാഗതനായി. കുരിശുയുദ്ധങ്ങളുടെ ആഡംബരത്തിലും അശ്ലീലവ്യവഹാരങ്ങളിലും സഭ വ്യാപരിച്ചിരുന്ന കാലം. ഫ്രാൻസിസ് സഭയെ നവമായി സൃഷ്ടിച്ചു. പ്രകൃതിയുടെ ആരാധകനും ജീവജാലങ്ങളുടെ തോഴനുമായി. അർപ്പണബോധമുള്ള സന്ന്യാസിമാരുടെ സമൂഹത്തെ വാർത്തെടുത്തു. യൂറോപ്പിലെ ഇരുണ്ട കാലത്തെ വെളിച്ചമായി മാറി ഫ്രാൻസിസ്. ദാന്തെയുടെ പ്രചോദനം ഫ്രാൻസിസ് ആയിരുന്നു. നികോസ് കസന്ത്സാക്കിസ് *സെയ്ന്റ് ഫ്രാൻസിസ്* എന്ന പേരിൽ മനോഹരമായ നോവലെഴുതി. ജി കെ ചെസ്റ്റർട്ടൻ അദ്ദേഹത്തിന്റെ ജീവചരിത്രമെഴുതി. മലയാളത്തിൽ ഫ്രാൻസിസിന്റെ ജീവിതത്തെ അധികരിച്ച് ജേക്കബ് മൂഞ്ഞപ്പിള്ളി രചിച്ച ആഖ്യായികയാണ് *കളിമൺവിളക്ക്.* മലയാളത്തിലെ ആദ്യത്തെ ആദ്ധ്യാത്മിക നോവൽ എന്നാണ് എം ലീലാവതി ഈ കൃതിയെ വിശേഷിപ്പിച്ചത്.

ബെനഡിക്ടൈൻ ആശ്രമങ്ങളുടെ മാതൃകയിൽ പന്ത്രണ്ടും പതിമൂന്നും നൂറ്റാണ്ടുകളിൽ സ്ഥാപിതമായ ഫ്രാൻസിസ്കൻ സന്ന്യാസസഭയും ഡൊമിനിക്കൻ സന്ന്യാസസഭയും ക്രൈസ്തവ ദർശനത്തിൽ പുതിയൊരു ലോകവീക്ഷണം അവതരിപ്പിച്ചു. അസീസിയിലെ ഫ്രാൻസിസ് സ്ഥാപിച്ച ഫ്രാൻസിസ്കൻ സഭയും സമകാലികമായി സ്പെയിൻകാരനായ ഡൊമിനിക് ഡി ഗുസ്മാൻ സ്ഥാപിച്ച ഡൊമിനിക്കൻ സഭയും ആശ്രമത്തിന്റെ ആവൃതിയിൽനിന്ന് ദാരിദ്ര്യത്തിന്റെ അരൂപിയിൽ സുവിശേഷപ്രഘോഷണവുമായി ജനങ്ങളിലേക്ക് ഇറങ്ങിച്ചെന്നു. അത്യുജ്ജ്വലനായ വാഗ്മിയും വിട്ടുവീഴ്ചയില്ലാത്ത സഭാപരിഷ്കർത്താവുമായിരുന്ന ഗിരോലാമോ സവൊനറോള (1452-1498) ഡൊമിനിക്കൻ സന്ന്യാസിയായിരുന്നു. കുപ്രസിദ്ധനായ അലക്സാണ്ടർ ആറാമൻ പാപ്പയുടെ ഭരണകാലത്ത് സവൊനറോളയെ പാഷണ്ഡതയ്ക്ക് വിചാരണചെയ്ത് വധിച്ചു.

1181 ലോ 1182 ലോ ആയിരുന്നു ഫ്രാൻസിസിന്റെ ജനനം. സമ്പന്നനായ വസ്ത്രവ്യാപാരിയുടെ മകനെന്ന നിലയിൽ യൗവനകാലത്ത് ജീവിതം ഫ്രാൻസിസിന് ആഘോഷമായിരുന്നു. സൈന്യത്തിലെ സാഹസികമായ ജീവിതത്തിനുശേഷം ഫ്രാൻസിസ് പൊടുന്നനെ യേശുവിന്റെ സുവിശേഷത്തിലേക്ക് ആകർഷിക്കപ്പെട്ടു. സ്വന്തം പേരിലുണ്ടായിരുന്ന സ്വത്ത് പൂർണ്ണമായും സഭയ്ക്ക് നല്കിയതിനുശേഷം ഫ്രാൻസിസ് ദാരിദ്ര്യത്തെ ആശ്ലേഷിച്ചു. നഗ്നപാദനായി അദ്ദേഹം ജനങ്ങളിലേക്കിറങ്ങി. മനുഷ്യരോടു മാത്രമല്ല, സമസ്ത ജീവജാലങ്ങളോടും സാഹോദര്യം സ്ഥാപിച്ച ഫ്രാൻസിസ് പ്രപഞ്ചത്തെ ദൈവത്തിന്റെ കണ്ണാടിയായി കണ്ടു. സമ്പത്തിന്റെയും രാഷ്ട്രീയസ്വാധീനത്തിന്റെയും ഔന്നത്യത്തിൽ വിശ്വാസ്യത നഷ്ടപ്പെട്ട സഭയിലേക്ക് ജനങ്ങളെ ആകർഷിക്കാൻ ഫ്രാൻസിസിന്റെ പ്രവർത്തനം സഹായകമായി. സാവധാനത്തിൽ ഒരു പറ്റം ആളുകൾ ഫ്രാൻസിസിന്റെ സാഹോദര്യത്തിൽ ഒത്തുകൂടി. ഇന്നസെന്റ് മൂന്നാമൻ പാപ്പയുടെ അംഗീകാരത്തോടെ ഫ്രാൻസിസ്കൻ സന്ന്യാസി സമൂഹം യൂറോപ്പിലാകെ വ്യാപിച്ചു.

ഫ്രാൻസിസിന്റെ ദാരിദ്ര്യവ്രതത്തിൽ ഉന്നതകുലജാതനായ ഡൊമിനിക് ആകൃഷ്ടനായി. അഗസ്റ്റിന്റെ ആശ്രമതത്ത്വങ്ങളെ അടിസ്ഥാനമാക്കിയാണ് ഡൊമിനിക് തന്റെ സന്ന്യാസസഭ സ്ഥാപിച്ചത്. ഫ്രാൻസിസിന്റെ സമീപനത്തിൽനിന്ന് ഭിന്നമായി ആശ്രമവാസികളെ ബൗദ്ധികമായ ഔന്നത്യത്തിലെത്തിക്കാൻ ഡൊമിനിക് പരിശ്രമിച്ചു. രണ്ട് സഭകളും സ്ഥാപകരുടെ ഉദ്ദേശ്യലക്ഷ്യങ്ങൾക്കനുസൃതമായാണ് വളർന്നത്. പണ്ഡിതരും പ്രഭാഷകരുമാണ് ഡൊമിനിക്കൻ സന്ന്യാസിമാരെങ്കിൽ ഫ്രാൻസിസിന്റെ നർമ്മവും കർമ്മചൈതന്യവും നിറഞ്ഞവരാണ് ഫ്രാൻസിസ്കൻ സന്ന്യാസിമാർ. ഇൻക്വിസിഷൻ എന്ന മതവിചാരണയ്ക്ക് നേതൃത്വം നല്കിയത് ഡൊമിനിക്കൻ സന്ന്യാസിമാരായിരുന്നു. ഗ്രേക്കോ-റോമൻ സംസ്കൃതിയുടെ തകർച്ചയ്ക്കുശേഷം ഉരുത്തിരിഞ്ഞ റൊമാനോ-ജർമ്മൻ സംസ്കാരത്തെ പതിനാറാം നൂറ്റാണ്ടിലെ മാനവികതയുടെ കാലംവരെ പിടിച്ചു നിർത്തിയത് റോമൻ കത്തോലിക്കാ സഭയും ജസ്റ്റീനിയന്റെ നിയമസംഹിതയും ബെനഡിക്ടിന്റെ സന്ന്യാസാശ്രമങ്ങളും ചേർന്നായിരുന്നു. ബെനഡിക്ടൈൻ സന്ന്യാസിമാരിൽ ഏറ്റവും പ്രശസ്തനത്രേ തോമസ് അക്വിനാസ്.

ആദ്യകാലത്ത് ക്രിസ്തുമതചിന്തയിൽ പ്ലേറ്റോ ചെലുത്തിയ സ്വാധീനത്തിനു പകരം അരിസ്റ്റോട്ടിലിന്റെ ചിന്തയെ ക്രിസ്തുമതവിശ്വാസവുമായി സമന്വയിപ്പിച്ച മദ്ധ്യകാലത്തെ ഇറ്റാലിയൻ മതപണ്ഡിതനായിരുന്നു തോമസ് അക്വിനാസ്. 1224 ലോ 1225 ലോ റോമിനും നേപ്പിൾസിനും മദ്ധ്യേയുള്ള അക്വിനോയിൽ സമ്പന്നവും പ്രശസ്തവുമായ കുടുംബത്തിൽ ജനിച്ച തോമസ് പാരീസിൽ ഉപരിപഠനം നടത്തുമ്പോഴാണ് അറബിയിലേക്ക് വിവർത്തനം ചെയ്തു സംരക്ഷിച്ചിരുന്ന അരിസ്റ്റോട്ടിലിന്റെ കൃതികൾ പഠിക്കാനിടയായത്. യുക്തിസഹമായ സമീ

പനത്തിൽ പരിഹരിക്കാനാവാത്ത വൈരുദ്ധ്യം വിജ്ഞാനവും വിശ്വാസവും തമ്മിൽ ഉള്ളതായി അക്വിനാസ് കണ്ടില്ല. തത്ത്വജ്ഞാനി യുക്തിയെ മാത്രം അടിസ്ഥാനമാക്കുമ്പോൾ ദൈവശാസ്ത്രജ്ഞൻ വിശ്വാസത്തെ യുക്തിയുമായി പൊരുത്തപ്പെടുത്തി നിഗമനങ്ങളിൽ എത്തുന്നു. മതവിജ്ഞാനീയത്തെ യുക്തിചിന്തയുമായി സമന്വയിപ്പിക്കാൻ ശ്രമിച്ച അക്വിനാസിന്റെ അരിസ്റ്റോട്ടിലിയൻ ക്രൈസ്തവദർശനം സഭയ്ക്ക് അസ്വീകാര്യമായിരുന്നു. പിന്നീട് ശാസ്ത്രചിന്തയുടെ വെല്ലുവിളികളെ നേരിടാൻ അക്വിനാസിന്റെ യുക്ത്യധിഷ്ഠിതമായ മതവിജ്ഞാനീയം സഭയ്ക്ക് പ്രയോജനകരമായി. *സമ്മാ തിയോളജിക്ക* എന്ന ദൈവവിജ്ഞാനീയഗ്രന്ഥത്തിന്റെ 21 വാല്യങ്ങളിലായി വിവിധ വിഷയങ്ങളിൽ ക്രൈസ്തവവീക്ഷണം അക്വിനാസ് അവതരിപ്പിക്കുന്നു. 1323 ൽ വിശുദ്ധപദവിയിലേക്കും 1567 ൽ ഡോക്ടർ ഓഫ് ദ ചർച്ച് എന്ന പദവിയിലേക്കും അക്വിനാസ് ഉയർത്തപ്പെട്ടു. ജീവിതകാലത്ത് അക്വിനാസ് സഭയ്ക്ക് അനഭിമതനായിരുന്നെങ്കിലും 1879 ൽ തോമിസ്റ്റ് ദർശനം സഭയുടെ ഒദ്യോഗിക ദർശനമായി ലിയോ പതിമൂന്നാമൻ മാർപാപ്പ സ്വീകരിച്ചു.

ആധുനിക പാപ്പമാർ

ജോൺ ഇരുപത്തിമൂന്നാമനാണ് ഇരുപതാം നൂറ്റാണ്ടിലെ സഭയെ ആധുനികതയുമായി മുഖാമുഖം നിർത്തിയത്. നാല് നൂറ്റാണ്ടുകാലത്തെ അസ്പൃശ്യതകൾ അവസാനിപ്പിച്ച് സന്മനസ്സുള്ള ഏവരെയും സമാശ്ലേഷിക്കാൻ അദ്ദേഹം തയ്യാറായി. 1962-65 ലെ രണ്ടാം വത്തിക്കാൻ സുനഹദോസ് ജോൺ പാപ്പയുടെ ആശയങ്ങൾക്ക് പ്രായോഗികരൂപം നല്കി. 1963 ൽ ജോണിന്റെ പിൻഗാമിയായി പത്രോസിന്റെ സിംഹാസനത്തിലെത്തിയ പോൾ ആറാമൻ നവീകരണങ്ങളുടെ ഭാരത്തിൽ ക്ഷീണിതനായി. 1978 ൽ പോളിന്റെ പിൻഗാമിയായ ജോൺ പോൾ ഒന്നാമൻ ജോൺ ഇരുപത്തിമൂന്നാമന്റെ യഥാർത്ഥ പിൻഗാമിയാകുമെന്ന് പ്രതീക്ഷിക്കപ്പെട്ടെങ്കിലും അദ്ദേഹത്തിന്റെ ഭരണകാലം കേവലം മുപ്പത്തിനാല് ദിവസം മാത്രമായിരുന്നു. കമ്യൂണിസ്റ്റ് പോളണ്ടിൽ നിന്നെത്തിയ കാർഡിനൽ കരൽ വൊയ്റ്റീവ പുതിയ പാപ്പയായി. 1523 ൽ അന്തരിച്ച ആഡ്രിയൻ ആറാമനുശേഷം ഇറ്റലിക്കു പുറത്തുനിന്ന് ഒരു പാപ്പയുണ്ടാവുകയായിരുന്നു. ഒരു നൂറ്റാണ്ടിനിടയിലെ ഏറ്റവും പ്രായം കുറഞ്ഞ പാപ്പ കൂടിയായിരുന്നു അൻപത്തിയെട്ടുകാരനായ ജോൺ പോൾ രണ്ടാമൻ. അദ്ദേഹം 27 വർഷം സഭാധിപനായിരുന്നു. കടുത്ത നിലപാടുകൾ സ്വീകരിക്കാതെ ജോൺ പോൾ ലോകത്തിനു പ്രിയങ്കരനായി ജീവിച്ചു. എന്നാൽ അദ്ദേഹത്തിനുവേണ്ടി കടുത്ത നിലപാടുകൾ സ്വീകരിക്കുന്നതിനും കർക്കശമായി സംസാരിക്കുന്നതിനും ഒരു സഹായി ഉണ്ടായിരുന്നു — കാർഡിനൽ റാറ്റ്സിംഗർ. പണ്ഡിതനും യാഥാസ്ഥിതികനുമായ ഈ ജർമ്മൻ കാർഡിനൽ ജോൺ പോളിനെ പിന്തുടർന്ന് ബെനഡിക്ട് പതിനാറാ

മൻ എന്ന പേരിൽ പാപ്പയായി. അന്ന് അദ്ദേഹത്തിന് 78 വയസ്സായിരുന്നു. ജർമ്മൻകാരനായ ഒൻപതാമത്തെ പാപ്പയായിരുന്നു റാറ്റ്സിംഗർ. 1522 ൽ പാപ്പയായ ആഡ്രിയൻ ആറിനുശേഷമുള്ള ആദ്യത്തെ ജർമ്മൻ പാപ്പ. എട്ട് വർഷത്തിനുശേഷം അദ്ദേഹം രാജിവച്ചു. എഴുനൂറ് വർഷത്തിനിടെ ആദ്യമായിരുന്നു ഒരു പേപ്പൽ രാജി. ശാരീരികമായ അവശതകൾ നിമിത്തമായിരുന്നു 1294 ൽ സെലസ്റ്റിൻ അഞ്ചാമന്റെ രാജി. ബെനഡിക്ട് പതിനാറാമന്റെ രാജിക്കും പറയപ്പെട്ട കാരണം അനാരോഗ്യമായിരുന്നു. മാർപാപ്പയുടെ അനാരോഗ്യത്തേക്കാൾ വത്തിലീക്സിലൂടെ വെളിപ്പെട്ട വത്തിക്കാന്റെ ആതുരാവസ്ഥയായിരുന്നു രാജിയുടെ യഥാർത്ഥ കാരണം. ആ പശ്ചാത്തലത്തിലാണ് കോൺക്ലേവിൽ നാലിലൊന്ന് ഇറ്റാലിയൻ കർദ്ദിനാൾമാർ ആയിരുന്നിട്ടും അവർക്ക് ഒരു ഇറ്റാലിയൻ പാപ്പയെ തിരഞ്ഞെടുക്കാൻ കഴിയാതെപോയത്. പോളണ്ടിനും ജർമ്മനിക്കും ശേഷം പാപ്പയെ സംഭാവനചെയ്യുന്നതിനുള്ള സൗഭാഗ്യം അർജന്റീനയ്ക്കുണ്ടായി.

ഇരുപത്തിയൊന്നാം നൂറ്റാണ്ടിലെ രണ്ട് പാപ്പമാർ ബെനഡിക്ട് എന്നും ഫ്രാൻസിസ് എന്നും പേര് സ്വീകരിച്ചത് യാദൃച്ഛികമാണെങ്കിലും അർത്ഥവത്തായി.

ബെനഡിക്ട് പതിനാറാമനെ പിന്തുടർന്ന് അർജന്റീനയിലെ കാർഡിനൽ ബെർഗോളിയോ കത്തോലിക്കാ സഭയുടെ ഇരുനൂറ്റി അറുപത്തി ആറാമത്തെ മാർപാപ്പയായി തിരഞ്ഞെടുക്കപ്പെട്ടു. അദ്ദേഹം ഫ്രാൻസിസ് എന്ന പേര് സ്വീകരിച്ചു. ഫ്രാൻസെസ്കോ, ഫ്രാൻസിസ്കസ്, ഫ്രാൻസിസ്കോ, ഫ്രാൻസിസ്. പതിമൂന്നാം നൂറ്റാണ്ടിൽ ഇറ്റലിയിൽ ജീവിച്ചിരുന്ന ഒരു വിശുദ്ധനോടുള്ള ആദരവ് മാത്രമായിരുന്നില്ല ആ നാമസ്വീകരണം. പുതിയ പാപ്പയുടെ നയപ്രഖ്യാപനമായിരുന്നു അത്. മാർപാപ്പയായി തിരഞ്ഞെടുക്കപ്പെടുന്നയാൾ പുതിയ പേര് സ്വീകരിക്കണം. പീറ്റർ എന്ന പേര് ആരും സ്വീകരിച്ചിട്ടില്ല. ആദ്യത്തെ മാർപാപ്പയായി കരുതപ്പെടുന്ന യേശുശിഷ്യനായ പീറ്ററിനോടുള്ള സവിശേഷമായ ആദരവിന്റെ പ്രകടനമാണത്. ഇരുപത്തിമൂന്ന് പാപ്പാമാർ ജോൺ എന്ന പേര് സ്വീകരിച്ചിട്ടുണ്ട്. ജോൺ പോൾ എന്ന പേര് രണ്ടു പേർക്കുണ്ടായി. എന്നാൽ ഫ്രാൻസിസ് എന്ന പേര് നടാടെയായിരുന്നു. ഫ്രാൻസിസ് എന്ന പേര് കാർഡിനൽ ബെർഗോളിയോയ്ക്ക് ചരിത്രപരമായ ബാദ്ധ്യതയും സമകാലികമായ ഉത്തരവാദിത്വവുമായി. പേരിനെ അന്വർത്ഥമാക്കുന്ന സമീപനം ഫ്രാൻസിസ് പാപ്പയെ ലോകത്തിനു പ്രിയങ്കരനാക്കി. അദ്ദേഹം സംഖ്യാസൂചനയില്ലാതെ ഫ്രാൻസിസ് മാത്രമാണ്. ഇനിയൊരു ഫ്രാൻസിസ് വത്തിക്കാനിൽ ഉണ്ടാകുമ്പോഴാണ് അദ്ദേഹം ഫ്രാൻസിസ് ഒന്നാമനാകുന്നത്.

ബെർഗോളിയോയ്ക്ക് വേറെയും പേരുകൾ പരിഗണിക്കാമായിരുന്നു. ബിഷപ്പായി നിയമിതനായപ്പോൾ അദ്ദേഹം ഓർത്തത് സുവിശേഷമെഴുതിയ മത്തായിയെ ആയിരുന്നു. മിസെറാൻഡോ അട്ക്വെ എലിജെൻ

ഡോ എന്ന വാക്കുകളാണ് അദ്ദേഹം എപിസ്കോപ്പൽ സൂക്തമായി തിരഞ്ഞെടുത്തത്. അവൻ കരുണയോടെ അവനെ തിരഞ്ഞെടുത്തു എന്നാണ് ഈ വാക്കുകളുടെ അർത്ഥം. ചുങ്കക്കാരനായിരുന്ന മത്തായി എല്ലാം ഉപേക്ഷിച്ച് യേശുവിനെ പിന്തുടരുന്ന സന്ദർഭത്തെയാണ് ഈ വാക്കുകൾ സൂചിപ്പിക്കുന്നത്. മാർപാപ്പ ആയപ്പോൾ മാത്യു എന്ന പേര് ബെർഗോളിയോ സ്വീകരിച്ചില്ല. പക്ഷേ, മിസറാൻഡോ അട്ക്വെ എലിജെൻഡോ തന്നെയായി അദ്ദേഹത്തിന്റെ ആപ്തവാക്യം.

അർജന്റീനയിലെ ബ്യൂണസ് ഐറിസിൽ 1936 ഡിസംബർ 17 ന് മാരിയോ ജോസ് ബെർഗോളിയോയുടെയും റെജീന മറിയ സിവോറിയുടെയും അഞ്ചു മക്കളിൽ മൂത്തയാളായാണ് ജോർജ് മാരിയോ ബെർഗോളിയോയുടെ ജനനം. ബെനിറ്റോ മുസോലിനിയുടെ ഫാഷിസ്റ്റ് വാഴ്ചക്കാലത്ത് ഇറ്റലിവിട്ട് അർജന്റീനയിലെത്തിയവരായിരുന്നു ബെർഗോളിയോ ദമ്പതികൾ. റയിൽവേയിലെ അക്കൗണ്ടന്റായിരുന്നു മാരിയോ ജോസ് ബെർഗോളിയോ. കെമിക്കൽ ടെക്നീഷ്യൻ എന്ന തൊഴിൽ സാദ്ധ്യതയും മൊട്ടിട്ടുവന്ന പ്രണയവും ഉപേക്ഷിച്ച് ഈശോസഭയിൽ ചേർന്ന് 1969 ൽ മുപ്പത്തിരണ്ടാം വയസ്സിൽ ജോർജ് മാരിയോ ബെർഗോളിയോ വൈദികനായി. ദൈവവഴി തിരഞ്ഞെടുക്കാൻ ബെർഗോളിയോ തീരുമാനിച്ചത് ഇരുപത്തിയൊന്നാമത്തെ വയസ്സിലായിരുന്നു. രസതന്ത്രത്തിൽ ബിരുദാനന്തരബിരുദം നേടിയ അദ്ദേഹം അക്കാലത്ത് സ്കൂൾ അദ്ധ്യാപകനായിരുന്നു. വൈദികനായി നാല് വർഷത്തിനകം ബെർഗോളിയോ ഈശോസഭയുടെ പ്രാദേശികതലവനായി. 1973 മുതൽ 1979 വരെ അർജന്റീനയിലെ ഈശോസഭയുടെ പ്രൊവിൻഷ്യൽ ആയിരുന്നു. പിന്നീട് ജർമ്മനിയിൽ ഉപരിപഠനത്തിനു പോയി. 1992 ൽ ബ്യൂണസ് ഐറിസ് സഹായമെത്രാനും 1998 ൽ ആർച്ച്ബിഷപ്പുമായി. അർജന്റീനയിലെ പൗരസ്ത്യസഭകളുടെ ചുമതലയും അദ്ദേഹത്തിനു ലഭിച്ചു. ജോൺ പോൾ രണ്ടാമൻ മാർപാപ്പ 2001 ഫെബ്രുവരി 21 ന് അദ്ദേഹത്തെ കർദ്ദിനാൾ പദവിയിലേക്കുയർത്തി. സമീപനങ്ങളിലെ വ്യത്യസ്തത നിമിത്തം ജെസ്യൂട്ടുകളുമായി പലപ്പോഴും കലഹിക്കേണ്ടിവന്നിട്ടുള്ള ബെർഗോളിയോ പോപ്പായി തിരഞ്ഞെടുക്കപ്പെടുന്നതുവരെ സ്വന്തം സഭയിൽനിന്നും സ്ഥാപനങ്ങളിൽനിന്നും ചെറിയ അകലം പാലിച്ചിരുന്നു.

ചേരിയിലെ ബിഷപ്

ബ്യൂണസ് ഐറിസിലെ ആർച്ച്ബിഷപ്പായിരുന്ന കാലത്ത് ചേരികളിലെ പ്രവർത്തനങ്ങളാണ് ബെർഗോളിയോയെ ശ്രദ്ധേയനാക്കിയത്. ചേരിയിലെ ബിഷപ് എന്ന അപരനാമവും അദ്ദേഹത്തിനു ലഭിച്ചു. പെസഹാ വ്യാഴാഴ്ച കാൽ കഴുകൽ ശുശ്രൂഷയ്ക്കായി അദ്ദേഹം പോയിരുന്നത് ചേരികളിലും ജയിലുകളിലും ആശുപത്രികളിലും അഗതിമന്ദിരങ്ങളിലും ആയിരുന്നു. അർജൻടൈൻ കാത്തലിക് ബിഷപ്സ് കോൺഫറൻസിന്റെ അദ്ധ്യക്ഷനായിരിക്കെ അദ്ദേഹം നടത്തിയ

മാപ്പപേക്ഷ പ്രസിദ്ധമാണ്. അർജന്റീനയിലെ പട്ടാള ഭരണകാലത്ത് ഡെർട്ടി വാറിൽ ജനങ്ങളെ സംരക്ഷിക്കുന്നതിൽ കത്തോലിക്കാ സഭയ്ക്കുണ്ടായ വീഴ്ചയുടെ പേരിലായിരുന്നു അദ്ദേഹത്തിന്റെ മാപ്പപേക്ഷ. ഇടതുപക്ഷ തീവ്രവാദസംഘത്തിൽപ്പെട്ട ഗൊൺസാലോ മൊസ്കയെ വൈദികനായിരുന്ന ബെർഗോളിയോ അതിസാഹസികമായി രക്ഷപ്പെടുത്തി രാജ്യം വിടാൻ സഹായിച്ച കഥ മൊസ്കതന്നെ രേഖപ്പെടുത്തിയിട്ടുണ്ട്. ഇരുപത്തിയേഴുകാരനായ മൊസ്കയെ കാര്യങ്ങൾ ശരിയാകുന്നതുവരെ ഒരു സെമിനാരിയിലാണ് ഫാദർ ബെർഗോളിയോ പാർപ്പിച്ചത്. ആർച്ച്ബിഷപ്പായിരിക്കെ അതിരൂപതയിലെ വൈദികരുമായി വ്യക്തിപരമായ അടുപ്പം അദ്ദേഹത്തിനുണ്ടായിരുന്നു. ഏതുസമയത്തും സെൽ ഫോണിൽ ആർച്ച്ബിഷപ്പിനെ വിളിക്കുന്നതിനുള്ള സ്വാതന്ത്ര്യം വൈദികർക്കുണ്ടായിരുന്നു. 2011 ൽ 75 വയസ്സ് പൂർത്തിയായപ്പോൾ കാനൻ ചട്ടമനുസരിച്ച് ബെർഗോളിയോ രാജിക്കത്ത് നല്കിയെങ്കിലും പകരക്കാരൻ എത്താതിരുന്നതിനാൽ ആർച്ച്ബിഷപ്പായിത്തന്നെ തുടർന്നു. ബ്യൂണസ് ഐറിസിലെ റിട്ടയർമെന്റിനു പകരം വത്തിക്കാനിലെ പദവിയാണ് ബെർഗോളിയോയെ കാത്തിരുന്നത്. ബ്യൂണസ് ഐറിസിൽ തന്റെ പിൻഗാമിയെ നിയമിക്കുന്നതിനുള്ള സൗഭാഗ്യം ബെർഗോളിയോയ്ക്കുതന്നെ ലഭിച്ചു.

വിനയാന്വിതനും സ്നേഹസമ്പന്നനുമായ കാർഡിനൽ ബെർഗോളിയോ സാമൂഹ്യനീതിയെ അടിസ്ഥാനമാക്കിയുള്ള നിലപാടുകളുടെ പേരിൽ ശ്രദ്ധേയനായി. മെത്രാസനമന്ദിരത്തിന്റെ ആഡംബരം ഉപേക്ഷിച്ച് ഒരു അപാർട്ട്മെന്റിൽ താമസിക്കുകയും സ്വയം ഭക്ഷണം പാകം ചെയ്യുകയും വസ്ത്രങ്ങൾ കഴുകുകയും പൊതു യാത്രാസംവിധാനം ഉപയോഗിക്കുകയും ചെയ്ത ബെർഗോളിയോ മാർപാപ്പയായപ്പോഴും ലാളിത്യത്തിന്റെ പ്രതീകമായി. കണ്ണട വാങ്ങാനും ചെരുപ്പ് വാങ്ങാനും കടയിൽ നേരിട്ടെത്തിയ മാർപാപ്പ സാമൂഹികമാദ്ധ്യമങ്ങളിൽ ഹീറോയായി. പാചകം ഇഷ്ടപ്പെടുന്ന പാപ്പ ഫുട്ബോൾ പ്രിയനുമാണ്. സമ്മാനമായി കിട്ടിയ ഫുട്ബോൾ ജഴ്സികളുടെ വലിയൊരു ശേഖരം അദ്ദേഹത്തിനുണ്ട്. സ്പാനിഷും ലാറ്റിനും ഇറ്റാലിയനും ഇംഗ്ലീഷും അടക്കം എട്ട് ഭാഷകൾ സംസാരിക്കും. 2005 ൽ ജോൺ പോൾ രണ്ടാമനെ പിന്തുടർന്ന് പോപ്പാകാൻ സാദ്ധ്യതയുള്ളവരുടെ കൂട്ടത്തിൽ ബെർഗോളിയോ ഉണ്ടായിരുന്നു. ജർമ്മൻകാരനായ കാർഡിനൽ റാറ്റ്സിംഗർ തിരഞ്ഞെടുക്കപ്പെട്ടപ്പോൾ തൊട്ടുപിന്നിലായി ബെർഗോളിയോ എന്ന പേര് കർദ്ദിനാൾസംഘം ശ്രദ്ധിച്ചു.

2013 ഫെബ്രുവരി 13 ന് ബെനഡിക്ട് പതിനാറാമൻ അപ്രതീക്ഷിതമായി രാജിവച്ചപ്പോൾ മാർപാപ്പയെ തിരഞ്ഞെടുക്കുന്ന കർദ്ദിനാൾമാരുടെ കോൺക്ലേവിന് അടുത്ത തീരുമാനം അനായാസമാകേണ്ടതായിരുന്നു. എന്നാൽ അഞ്ചാമത്തെ വോട്ടെടുപ്പിലാണ് സിസ്റ്റൈൻ ചാപ്പലിന്റെ മുകളിൽ വെള്ളപ്പുക കണ്ടത്. സിക്സ്റ്റസ് നാലാമൻ പാപ്പയുടെ

കാലത്ത് 1481 ൽ പണി പൂർത്തിയായതും അദ്ദേഹത്തിന്റെ പേരിൽ അറിയപ്പെടുന്നതുമായ സിസ്റ്റൈൻ ചാപ്പലിലാണ് മാർപാപ്പയുടെ തിരഞ്ഞെടുപ്പ് നടക്കുന്നത്. 1059 ൽ പരിഷ്കർത്താവായ പാപ്പ നിക്കൊളാസ് രണ്ടാമനാണ് മാർപാപ്പയെ തിരഞ്ഞെടുക്കുന്നതിനുള്ള അധികാരം കർദ്ദിനാൾമാരിൽ മാത്രമായി നിക്ഷിപ്തമാക്കിയത്. എഴുപത്തിയഞ്ച് വയസ്സിനു താഴെയുള്ള കർദ്ദിനാൾമാരിൽ ഇറ്റാലിയൻ പത്രങ്ങൾ പ്രവചിച്ച പല പേരുകളുമുണ്ടായിരുന്നു. ഇറ്റലിയും ബ്രസീലും തമ്മിലായിരിക്കും മത്സരം എന്ന് ഫുട്ബോളിന്റെ ഭാഷയിൽ ചിലരെഴുതി. അഞ്ച് ഭൂഖണ്ഡങ്ങളിൽ നിന്നുള്ള 115 കർദ്ദിനാൾമാർ സിസ്റ്റൈൻ ചാപ്പലിൽ ബാഹ്യസമ്പർക്കവും സ്വാധീനവുമില്ലാതെ സമ്മേളിച്ചപ്പോൾ പ്രവചനങ്ങൾ തെറ്റി. എഴുപത്തിയൊന്നു വർഷവും പത്തു മാസവുമായിരുന്നു അവരുടെ ശരാശരി പ്രായം. അവരിൽ ജെസ്യൂട്ടായി ഒരാൾ മാത്രം — കാർഡിനൽ ബെർഗോളിയോ. മറ്റൊരു ജസ്യൂട്ട് കാർഡിനൽ അനാരോഗ്യം നിമിത്തം കോൺക്ലേവിനെത്തിയില്ല. കർദ്ദിനാൾ സംഘത്തിലെ അംഗസംഖ്യ 222 ആണെങ്കിലും എൺപത് വയസ്സ് കഴിഞ്ഞ കർദ്ദിനാൾമാർക്ക് വോട്ടില്ല. സ്ഥാനാർത്ഥികളില്ലാത്ത തിരഞ്ഞെടുപ്പാണ് മാർപാപ്പയുടേത്. കാർഡിനൽമാർ ഓരോരുത്തരായി ചാപ്പലിനു മദ്ധ്യേയുള്ള മേശയ്ക്കരികിൽ വന്നിരുന്ന് തനിക്കു കിട്ടുന്ന ബാലറ്റിൽ ഇഷ്ടമുള്ള ഒരു പേരെഴുതണം. മൈക്കലാഞ്ജലോ വിഖ്യാതമായി ആലേഖനം ചെയ്ത അന്ത്യവിധിയുടെ താഴെ പരിശുദ്ധാരൂപിയോടുള്ള പ്രാർത്ഥനയിലും ധ്യാനത്തിലും അവർ പേരുകളെഴുതി. വോട്ട് പൂർത്തിയായാൽ രേഖപ്പെടുത്തപ്പെട്ട പേരുകൾ ഉറക്കെ വായിക്കും. വരണാധികാരിയായ കാർഡിനൽ, ജോർജ് മാരിയോ ബെർഗോളിയോ എന്ന പേര് പല പ്രാവശ്യം വായിച്ചത് ബ്യൂണസ് ഐറിസിൽനിന്ന് മടക്കയാത്രയ്ക്കുള്ള ഇക്കോണമി ക്ലാസ് ടിക്കറ്റുമായെത്തിയ കാർഡിനൽ ഉൽക്കണ്ഠയോടെയും ഉദ്വേഗത്തോടെയും ശ്രദ്ധിച്ചു. നൂറ്റിപ്പതിനേഴ് പേർ വോട്ട് രേഖപ്പെടുത്തിയ തിരഞ്ഞെടുപ്പിൽ മൂന്നിൽ രണ്ട് എന്ന് കണക്കാക്കാവുന്ന 77 വോട്ട് ഒരാൾക്ക് കിട്ടുമ്പോഴാണ് വിജയി ഉണ്ടാകുന്നത്. അതുവരെ പ്രക്രിയ ആവർത്തിക്കപ്പെടും. പരാജയപ്പെട്ട റൗണ്ടുകളിലെ ബാലറ്റ് കടലാസുകൾ പ്രത്യേകമായ രാസദ്രവ്യം ചേർത്ത് കത്തിക്കുമ്പോൾ സിസ്റ്റൈൻ ചാപ്പലിന്റെ ചിമ്മിനിയിൽനിന്ന് കറുത്ത പുക ഉയരും. പണ്ട് രാസദ്രവ്യത്തിനു പകരം ഈർപ്പമുള്ള വൈക്കോലാണ് ഉപയോഗിച്ചിരുന്നത്. പുതിയ പാപ്പ തിരഞ്ഞെടുക്കപ്പെട്ടില്ലെന്നാണ് കറുത്ത പുകയുടെ അർത്ഥം. ചിമ്മിനിയിൽ വെളുത്ത പുക കണ്ടപ്പോൾ എഴുപത്തിയാറിലെത്തി റിട്ടയർമെന്റിലേക്കു നീങ്ങുന്ന അർജന്റീനിയൻ ആർച്ച്ബിഷപ് കത്തോലിക്കാ സഭയുടെ പരമാദ്ധ്യക്ഷനായി പ്രഖ്യാപിക്കപ്പെട്ടു. ബ്രസീലിൽനിന്നുള്ള കാർഡിനൽ ക്ളോഡിയോ ഹമ്മസ് ആയിരുന്നു ബെർഗോളിയോയെ ആദ്യം ആശ്ലേഷിച്ചത്. ബെർഗോളിയോയുടെ ചെവിയിൽ ഹമ്മസ് പറഞ്ഞു: പാവങ്ങളെ മറക്കരുത്.

പുതിയ പാപ്പ ആരെന്നറിയാനുള്ള ആകാംക്ഷയോടെ സിസ്റ്റൈൻ ചാപ്പലിൽനിന്ന് ഏതാനും കിലോമീറ്റർ അകലെ കാസ്റ്റെൽ ഗണ്ടോൾഫോയിൽടെലിവിഷനു മുന്നിൽ മുൻപാപ്പ ഇരിക്കുന്നുണ്ടായിരുന്നു. തിരഞ്ഞെടുപ്പ് കഴിഞ്ഞ് മാർപാപ്പയുടെ ഔദ്യോഗികവേഷത്തിൽ ബാൽക്കണിയിൽ പ്രത്യക്ഷപ്പെട്ട് ലോകസമക്ഷം സ്വയം വെളിപ്പെടുത്തപ്പെടുന്നതിനുമുമ്പേ തന്റെ ജീവിച്ചിരിക്കുന്ന മുൻഗാമിയെ വിളിച്ച് അനുഗ്രഹം വാങ്ങണമെന്ന് ബെർഗോളിയോയ്ക്ക് താല്പര്യമുണ്ടായിരുന്നു. അപൂർവ്വമായ സൗഭാഗ്യമാണത്. എന്നാൽ പുതിയ പാപ്പയുടെ ആദ്യദർശനം നഷ്ടപ്പെടാതിരിക്കുന്നതിനുള്ള ജാഗ്രതയിൽ ടെലിവിഷൻ സെറ്റിലേക്ക് ഉറ്റുനോക്കിക്കൊണ്ടിരുന്ന ബെനഡിക്ട് എഴുന്നേറ്റുപോയി ഫോണെടുക്കാൻ കൂട്ടാക്കിയില്ല. ഒടുവിൽ പുതിയ പാപ്പ ലൈനിലുണ്ട് എന്ന സന്ദേശം മറ്റൊരാൾ വഴി ബെനഡിക്ടിന് എത്തിക്കേണ്ടിവന്നു. ബെനഡിക്ടിന്റെ അനുഗ്രഹം വാങ്ങി ബാൽക്കണിയിൽ പ്രത്യക്ഷപ്പെട്ട ഫ്രാൻസിസ് തന്റെ മുൻഗാമിക്കുവേണ്ടി പ്രാർത്ഥിച്ചു. ആദരണീയവും അനുകരണീയവുമായ ബന്ധമാണ് ഇരുവരും തമ്മിൽ പിന്നീടുണ്ടായത്. ഉപയോഗം കഴിഞ്ഞാൽ ഉപേക്ഷിക്കുകയെന്നത് ഫ്രാൻസിസ് പാപ്പയുടെ നയമല്ല. പ്രയോജനമില്ലെങ്കിൽ അവഗണിക്കുക എന്നതും അദ്ദേഹത്തിന്റെ പരിപാടിയല്ല.

'ആദ്യ'ങ്ങൾ നിരവധി

ഒട്ടേറെ 'ആദ്യ'ങ്ങളുടെ ഉടമയാണ് ബെർഗോളിയോ. ഫ്രാൻസിസ് എന്ന പേര് സ്വീകരിച്ച ആദ്യത്തെ മാർപാപ്പ. ഈ സ്ഥാനത്തെത്തുന്ന ആദ്യത്തെ ജസ്യൂട്ട് വൈദികൻ. അമേരിക്കൻ ഭൂഖണ്ഡങ്ങളിൽനിന്നുള്ള ആദ്യത്തെ പോപ്പ്. ലോകമെങ്ങുമുള്ള കത്തോലിക്കാ സഭാവിശ്വാസികളുടെ നാല്പത് ശതമാനം അധിവസിക്കുന്ന ലാറ്റിൻ അമേരിക്കയിൽനിന്ന് ലാറ്റിൻ അമേരിക്കൻ മാജിക് റിയലിസത്തെ അനുസ്മരിപ്പിക്കുന്ന മിസ്റ്റിക് പോപ്പ്. യൂറോപ്പിനു പുറത്തുനിന്നുള്ള പതിനൊന്നാമത്തെ പാപ്പ. 741 ൽ സിറിയയിൽ നിന്നെത്തിയ ഗ്രിഗറി ആയിരുന്നു യൂറോപ്യനല്ലാത്ത അവസാനത്തെ പാപ്പ. സാങ്കേതികമായി മാത്രമാണ് ഫ്രാൻസിസ് പാപ്പ യൂറോപ്യൻ അല്ലാത്തത്. അദ്ദേഹം യൂറോപ്യൻ വംശജനാണ്.

2013 മാർച്ച് 13 നായിരുന്നു ബെർഗോളിയോയുടെ തിരഞ്ഞെടുപ്പ്. ബെനഡിക്ടിന്റെ രാജി കഴിഞ്ഞ് കൃത്യം ഒരു മാസം. മാർപാപ്പയായി തിരഞ്ഞെടുക്കപ്പെട്ടതിനുശേഷം മറ്റ് കാർഡിനൽമാർക്കൊപ്പം സിസ്റ്റൈൻ ചാപ്പലിലേക്ക് വന്ന ബസിൽത്തന്നെ അദ്ദേഹം ലോഡ്ജിലേക്കു തിരിച്ചുപോയി. ഫ്രാൻസിസ് എന്ന പേര് സ്വീകരിച്ച ബെർഗോളിയോ ദരിദ്രമായ ഒരു സഭയെ ആണ് താൻ ഇഷ്ടപ്പെടുന്നതെന്ന് പറഞ്ഞു. അപ്പോസ്തലിക അരമനയുടെ മൂന്നാം നിലയിലെ പേപ്പൽ അപ്പാർട്ട്മെന്റ് ഉപേക്ഷിച്ച് സെന്റ് പീറ്റേഴ്സ് ബസിലിക്കയ്ക്ക് തൊട്ടടുത്തുള്ള സാന്ത മർത (ദോമൂസ് സാങ്തേ മാർത്തേ) സമുച്ചയത്തിന്റെ രണ്ടാം

നിലയിലെ 201-ാം നമ്പർ സ്വീറ്റിലാണ് ഫ്രാൻസിസ് മാർപാപ്പ താമസിക്കുന്നത്. 1903 ൽ പത്താം പീയൂസ് അപ്പോസ്തലിക അരമനയുടെ മൂന്നാം നിലയിൽ താമസമാക്കിയതിനുശേഷം പേപ്പൽ അപ്പാർട്ട്മെന്റുകൾക്കു പുറത്ത് ഒരു മാർപാപ്പയും താമസിച്ചിട്ടില്ല. പേപ്പൽ അപ്പാർട്ട്മെന്റിലെ ദന്തഗോപുരവാസം ജനകീയനായ പാപ്പയ്ക്ക് ഹിതകരമായില്ല. ലിഫ്ടിലും ഇടനാഴിയിലും ഭോജനശാലയിലും എവിടെയും മാർപാപ്പയെ കണ്ടുമുട്ടിയിരുന്ന കാര്യം വരാപ്പുഴ ആർച്ച്ബിഷപ് ജോസഫ് കളത്തിപ്പറമ്പിൽ ഓർമ്മിക്കുന്നു. ജനങ്ങളിൽനിന്ന് അധികാരിയെ അകറ്റുന്ന ഉപജാപകവൃന്ദമോ രഹസ്യക്കൂട്ടായ്മയോ ഫ്രാൻസിസ് മാർപാപ്പയ്ക്കു ചുറ്റും രൂപപ്പെടില്ല. അഞ്ച് നിലകളിലായി 106 സ്വീറ്റുകളും 22 മുറികളും മറ്റ് സൗകര്യങ്ങളുമുള്ള മന്ദിരമാണ് ദോമൂസ് സാങ്തേ മാർത്തേ. പാപ്പയെ തിരഞ്ഞെടുക്കാനുള്ള കോൺക്ലേവിന് എത്തുന്ന കർദ്ദിനാൾമാർക്ക് താമസിക്കാനായി ജോൺ പോൾ രണ്ടാമൻ പാപ്പയുടെ കാലത്ത് നിർമ്മിച്ചതാണ് വിശുദ്ധ മർത്തയുടെ ഭവനം. യേശുവിന് പ്രിയങ്കരമായ രീതിയിൽ ആതിഥ്യമരുളിയ മർത്തയുടെ പേരാണ് ഈ ഭവനത്തിന് നല്കിയിരിക്കുന്നത്. ഇവിടെയാണ് ഫ്രാൻസിസ് പാപ്പ അന്തിയുറങ്ങുന്നതും സ്വകാര്യ ചാപ്പലിൽ ദിവ്യബലി അർപ്പിക്കുന്നതും പൊതുഭക്ഷണശാലയിൽനിന്ന് ആഹാരം കഴിക്കുന്നതും. സഭയുടെ പരമാദ്ധ്യക്ഷനും വത്തിക്കാൻ നഗരരാഷ്ട്രത്തിന്റെ തലവനും എന്ന നിലയിൽ ഔദ്യോഗിക കൃത്യനിർവ്വഹണത്തിനും ചത്വരത്തിൽ തീർത്ഥാടകർക്ക് ദർശനം നല്കുന്നതിനും മറ്റുമാണ് അപ്പോസ്തലിക അരമനയിലെ അപാർട്ട്മെന്റ് അദ്ദേഹം ഉപയോഗിക്കുന്നത്. മുന്നൂറ് പേർക്കെങ്കിലും ഇവിടെ താമസിക്കാമല്ലോ എന്നാണ് പേപ്പൽ അപ്പാർട്ട്മെന്റിന്റെ വിസ്തൃതി കണ്ടപ്പോൾ മാർപാപ്പ ആശ്ചര്യപ്പെട്ടത്. ആർച്ച്ബിഷപ്പായിരിക്കേ ഔദ്യോഗികവസതിയിൽ താമസിക്കാതെ നഗരപ്രാന്തത്തിൽ ചെറിയൊരു വീട്ടിൽ താമസിക്കുകയും ജനങ്ങൾക്കൊപ്പം ബസിലും ട്രെയിനിലും സഞ്ചരിക്കുകയും ചെയ്തിരുന്ന ആളാണ് ബെർഗോളിയോ. കർദ്ദിനാളിന്റെ സ്ഥാനാരോഹണച്ചടങ്ങിനു സാക്ഷ്യം വഹിക്കാൻ റോമിലേക്ക് പോകാനിരുന്ന ആയിരക്കണക്കിന് അർജന്റീനക്കാരെ സ്നേഹപൂർവ്വം നിരുത്സാഹപ്പെടുത്തിയ ബെർഗോളിയോ അവരോടു പറഞ്ഞത് ആ പണം പാവപ്പെട്ടവർക്ക് നല്കാനായിരുന്നു. ഇതുപോലെ പല കാര്യങ്ങളിലും അദ്ദേഹം മദർ തെരേസയെ അനുസ്മരിപ്പിക്കുന്നു. ഇരുവരെയും സ്വാധീനിച്ചത് അസീസിയിലെ ഫ്രാൻസിസ് ആണെന്നത് ഒരു കാരണമാകാം. മദറിനെ വിശുദ്ധയായി പ്രഖ്യാപിക്കുന്നതിനുള്ള സൗഭാഗ്യം ഫ്രാൻസിസ് മാർപാപ്പയ്ക്ക് ലഭിച്ചു. വിശുദ്ധയായ മദർ തെരേസയെ എന്തു വിളിക്കും? പ്രത്യേകിച്ച് പ്രസിദ്ധയായ ഒരു സെന്റ് തെരേസ ഉള്ളപ്പോൾ. മദർ എന്നുതന്നെ വിളിക്കാനാണ് തനിക്കിഷ്ടമെന്ന് മാർപാപ്പ പറഞ്ഞു.

വത്തിക്കാനിൽ തീവ്രവലതുപക്ഷം ബെർഗോളിയോയ്ക്കെതിരെ കരുക്കൾ നീക്കുമ്പോഴും അന്താരാഷ്ട്രതലത്തിൽ അദ്ദേഹത്തിന് അംഗീ

കാരം വർദ്ധിക്കുകയായിരുന്നു. അങ്ങനെയാണ് അദ്ദേഹം കർദ്ദിനാൾ മാരുടെ ശ്രദ്ധാകേന്ദ്രമായത്. 2005 ൽ ജോൺ പോൾ രണ്ടാമന്റെ പിൻ ഗാമിയെ കണ്ടെത്താനുള്ള കോൺക്ലേവിൽ തനിക്കെതിരെ പ്രചരിപ്പി ക്കപ്പെട്ട ആരോപണങ്ങളെ പ്രതിരോധിക്കാൻ ബെർഗോളിയോ തയ്യാറാ യിരുന്നെങ്കിൽ ഒരുപക്ഷേ, അദ്ദേഹം തിരഞ്ഞെടുക്കപ്പെടുമായിരുന്നു. മൂ ന്നാമത്തെ വോട്ടെടുപ്പിൽ ബെർഗോളിയോയ്ക്ക് നാല്പത് വോട്ട് കിട്ടി യതാണ്. ജർമ്മൻ കാർഡിനൽ ജോസഫ് റാറ്റ്സിംഗർക്ക് അനുകൂലമായ നിലപാടും ബെർഗോളിയോയ്ക്കുണ്ടായിരുന്നു. അങ്ങനെയാണ് കത്തോ ലിക്കാ സഭയ്ക്ക് ഒരു ജർമ്മൻ ഷെപ്പേഡ് ഉണ്ടായത്. റാറ്റ്സിംഗർ തെര ഞ്ഞെടുക്കപ്പെട്ടപ്പോൾ ഇടതുപക്ഷാഭിമുഖ്യമുള്ള ഒരു യൂറോപ്യൻ പത്രം നല്കിയ തലക്കെട്ടായിരുന്നു ജർമ്മൻ ഷെപ്പേഡ്. പോപ്പിനെ അൽ സേഷൻ നായയെന്നു വിളിച്ചതായി പത്രത്തിനെതിരെ ആക്ഷേപമുണ്ടാ യില്ല.

2013 ഡിസംബറിൽ അമേരിക്കയിലെ പ്രസിദ്ധമായ ടൈം മാഗസിൻ പോപ്പ് ഫ്രാൻസിസിനെ ആ വർഷത്തെ വ്യക്തിയായി തിരഞ്ഞെടുത്തു. ഇതിനുമുമ്പ് 1963 ൽ പോപ്പ് ജോൺ ഇരുപത്തിമൂന്നാമനും 1994 ൽ പോപ്പ് ജോൺ പോൾ രണ്ടാമനുമാണ് ടൈമിന്റെ വർഷപുരുഷ പട്ടി കയിൽ ഇടംപിടിച്ചിട്ടുള്ള മാർപാപ്പമാർ.

യുദ്ധത്തിനും ദാരിദ്ര്യത്തിനും എതിരായ പ്രവർത്തനമാണ് പോപ്പ് ഫ്രാൻസിസിനെ വിമോചന ദൈവശാസ്ത്രത്തിന്റെ ഇടതുപക്ഷാഭിമു ഖ്യമുള്ള പ്രയോക്താവായി ചിത്രീകരിക്കാൻ പാശ്ചാത്യമാധ്യമങ്ങളെ പ്രേരിപ്പിച്ചത്. 2015 ൽ യു എസ് കോൺഗ്രസിൽ അദ്ദേഹം നടത്തിയ പ്രസംഗം ലാറ്റിൻ അമേരിക്കയിൽനിന്നുള്ള ഒരു സോഷ്യലിസ്റ്റ് നേതാ വിനു ചേർന്നതായിരുന്നു. ഹ്യൂഗോ ഷാവെസിനെ ആശങ്കയോടെ കേട്ടതിന്റെ ഓർമ്മയിൽ അർജന്റീനിയൻ പാപ്പയെയും അവർ ആശങ്കയോ ടെയാണ് കേട്ടത്.

ആരാണീ പോപ്പ് എന്ന ചോദ്യം സ്വാഭാവികമായും അമേരിക്കയി ലുണ്ടായി. അസീസിയിലെ ഫ്രാൻസിസിന്റെ പാദമുദ്രകൾ പിന്തുടർന്ന് വിമോചന ദൈവശാസ്ത്രവുമായി വത്തിക്കാനിലെത്തിയ സമാധാനത്തി ന്റെയും സാമൂഹ്യനീതിയുടെയും പ്രവാചകൻ അല്ലെങ്കിൽ പ്രചാരകൻ. എന്നാൽ അദ്ദേഹം ബെർഗോളിയോ ആയിരുന്ന കാലത്ത് ലാറ്റിൻ അമേരി ക്കയിലെ യു എസ് സാമ്രാജ്യത്വ താല്പര്യങ്ങൾക്ക് പിന്തുണ നല് കിയെന്ന ആക്ഷേപം ഉണ്ടായിട്ടുണ്ട്. ജനറൽ ജുവാൻ ഡോമിങ്ഗോ പെറോൺ 1946 ൽ അർജന്റീനയിൽ പ്രസിഡന്റാകുമ്പോൾ ബെർഗോളി യോയ്ക്ക് പത്തു വയസ്സായിരുന്നു പ്രായം. ബെർഗോളിയോയെ പെറോ ണിസ്റ്റായി പലരും കണക്കാക്കുന്നുണ്ടെങ്കിലും അദ്ദേഹത്തിന്റെ സുഹൃ ത്തുക്കൾ അത് നിഷേധിക്കുന്നു. ഇടതുപക്ഷ ചിന്താധാരയിൽ വളർന്നു വന്നയാളാണ് ബെർഗോളിയോ. അദ്ദേഹത്തിന്റെ അമ്മയുടെ കുടുംബം സോഷ്യൽ ഡെമോക്രാറ്റുകളായിരുന്നു. യൂണിയൻ സിവികാ റാഡിക്കൽ

എന്ന പാർട്ടിയോടായിരുന്നു അവർക്കാഭിമുഖ്യം. 1891 ൽ സ്ഥാപിതമായ ഈ പാർട്ടിയാണ് അർജന്റീനയിലെ ആദ്യത്തെ രാഷ്ട്രീയ പാർട്ടി. മരപ്പണിക്കാരന്റെ മകളായിരുന്നു ബെർഗോളിയോയുടെ അമ്മ റെജീന. വൈദികനാകാനുള്ള തീരുമാനം മകൻ അറിയിച്ചപ്പോൾ കഠിനമായി എതിർത്തയാളാണ് ഈ അമ്മ.

ഡെർട്ടി വാർ

ജുവാൻ പെറോണിന്റെ മരണശേഷം അർജന്റീനയിൽ അദ്ദേഹത്തിന്റെ പത്നി ഇസബെൽ പെറോൺ പ്രസിഡന്റായി. 1976 മാർച്ച് 24 ന് സി ഐ എ പിന്തുണയോടെ ജനറൽ ജോർജ് വിഡേലയുടെ നേതൃത്വത്തിൽ അരങ്ങേറിയ വിജയകരമായ സൈനിക അട്ടിമറിയിൽ ഇസബെൽ പെറോൺ നിഷ്കാസിതയായി. സൈനിക ഏകാധിപതികൾക്കൊപ്പമായിരുന്നു ബെർഗോളിയോ നേതൃത്വം നല്കിയിരുന്ന അർജന്റീനയിലെ കത്തോലിക്കാ സഭ എന്ന ആക്ഷേപമുണ്ട്. ഡെർട്ടി വാർ എന്നറിയപ്പെടുന്ന യുദ്ധത്തിന് അദ്ദേഹം നേരിട്ട് പിന്തുണ നല്കിയിരുന്നതായും വിപ്ലവകാരികളായ നിരവധി യുവവൈദികരുടെ അറസ്റ്റിനും പീഡനത്തിനും പലരുടെയും തിരോധാനത്തിനും അദ്ദേഹത്തിന്റെ നിലപാടുകൾ സഹായകമായതായും വിമർശനമുണ്ടായി. ചേരികളിൽ പ്രവർത്തിച്ചിരുന്ന രണ്ട് ജസ്യൂട്ട് വൈദികരായിരുന്നു ഓർലാണ്ടോ യോറിയോയും ഫ്രാൻസിസ്കോ ജാലിക്സും. ഹംഗറിയിൽ നിന്നെത്തിയ ജെസ്യൂട്ട് മിഷണറിയായിരുന്നു ജാലിക്സ്. ബ്യൂണസ് ഐറിസിൽ അദ്ദേഹം ഫ്രാൻസിസ്കോ എന്നറിയപ്പെട്ടു. 1976 മെയ് 23 ന് അവരെ കാണാതായി. കാണാതായി എന്നു പറഞ്ഞാൽ പൊലീസിന്റെ പിടിയിലായി എന്നാണർത്ഥം. കമ്യൂണിസ്റ്റ് ഗറിലകളെ സഹായിക്കുന്നുവെന്ന കുറ്റം ചുമത്തി പിടിയിലായ ഇരുവരും ആറു മാസം ക്രൂരമായ പീഡനത്തിനിരയായി. ബെർഗോളിയോ തന്നെയാണ് അവരെ ഏകാധിപതികളുടെ പൊലീസിന് ഏല്പിച്ചുകൊടുത്തതെന്ന ഗുരുതരമായ ആരോപണത്തിനു വ്യാപകമായ പ്രചാരം ലഭിച്ചു. പിടിച്ചുകൊടുത്തത് അഥവാ അദ്ദേഹമല്ലെങ്കിലും രണ്ടു വൈദികരെയും സംരക്ഷിക്കുന്നതിൽ അദ്ദേഹം പരാജയപ്പെട്ടുവെന്ന ആക്ഷേപമുണ്ടായി. പിന്നീടുണ്ടായ അന്വേഷണങ്ങളിൽ ബെർഗോളിയോ പൂർണ്ണമായും ആരോപണമുക്തനായി. തടവിലെ പീഡനത്തിൽനിന്ന് രണ്ടു വൈദികരെയും മോചിപ്പിക്കുന്നതിന് ബെർഗോളിയോ രഹസ്യത്തിൽ പ്രവർത്തിക്കുകയായിരുന്നുവെന്ന വിശദീകരണമുണ്ട്. ഏതായാലും അഞ്ച് മാസത്തിനുശേഷം രണ്ട് വൈദികരും മോചിതരായി. ഫാദർ ഓർലാണ്ടോ യോറിയോ 2000 ൽ മരിച്ചു. ഫാദർ ജാലിക്സിന് അന്നത്തെ തന്റെ പ്രൊവിൻഷ്യൽ സുപ്പീരിയറിനെക്കുറിച്ച് ആക്ഷേപമില്ല. ആംനെസ്റ്റി ഇന്റർനാഷണലിന്റെ അർജന്റീനിയൻ ഫയലിൽ ബെർഗോളിയോ എന്ന പേരില്ല.

രണ്ടാം ലോകമഹായുദ്ധകാലത്ത് ഹിറ്റ്ലറെയും മുസോളിനിയെയും

പിന്തുണച്ചുവെന്ന ആക്ഷേപം പന്ത്രണ്ടാം പീയൂസ് മാർപാപ്പയ്ക്കെതിരെ ഉണ്ടായിട്ടുണ്ട്. ബെനഡിക്ട് പതിനാറാമനെതിരെയുണ്ടായ ആക്ഷേപം പതിനാല് വയസ്സുള്ളപ്പോൾ അദ്ദേഹം ഹിറ്റ്ലർ യൂത്തിൽ അംഗമായി എന്നതായിരുന്നു. ഹിറ്റ്ലർ യൂത്തിലെ അംഗത്വം അന്ന് എല്ലാ ജർമ്മൻ കുട്ടികൾക്കും നിർബ്ബന്ധമായിരുന്നു. ആരോഗ്യമുള്ള യുവതയുടെ നിർമ്മിതിക്കുവേണ്ടി അനാരോഗ്യമുള്ള കുട്ടികളെ ഉന്മൂലനം ചെയ്യുകയെന്നതും നാത്സികളുടെ പരിപാടിയായിരുന്നു. റാറ്റ്സിംഗറുടെ അടുത്ത ബന്ധുവായ ഒരു പതിനാലുകാരനെ ഡൗൺ സിൻഡ്രമിന്റെ പേരിൽ നാത്സികൾ വെടിവച്ചുകൊന്നതിന്റെ ഞടുക്കത്തിൽനിന്ന് ആ കുടുംബം മോചിതമായിരുന്നില്ല. 1945 ൽ യുദ്ധം അവസാനഘട്ടത്തോടടുക്കുമ്പോൾ റാറ്റ്സിംഗർ ജർമ്മൻ താവളത്തിൽനിന്ന് രക്ഷപ്പെട്ട് സ്വന്തം വീട്ടിലെത്തി. ആ വീട് അപ്പോൾ അമേരിക്കൻ സൈന്യത്തിന്റെ കൈവശമായിരുന്നു. അവിടെ അദ്ദേഹത്തിന് കുറേക്കാലം യുദ്ധത്തടവുകാരനായി കഴിയേണ്ടി വന്നു.

മാർക്സിസ്റ്റ് ഗറില്ലകളും ട്രേഡ് യൂണിയൻ അംഗങ്ങളും ഉൾപ്പെടെയുള്ള ഇടതുപക്ഷ പ്രവർത്തകരെയും ജനാധിപത്യവാദികളെയും ഉന്മൂലനം ചെയ്യുന്നതിന് തീവ്രവലതുപക്ഷമെന്ന് വിശേഷിപ്പിക്കാവുന്ന സൈനികമേധാവികൾ നടത്തിയ പ്രവർത്തനമാണ് ഡെർട്ടി വാർ എന്നറിയപ്പെടുന്നത്. അറസ്റ്റിനെത്തുടർന്ന് അപ്രത്യക്ഷരാകുന്നവരെക്കുറിച്ചുള്ള വിവരം തേടിയ അമ്മമാരും കമ്യൂണിസ്റ്റുകാർക്കൊപ്പം കണക്കാക്കപ്പെട്ടു. സൈനിക ഏകാധിപത്യം ഒൻപത് വർഷം നീണ്ടുനിന്നു. പെറോണിന്റെ കാലത്തെ ഗവർണർമാരെയും ജഡ്ജിമാരെയും പിരിച്ചുവിട്ടു. കോൺഗ്രസും സുപ്രീംകോടതിയും ഇല്ലാതായി. ഭരണഘടന അസാധുവാക്കപ്പെട്ടു. ട്രേഡ് യൂണിയനുകളുടെ പ്രവർത്തനത്തിനും രാഷ്ട്രീയപ്രവർത്തനത്തിനും വിലക്കുണ്ടായി. പത്രങ്ങളും ഇതരമാധ്യമങ്ങളും സെൻസർഷിപ്പിനു വിധേയമായി. ഇന്ത്യയിൽ ഇന്ദിരഗാന്ധിയുടെ അടിയന്തരാവസ്ഥയ്ക്ക് ഏറക്കുറെ സമാനമായ അവസ്ഥ. അക്കാലയളവിൽ കൊല്ലപ്പെട്ടവരുടെ എണ്ണം 19,000. മുപ്പതിനായിരത്തോളം പേർ സൈന്യത്തിന്റെ പിടിയിലായി. അവർ ക്രൂരമായ മർദ്ദനമുറകൾക്ക് വിധേയരായി. നിർവ്വചിക്കാനാവാത്ത ഭയം രാജ്യത്തെ ഗ്രസിച്ചു.

ബെർഗോളിയോസ് ലിസ്റ്റ്

അക്കാലത്ത് ബെർഗോളിയോ അർജന്റീനയിലെ ജസ്യൂട്ടുകളുടെ പ്രൊവിൻഷ്യൽ സുപ്പീരിയർ ആയിരുന്നു. കത്തോലിക്കാ സഭയ്ക്ക് ഔദ്യോഗികമതത്തിന്റെ സ്ഥാനവും പരിവേഷവുമുള്ള അർജന്റീനയിൽ ബെർഗോളിയോ ഏകാധിപതികളുമായി ഐക്യപ്പെട്ടുവെന്ന ആരോപണം വ്യാപകമായുണ്ടായി. എന്നാൽ വസ്തുത മറിച്ചായിരുന്നുവെന്ന് പില്ക്കാലത്ത് വ്യക്തമായി. പള്ളികളുടെയും മഠങ്ങളുടെയും രഹസ്യ ശൃംഖല രൂപപ്പെടുത്തി നിരവധി പേരെ രക്ഷിച്ച സാഹസികമായ

യജ്ഞത്തിലാണ് ബെർഗോളിയോ ഏർപ്പെട്ടിരുന്നതെന്ന് നെല്ലോ സ്കാവോ എഴുതിയ *ബെർഗോളിയോസ്* ലിസ്റ്റ് എന്ന പുസ്തകം തെളിവുകളെ അടിസ്ഥാനമാക്കി സമർത്ഥിക്കുന്നു. രണ്ടാം ലോകമഹായുദ്ധകാലത്ത് നാത്സി കൊലയാളികളിൽനിന്ന് നിരവധി ജൂതരെയും സ്ളാവുകളെയും റഷ്യാക്കാരെയും ജിപ്സികളെയും മറ്റും രക്ഷിച്ച അജ്ഞാതരായ വ്യക്തികളുടെ ധീരോദാത്തമായ കഥകൾ പുറത്തുവന്നിട്ടുണ്ട്. അക്കൂട്ടത്തിൽ ഓസ്കർ ഷിൻഡ്ലെർ പില്ക്കാലത്ത് പ്രസിദ്ധനായി. നാത്സികളുമായി നല്ല അടുപ്പത്തിലായിരുന്ന ഷിൻഡ്ലെർ ആയിരത്തിലേറെ ജൂതരെ ആ സ്വാധീനമുപയോഗിച്ച് രക്ഷപ്പെടുത്തി. അദ്ദേഹത്തിന്റെ സാഹസികതയെ ആസ്പദമാക്കി തോമസ് കെനീല്ലി എഴുതിയ *ഷിൻഡ്ലേഴ്സ് ലിസ്റ്റ്* എന്ന പുസ്തകവും അതിനെ ആസ്പദമാക്കി സ്റ്റീവൻ സ്പീൽബെർഗ്ഗ് സംവിധാനം ചെയ്ത സിനിമയുമാണ് പ്രസിദ്ധിക്ക് കാരണമായത്. സ്കാവോയുടെ പുസ്തകത്തിന്റെ പേര് ഈ പശ്ചാത്തലത്തിലുണ്ടായതാണ്. പിടിക്കപ്പെട്ട നൂറു പേരെയെങ്കിലും ഫാദർ ബെർഗോളിയോ രക്ഷപ്പെടുത്തി. പലരും പിടിക്കപ്പെടാതിരിക്കാൻ അദ്ദേഹത്തിന്റെ സഹായമുണ്ടായി.

കാരണം എന്തായാലും ബെർഗോളിയോ ജെസ്യൂട്ടുകൾക്ക് അത്ര പ്രിയങ്കരനായിരുന്നില്ല. സെന്റ് പീറ്റേഴ്സ് ബസിലിക്കയുടെ ബാൽക്കണിയിൽനിന്ന് ഹബേമൂസ് പാപ്പാം (നമുക്കൊരു പാപ്പയുണ്ടായി) എന്ന പ്രഖ്യാപനത്തിനൊപ്പം സെന്റ് പീറ്റേഴ്സിലെയും തുടർന്ന് റോമിലെ എല്ലാ ദേവാലയങ്ങളിലെയും മണികൾ മുഴങ്ങിയപ്പോഴും ഈശോസഭയുടെ വത്തിക്കാനിലെ ആസ്ഥാന മന്ദിരം നിശബ്ദതയിലായിരുന്നു. ആദ്യത്തെ ജെസ്യൂട്ട് പാപ്പയെ എതിരേല്ക്കാൻ സെന്റ് പീറ്റേഴ്സ് ചത്വരത്തിനു തൊട്ടടുത്ത് ബോർഗോ സാന്തോ സ്പിരിത്തോയിലുള്ള കാസ ജനറലിസിയ ഉണർന്നില്ല. അവിടെ വിളക്കുകൾ തെളിയുകയോ മണി മുഴങ്ങുകയോ ചെയ്തില്ല. ഇതുതന്നെയായിരുന്നു ലോകമെങ്ങുമുള്ള ഇരുപതിനായിരത്തോളം വരുന്ന ജെസ്യൂട്ടുകളുടെ മാനസികാവസ്ഥ. ബിഷപ്പെന്ന നിലയിൽ റോമിലെത്തുമ്പോഴും ബെർഗോളിയോ കാസ ജനറലിസയിൽ താമസിച്ചിരുന്നില്ല. 1973 ൽ മുപ്പത്തിയാറാമത്തെ വയസ്സിൽ ജെസ്യൂട്ട് ചരിത്രത്തിലെ ഏറ്റവും പ്രായം കുറഞ്ഞ പ്രൊവിൻഷ്യൽ ആയിത്തീർന്ന ആളിന്റെ അവസ്ഥയാണിത്. മാർപാപ്പയായപ്പോൾ ക്ലെമന്റ് എന്ന പേര് ബെർഗോളിയോയ്ക്ക് അനുയോജ്യമായിരിക്കുമെന്ന് ചിലർ കരുതിയത് ഈ പശ്ചാത്തലത്തിലായിരുന്നു. താൻതന്നെ ക്ലെമന്റ് പതിനഞ്ചാമൻ എന്ന പേരിനെക്കുറിച്ച് ആലോചിച്ചതായി മാദ്ധ്യമപ്രവർത്തകരോട് സംസാരിക്കവേ നർമ്മരൂപത്തിൽ ഫ്രാൻസിസ് മാർപാപ്പ പറഞ്ഞു. ഈശോസഭയെ അടിച്ചമർത്തി നാമാവശേഷമാക്കിയ മാർപാപ്പയായിരുന്നു ക്ലെമന്റ് പതിന്നാലാമൻ. 1773 ലായിരുന്നു അത്. 1767 ൽ സ്പെയിനും തുടർന്ന് പല യൂറോപ്യൻ രാജ്യങ്ങളും ജസ്യൂട്ടുകളെ നിഷ്കാസനം ചെയ്തു. റഷ്യയിലെ കാതറൈൻ രാജ്ഞി മാത്രമാണ് പേപ്പൽ കല്

പന അനുസരിക്കാതെ ജസ്യൂട്ടുകൾക്ക് സംരക്ഷണവും പ്രവർത്തനസ്വാതന്ത്ര്യവും നല്കിയത്. 1814 ലാണ് ഈശോസഭയ്ക്ക് പുനർജ്ജന്മമുണ്ടായത്.

അത്ര സുഖകരമല്ലാത്ത സാഹചര്യങ്ങളിലാണ് ബെർഗോളിയോ ഈശോസഭയുടെ പ്രൊവിൻഷ്യൽ ആയത്. അമേരിക്കയും സോവിയറ്റ് യൂണിയനും തമ്മിലുള്ള ശീതയുദ്ധം മൂർദ്ധന്യാവസ്ഥയിൽ നില്ക്കുന്ന കാലം. ലാറ്റിൻ അമേരിക്കയിലെമ്പാടും ഏകാധിപത്യഭരണകൂടങ്ങൾ കൊടികുത്തി വാഴുന്നു. മാർക്സിസത്തിന്റെ സ്വാധീനത്തിൽ ഗറില്ലകൾ ഏകാധിപതികൾക്കെതിരെ സമരമുഖങ്ങൾ തുറക്കുന്നു. കത്തോലിക്കാ സഭയോട് വിട പറഞ്ഞ് യുവവൈദികർ പാവങ്ങൾക്കൊപ്പം ചേരുകയോ വിപ്ലവകാരികൾക്കൊപ്പം ആയുധമെടുക്കുകയോ ചെയ്യുന്നു. ഈ അന്തരീക്ഷവുമായി പൊരുത്തപ്പെടാൻ ബെർഗോളിയോയ്ക്ക് സാധിച്ചില്ല.

അക്രമത്തിനും സായുധവിപ്ലവത്തിനും എതിരെയുള്ള കത്തോലിക്കാ സഭയുടെ നിലപാട് പ്രഖ്യാപിച്ച പോൾ ആറാമന്റെ 'ഇവാഞ്ചലി നുൺടിയാന്ദി' എന്ന ചാക്രികലേഖനം ബെർഗോളിയോയുടെ ചിതറുന്ന ചിന്തകൾക്ക് പരിഹാരമായി. ദരിദ്രരോടുള്ള അനുകമ്പയിൽ മനസ്സ് ആർദ്രമാകുമ്പോഴും ക്രൈസ്തവ സന്ദേശത്തിന് സാമൂഹ്യനീതിയിൽ അധിഷ്ഠിതമായി കത്തോലിക്കാ വൈദികർ നല്കിക്കൊണ്ടിരുന്ന മാർക്സിസ്റ്റ് വ്യാഖ്യാനത്തോട് പോൾ മാർപാപ്പയ്ക്ക് യോജിപ്പുണ്ടായിരുന്നില്ല. ആ വൈദികരിൽ പലരും ലാറ്റിൻ അമേരിക്കയിലെ ജെസ്യൂട്ടുകളായിരുന്നു. പോളിനുശേഷം ജോൺ പോൾ രണ്ടാമൻ കത്തോലിക്കാ യാഥാസ്ഥിതികത്വത്തിന്റെ പ്രതിനിധിയായ കാർഡിനൽ റാറ്റ്സിംഗറുടെ സഹായത്തോടെ വിമോചന ദൈവശാസ്ത്രത്തിനെതിരെ ശക്തമായ പ്രതിരോധം സൃഷ്ടിച്ചു. ഈശോസഭയിലെ പ്രതികരണം ശക്തമായിരുന്നു. സഭയിൽനിന്ന് വിഘടിച്ച് യഥാർത്ഥ ഈശോസഭ രൂപീകരിക്കണമെന്ന ആശയവും ശക്തമായി. ഈ ദുർഘടസന്ധിയിൽ പ്രൊവിൻഷ്യൽ എന്ന നിലയിൽ ബെർഗോളിയോ സ്വീകരിച്ച ഉറച്ച നിലപാടുകളും കടുത്ത നടപടികളുമാണ് അദ്ദേഹത്തെക്കുറിച്ചുള്ള മതിപ്പിൽ ഇടിവ് വരുത്തിയത്. ലോകമെങ്ങും ഒരു ഘട്ടത്തിൽ പ്രതീക്ഷയോടെ പ്രഘോഷിതമായ വിമോചന ദൈവശാസ്ത്രത്തിന്റെ പ്രയോക്താവോ പ്രചാരകനോ ആയിരുന്നില്ല ബെർഗോളിയോ. വിമോചന ദൈവശാസ്ത്രത്തിന്റെ അർജന്റീനിയൻ ഭാഷ്യമാണ് ജനകീയ ദൈവശാസ്ത്രം. അതാണ് ബെർഗോളിയോയെ സ്വാധീനിച്ചത്.

അസാധാരണമായ സാഹചര്യങ്ങളിലും സ്വാധീനങ്ങളിലുമാണ് ബെർഗോളിയോ വളർന്നത്. ചെറുപ്പത്തിൽ അദ്ദേഹം ജോലി ചെയ്തിരുന്ന ലബോറട്ടറിയിലെ മേൽനോട്ടക്കാരി എസ്തർ ബാലസ്ട്രീനോ ഡികരീഗായിൽനിന്ന് തൊഴിലിന്റെ മാഹാത്മ്യത്തെക്കുറിച്ചുള്ള പാഠങ്ങൾ അദ്ദേഹത്തിനു ലഭിച്ചു. ചെയ്യുന്നതെന്തായാലും അത് ഗൗരവത്തോടെ ചെയ്യുന്ന ശീലം ബെർഗോളിയോയ്ക്കുണ്ടായി. പരാഗ്വയിൽനിന്നുള്ള

കമ്യൂണിസ്റ്റ് സഹയാത്രികയായിരുന്നു എസ്തർ. പരാഗ്വയിലെ ഏകാധിപത്യത്തിന്റെ നാളുകളിൽ എസ്തറിന്റെ മകളും മകളുടെ ഭർത്താവും തട്ടിക്കൊണ്ടുപോകപ്പെട്ടു. പിന്നീട് രണ്ട് ഫ്രഞ്ച് കന്യാസ്ത്രീകൾക്കൊപ്പം എസ്തറിനെയും തട്ടിക്കൊണ്ടുപോയി. സൈന്യം എസ്തറിനെ വധിച്ചു. അനുഭവത്തിലൂടെയും അനുഭവസാക്ഷ്യങ്ങളിലൂടെയും കമ്യൂണിസം എന്തെന്നറിയുന്നതിനുള്ള അവസരങ്ങൾ ബെർഗോളിയോയ്ക്ക് ധാരാളം ഉണ്ടായിട്ടുണ്ട്.

വിപ്ലവത്തിന്റെയും വിപ്ലവകാരികൾക്കടുത്ത രീതിയിൽ പ്രണയത്തിന്റെയും അനുഭവങ്ങൾ ബെർഗോളിയോയ്ക്കുണ്ട്. അയൽക്കാരിയായ അമേലിയ ഡാമോന്റിയോടുള്ള അനുരാഗം ബെർഗോളിയോ പ്രകടിപ്പിക്കുമ്പോൾ അവൾക്ക് വയസ്സ് പന്ത്രണ്ടായിരുന്നു. പ്രണയാഭ്യർത്ഥന സ്വീകരിക്കപ്പെടുന്നില്ലെങ്കിൽ സെമിനാരിയിൽ ചേരുമെന്നായിരുന്നു ബെർഗോളിയോയുടെ ഭീഷണി. ബെർഗോളിയോ എഴുതിയ പ്രണയലേഖനം അമേലിയയുടെ വീട്ടിൽ കണ്ടുപിടിക്കപ്പെട്ടതോടെ സാധാരണ കഥകളിലെന്നപോലെ പ്രണയം വീട്ടുകാർ അവസാനിപ്പിച്ചു. “അതു നന്നായി. അതുകൊണ്ട് അദ്ദേഹം ഇന്ന് മാർപാപ്പയായി” — പരിഭവമില്ലാതെ അമേലിയ പറഞ്ഞു. അമേലിയയോടുണ്ടായ പ്രണയം ബെർഗോളിയോ മാർപാപ്പയായപ്പോൾ മാധ്യമങ്ങളിൽ വാർത്തയായെങ്കിലും അമേലിയയ്ക്കുശേഷമുള്ള പ്രണയകഥയിലെ നായിക ആരെന്ന് വെളിപ്പെടുത്തിയിട്ടില്ല. അതെങ്ങനെ അവസാനിച്ചു? “അപ്പോഴേക്കും എന്റെ ദൗത്യം ഞാൻ കണ്ടെത്തിക്കഴിഞ്ഞിരുന്നു” — ബെർഗോളിയോ പറയുന്നു.

ജോൺ പോൾ രണ്ടാമനെപ്പോലെ പ്രായപൂർത്തിയായതിനുശേഷം സെമിനാരിയിൽ പ്രവേശിച്ചയാളാണ് ഫ്രാൻസിസ്. സെമിനാരിയിലും സ്ത്രീസൗഹൃദങ്ങളും ഓർമ്മകളും അദ്ദേഹം സൂക്ഷിച്ചു. ഒരു വിവാഹവേളയിൽ കാണാനിടയായ യുവതി ബെർഗോളിയോ എന്ന വൈദികവിദ്യാർത്ഥിയെ വല്ലാതെ ആകർഷിച്ചു. അവളുടെ സൗന്ദര്യവും പ്രസരിപ്പും ബെർഗോളിയോയുടെ മനസ്സിൽ തങ്ങിനിന്നു. ഒരാഴ്ച പ്രാർത്ഥിക്കാൻ പോലും കഴിഞ്ഞില്ലെന്ന് അദ്ദേഹം *ഓൺ ഹെവൻ ആൻഡ് എർത്ത്* എന്ന പുസ്തകത്തിൽ എഴുതിയിട്ടുണ്ട്. പ്രാർത്ഥിക്കാൻ കണ്ണടയ്ക്കുമ്പോൾ അവളുടെ രൂപമാണ് തെളിഞ്ഞിരുന്നത്. വേണമെങ്കിൽ ബെർഗോളിയോയ്ക്ക് ആ ഘട്ടത്തിൽ സെമിനാരിയിൽനിന്ന് പിരിയാമായിരുന്നു. അദ്ദേഹം അതേക്കുറിച്ചും ആലോചിച്ചു. ഒടുവിൽ അവിടെത്തന്നെ തുടരാൻ തീരുമാനിച്ചു. അങ്ങനെ പാദ്രെ ജോർജും ഒടുവിൽ പോപ്പ് ഫ്രാൻസിസും ഉണ്ടായി.

ഇടയ ദൈവശാസ്ത്രം

വൈദികനാകാൻ തീരുമാനിച്ചപ്പോൾ ഇടവക വൈദികനാകാനായിരുന്നില്ല ബെർഗോളിയോയുടെ തീരുമാനം. ഈശോസഭയിൽ ചേർന്ന് ജെസ്യൂട്ടാകാനാണ് അദ്ദേഹം തീരുമാനിച്ചത്. അദ്ദേഹത്തിന്റെ

വൈഭവവും ആഭിമുഖ്യങ്ങളും അതിന് അനുയോജ്യമായിരുന്നു. ബസിലിക്കകളിലെ സുരക്ഷിതജീവിതമല്ല ചേരികളിലെ അപകടകരമായ ജീവിതമാണ് വിപ്ലവാഭിമുഖ്യമുള്ള ബെർഗോളിയോ തിരഞ്ഞെടുത്തത്. കോൺക്ലേവിന്റെ തീരുമാനം സ്വീകരിച്ചുകൊണ്ട് അദ്ദേഹം ഫ്രാൻസിസ് എന്ന പേര് സ്വീകരിച്ചപ്പോൾ പല കർദ്ദിനാൾമാരും ഓർത്തത് ഈശോസഭയുടെ സ്ഥാപകരിലൊരാളായ ഫ്രാൻസിസ് സേവ്യറിനെയായിരുന്നു. പതിനാറാം നൂറ്റാണ്ടിൽ ഇന്ത്യയിൽ ജസ്യൂട്ട് മിഷനറിയായെത്തി ചൈനയിൽ വധിക്കപ്പെട്ടയാളാണ് വിശുദ്ധനായ ഫ്രാൻസിസ് സേവ്യർ. പതിനാറാം നൂറ്റാണ്ടിൽത്തന്നെ ജീവിച്ചിരുന്ന മറ്റൊരു വിശുദ്ധനായിരുന്നു ഫ്രാൻസിസ് ഡി സാലെസ്. ജനീവയിലെ ബിഷപ്പായിരുന്ന സാലെസിന്റെ പേരിലാണ് സലേഷ്യൻ സഭ അറിയപ്പെടുന്നത്. എഴുത്തുകാരുടെയും പത്രപ്രവർത്തകരുടെയും മദ്ധ്യസ്ഥനാണ് ഫ്രാൻസിസ് സാലെസ്. എന്നാൽ കാർഡിനൽ ബെർഗോളിയോ നമിച്ചത് അസീസിയിലെ നിസ്വനും പരിത്യാഗിയുമായ പുണ്യവാളനെയായിരുന്നു. ഇറ്റലിയുടെ മദ്ധ്യസ്ഥനായ വിശുദ്ധ ഫ്രാൻസിസ്. ബെർഗോളിയോയുടെ ജീവിതവും ദർശനവുമായി ചേർന്നുപോകുന്ന പേരായി അത്.

തകർന്നുകിടക്കുന്ന എന്റെ ഭവനം നന്നാക്കിയെടുക്കുക എന്ന വാക്കുകൾ മൂന്നു പ്രാവശ്യം കേട്ടതോടെയാണ് അസീസിയിലെ ധനികവ്യാപാരിയുടെ പുത്രനായിരുന്ന ഫ്രാൻസിസ് 1205 ൽ എല്ലാം ഉപേക്ഷിച്ച് സന്ന്യാസിയായത്. പോപ്പ് ഫ്രാൻസിസ് ഏറ്റെടുത്തത് തകർന്ന സഭയെ അല്ല. പക്ഷേ, അദ്ദേഹം ഏറ്റെടുത്തത് പ്രതിസന്ധികളുടെ നടുക്കടലിലായ സഭയെ ആയിരുന്നു. യൂറോപ്പിലും അമേരിക്കയിലും ക്രൈസ്തവാധിപത്യമുള്ള പ്രദേശങ്ങളും ജനതകളും ആത്മീയതയുടെ മൂല്യങ്ങൾ മറന്ന് ഭൗതികതയിൽ അഭിരമിക്കുന്ന കാലം. ദൈവവിളി കുറയുകയും ദേവാലയങ്ങൾ ശൂന്യമായിക്കൊണ്ടിരിക്കുകയും ചെയ്യുന്ന കാലം. വിട്ടുവീഴ്ചകളില്ലാത്ത പണ്ഡിതനും സൈദ്ധാന്തികനുമായിരുന്നു ബെനഡിക്ട്. പക്ഷേ, കാര്യങ്ങൾ അദ്ദേഹത്തിന്റെ നിയന്ത്രണത്തിൽ നിന്നില്ല. ഡാൻ ബ്രൗൺ നോവലുകളിൽ വിവരിക്കുന്ന റോമൻ കൂരിയ ഇറ്റാലിയൻ ഉപജാപങ്ങളുടെയും ഗൂഢനീക്കങ്ങളുടെയും കേന്ദ്രമായിരുന്നു. ജോൺ പോൾ രണ്ടാമന്റെ രോഗാതുരമായ അന്ത്യകാലം വത്തിക്കാനിൽ ജീർണ്ണതയുടെ തുടക്കമായി. ബെനഡിക്ടിന് അത് നന്നാക്കാൻ കഴിഞ്ഞില്ല. അതുകൊണ്ട് ഫ്രാൻസിസ് എന്ന പേരു കേട്ടപ്പോൾ പലരും ഞെട്ടി. ദൈവത്തിന്റെ ഭവനം നന്നാക്കുകയെന്ന നിർദ്ദേശം അഭിനവ ഫ്രാൻസിസിനും കിട്ടിയിട്ടുണ്ടാകുമോ?

ഫ്രാൻസിസ് എന്ന പേര് പരിവർത്തനത്തിന്റെ രേഖയായി. മാറ്റം പ്രകടവും അനിവാര്യവുമായി.

ഹബേമൂസ് പാപ്പാം പ്രഖ്യാപനത്തിനുശേഷം, പോപ്പിനെ തെരഞ്ഞെടുത്ത 114 കർദ്ദിനാൾമാർ കാസാ സാന്താ മർത്തയിലേക്കുള്ള ബസ് കാത്തുനില്ക്കുമ്പോൾ വത്തിക്കാൻ സിറ്റി സ്റ്റേറ്റിനെ സൂചിപ്പി

ക്കുന്ന എസ് സി വി നമ്പർ പ്ലേറ്റുള്ള കറുത്ത ലിമോസിൻ അവരുടെ അടുത്തു വന്നു. പുതിയ പോപ്പിനുവേണ്ടി തുറന്ന വാതിൽ അദ്ദേഹം കയറാതെതന്നെ അടയ്ക്കേണ്ടി വന്നു. അത്തരം കാറുകൾ എഴുപത്തിയാറുകാരനായ അർജൻടൈൻ പോപ്പിന് പരിചയമുള്ളതല്ല. മറ്റ് കർദ്ദിനാൾമാർക്കൊപ്പം പുതിയ പോപ്പ് ബസിൽ കാസാ സാന്താ മർത്തയിലേക്ക് യാത്രയായി.

ഫ്രാൻസിസ് എന്ന പേരിനു ശേഷമുള്ള പ്രധാനപ്പെട്ട പ്രഖ്യാപനമായിരുന്നു ആ ബസ് യാത്ര.

ബെർഗോളിയോയുടെ നർമ്മം പ്രസിദ്ധമാണ്. മാർപാപ്പയായി തിരഞ്ഞെടുക്കപ്പെട്ടതിനുശേഷം കാസ സാന്താ മർത്തയിൽ അത്താഴത്തിനിരുന്നപ്പോൾ അദ്ദേഹം കർദ്ദിനാൾമാരോടു പറഞ്ഞു: "ദൈവം നിങ്ങളോടു പൊറുക്കട്ടെ. നിങ്ങൾ എന്താണ് ചെയ്തതെന്ന് നിങ്ങൾ അറിയുന്നില്ല." പിറ്റേന്ന് രാവിലെ ഇന്ത്യയിൽ നിന്നുള്ള കാർഡിനൽ ടെലസ്ഫോർ ടോപ്പോ പുതിയ പോപ്പിനെ കണ്ടുമുട്ടിയപ്പോൾ വിനയാന്വിതനായി പറഞ്ഞു: "ഗുഡ് മോർണിങ്, ഹോളി ഫാദർ!" ഉടനുണ്ടായി പ്രതികരണം: "ഗുഡ് മോർണിങ്, ഹോളി സൺ."

റോമിൽ നാല് പേപ്പൽ ബസിലിക്കകളുണ്ട്. റോമിൽ വരുമ്പോഴൊക്കെ അവയിലൊന്നിൽ ബെർഗോളിയോ പതിവായി പോകുമായിരുന്നു. അർജൻടൈൻ എംബസിയുടെ അടുത്തുള്ള ബസിലിക്കയിലേക്ക് പോപ്പ് ഫ്രാൻസിസ് ആരുടെയും ശ്രദ്ധ ആകർഷിക്കാതെയെത്തി. ഔദ്യോഗിക വാഹനം അപ്പോഴും അദ്ദേഹം ഉപയോഗിച്ചില്ല. അവിടെനിന്ന് കാസാ ഇന്റർനാഷണാലെയിലേക്ക്. കോൺക്ലേവിനെത്തിയപ്പോൾ അദ്ദേഹം അവിടെയാണ് താമസിച്ചത്. ഒരു സാധാരണ താമസക്കാരനെപ്പോലെ അദ്ദേഹം ബില്ലടച്ചു; മുറിയൊഴിഞ്ഞു. ഓരോരുത്തരായി എല്ലാവരോടും യാത്ര പറഞ്ഞു. അവസാനമായി അദ്ദേഹത്തിന്റെ പ്രാർത്ഥന: "പ്രേ ഫോർ മി."

ഹബേമൂസ് പാപ്പാം പ്രഖ്യാപനത്തിനായി സെന്റ് പീറ്റേഴ്സ് ബസിലിക്കയുടെ സെൻട്രൽ ബാൽക്കണിയിലേക്ക് വരുന്നതിനുമുമ്പേ ഫ്രാൻസിസ് ടെലഫോൺ വിളി തുടങ്ങിയിരുന്നു. ആദ്യത്തെ വിളി സ്വാഭാവികമായും പോപ്പ് ഇമിരിറ്റസ് ബെനഡിക്ടിനെത്തന്നെ. സ്ഥാനമൊഴിഞ്ഞശേഷം അദ്ദേഹം കാസ്റ്റൽ ഗണ്ടോൾഫോയിൽ സ്വകാര്യമായി കഴിയുകയായിരുന്നു. പക്ഷേ, ടെലിവിഷനിൽ അദ്ദേഹം എല്ലാം കാണുന്നുണ്ടായിരുന്നു.

പിന്നീട് കാസാ സാന്താ മർത്തയിലെ മുറിയിലിരുന്ന് അദ്ദേഹം ബ്യൂണസ് ഐറിസിലെ നിരവധി പേരെ വിളിച്ചു. പത്രവിതരണക്കാരനെ വിളിച്ച് ഇനി പത്രം വേണ്ടെന്നു വരെ പറഞ്ഞു. പലരും ആ വിളികൾ ആരുടെയോ തമാശയായി മാത്രം കരുതി. പോപ്പ് സാധാരണക്കാരെ നേരിട്ട് വിളിക്കുമെന്ന് അവർക്ക് വിശ്വസിക്കാനായില്ല.

സാമൂഹ്യനീതി ഫ്രാൻസിസ് പാപ്പയുടെ മാനിഫെസ്റ്റോയിലെ

മുഖ്യ ഇനമാണ്. വ്യക്തിയുടെ അന്തസ്സ് പരമപ്രധാനമാണ്. അപരന്റെ അന്തസ്സിനെ നിഷേധിക്കുന്നവൻ ക്രിസ്തുവിനെ നിഷേധിക്കുന്നു. അത് അദ്ദേഹത്തിന്റെ വീക്ഷണത്തിൽ ഗുരുതരമായ പാപമാണ്. കെമിസ്ട്രി പഠിച്ച പാപ്പയുടെ വിശ്വാസം സ്നേഹത്തിന്റെ രസതന്ത്രത്തിലാണ്. മൗലികമായ നിലപാടുകളിൽ അദ്ദേഹം ഒത്തുതീർപ്പിനോ വിട്ടുവീഴ്ചയ്ക്കോ തയ്യാറാകുന്നില്ല. അതുകൊണ്ട് ഈശോസഭയിൽ ഒരു വിഭാഗം ജെസ്യൂട്ടുകൾ ഉയർത്തിയ കലാപത്തെയും നവീകരണത്തെയും അദ്ദേഹം ചെറുത്തു. പോപ്പ് ഫ്രാൻസിസിന് കത്തോലിക്കാ സഭയിലെ ഗോർബച്ചേവ് ആകാൻ കഴിയില്ല. അതുകൊണ്ട് വിമോചന ദൈവശാസ്ത്രം പഠിപ്പിക്കുകയും പ്രവർത്തിക്കുകയും ചെയ്ത വിപ്ലവകാരികൾക്കൊപ്പം അദ്ദേഹം ഉണ്ടായില്ല. അദ്ദേഹം പാദ്രെ ജോർജ് ആയിരുന്നപ്പോഴും പോപ്പ് ഫ്രാൻസിസ് ആയിരിക്കുമ്പോഴും ഇടയനാണ്. യേശു സ്വയം വിശേഷിപ്പിച്ച നല്ല ഇടയൻ. കാണാതാകുന്ന ആടിനെ തിരയുന്ന ഇടയൻ. ആടുകളുടെ ഗന്ധമുള്ള ഇടയൻ. ബെത്‌ലെഹേമിലെ ദിവ്യദർശനത്തിനുശേഷം ആടുകളുടെ കൂട്ടത്തിലേക്ക് തിരിച്ചുപോയ ഇടയരെപ്പോലെയാണ് ഫ്രാൻസിസ് പാപ്പ. അദ്ദേഹം പിന്തുടരുന്നത് ഇടയ ദൈവശാസ്ത്രമാണ്. പാസ്റ്ററൽ തിയോളജി. അത് ലളിതവും സുഗ്രാഹ്യവും അതേസമയം പ്രയാസകരവുമാണ്.

കരുണയുടെ സുവിശേഷം

വത്തിക്കാൻ സംസാരിക്കുമ്പോൾ ലോകം കേൾക്കുന്നു. ശീതയുദ്ധകാലത്തെ വിരുദ്ധ ശബ്ദങ്ങൾക്കിടയിലും മാർപാപ്പയുടെ ശബ്ദം വ്യത്യസ്തമായിരുന്നു. മാർപാപ്പയ്ക്ക് എത്ര ഡിവിഷൻ പട്ടാളമുണ്ടെന്ന നെപ്പോളിയന്റെ ചോദ്യം ആരും അത്ര കാര്യമാക്കിയിട്ടില്ല. പടയണികൾ ഫ്രാൻസിലെ ചക്രവർത്തിമാരെ സഹായിച്ചില്ല. നെപ്പോളിയൻ ചരിത്രമായപ്പോൾ വത്തിക്കാൻ ചരിത്രം സൃഷ്ടിക്കുന്നു. ധാർമ്മികതയുടെ ശക്തിയാണ് വത്തിക്കാനിൽ മാർപാപ്പയുടേത്. മാർപാപ്പ സംസാരിക്കുമ്പോൾ ലോകം ശ്രദ്ധിക്കുന്നത് ധാർമ്മികതയുടെ ശബ്ദം ലോകത്തിന് ആവശ്യമുള്ളതുകൊണ്ടാണ്. ലോകം കേൾക്കാൻ ആഗ്രഹിക്കുന്ന ശബ്ദമാണത്.

ചാക്രികലേഖനങ്ങളിലൂടെ മാർപാപ്പ ഔപചാരികമായി സംസാരിക്കുന്നു. കൈമാറുന്നത് എന്ന അർത്ഥത്തിലാണ് എൻസൈക്ലിക്കൽ അഥവാ ചാക്രികലേഖനം എന്ന പേരുണ്ടായത്. 1740 ൽ ബെനഡിക്ട് പതിനാലാമൻ പാപ്പയാണ് ഇന്ന് കാണുന്ന രീതിയിലുള്ള ചാക്രികലേഖനം ആദ്യമായി പ്രസിദ്ധപ്പെടുത്തിയത്. ലിബി പ്രീമും എന്ന പേരിലായിരുന്നു അത്. ലത്തീനിലാണ് ചാക്രികലേഖനങ്ങൾ എഴുതുന്നത്. ആദ്യത്തെ രണ്ടു പദങ്ങൾ ചേർത്താണ് ചാക്രികലേഖനം അറിയപ്പെടുന്നത്.

സ്വന്തം വിശ്വാസിസമൂഹത്തോട് ലേഖനങ്ങളിലൂടെ സംസാരിക്കുന്ന രീതി സെന്റ് പോളിന്റെ കാലത്തുതന്നെ തുടങ്ങി. റോമാക്കാർക്കും കോറിന്തോസുകാർക്കും ഗലാത്തിയാക്കാർക്കും എഫേസോസുകാർക്കും ഫിലിപ്പിയർക്കും കൊളോസോസുകാർക്കും തെസലോനിക്കാക്കാർക്കും മറ്റും എഴുതിയ ലേഖനങ്ങളിലൂടെയാണ് ക്രിസ്തുമതത്തിന്റെ ദാർശനികമായ അസ്തിവാരം ഭദ്രമായത്. ക്രിസ്തുവിനെ കണ്ടിട്ടില്ലാത്ത പോൾ

ക്രിസ്തുവിനെ വിശ്വസനീയമായ രീതിയിൽ ലോകത്തിനു പരിചയപ്പെടുത്തി. ഇന്നത്തെ ലേഖനകർത്താക്കൾക്കും പോളിന്റെ രചനാരീതി മാതൃകയാക്കാവുന്നതാണ്. ആദ്യപാപ്പയായ പത്രോസിന്റെ ലേഖനങ്ങളും പുതിയ നിയമത്തിന്റെ ഭാഗമാണ്.

ആധുനികകാലത്ത് സാമൂഹികപ്രബോധനത്തിനുള്ള മാധ്യമമായി ചാക്രികലേഖനങ്ങളെ മാർപാപ്പാമാർ കാണുന്നു. 1891 ൽ ലിയോ പതിമൂന്നാമൻ മാർപാപ്പ പ്രസിദ്ധപ്പെടുത്തിയ 'റേരും നൊവാരും' (മുതലും തൊഴിലും) എന്ന ചാക്രികലേഖനം തൊഴിലാളികളുടെ മാഗ്ന കാർട്ടയായി പ്രകീർത്തിക്കപ്പെട്ടു. വ്യവസായവിപ്ലവത്തിന്റെ അനിവാര്യതയായി മൂലധനവും തൊഴിലും തമ്മിലുണ്ടായ സംഘട്ടനത്തിന്റെ പശ്ചാത്തലത്തിൽ തൊഴിലാളികളുടെ ദുരിതപൂർണ്ണമായ ജീവിതത്തിലേക്ക് ലിയോയുടെ ചാക്രികലേഖനം വെളിച്ചം വീശി. മാർക്സും ഡാർവ്വിനും ഫ്രോയ്ഡും ഉയർത്തിയ വെല്ലുവിളികളെ സൈദ്ധാന്തികമായും ദൈവശാസ്ത്രപരമായും പ്രതിരോധിക്കുന്നതിനുള്ള ഉത്തരവാദിത്വത്തോടെയാണ് പീയൂസ് ഒൻപതാമന്റെ പിൻഗാമിയായി 1878 ൽ ലിയോ പതിമൂന്നാമൻ ചുമതലയേറ്റത്. പണ്ഡിതനും പരിണതപ്രജ്ഞനുമായ ലിയോ ഒരു ലിബറൽ കാത്തലിക് ആയിരുന്നില്ല. യൂറോപ്പിൽ അധീശത്വം നേടിത്തുടങ്ങിയ സെക്കുലർ സംസ്കാരവുമായി സഭയെ പൊരുത്തപ്പെടുത്തുകയെന്ന ശ്രമകരമായ ദൗത്യവും അദ്ദേഹത്തിന് ഏറ്റെടുക്കേണ്ടി വന്നു. ബഹുമുഖമായ വെല്ലുവിളികൾക്കു മദ്ധ്യേയാണ് ലിയോയുടെ റേരും നൊവാരും 1891 ൽ പുറത്തുവന്നത്. സാമൂഹികതിന്മകൾ ഉല്പാദിപ്പിക്കുന്ന തെറ്റുകൾ അക്കമിട്ടു വിവരിക്കുന്ന ചാക്രികലേഖനം, പക്ഷേ, പരിഹാരമാർഗ്ഗമായി സോഷ്യലിസത്തെ അംഗീകരിക്കുന്നില്ല. മാർക്സിന്റെ കമ്യൂണിസ്റ്റ് *മാനിഫെസ്റ്റോയും ദാസ് ക്യാപിറ്റ*ലും യൂറോപ്പിന്റെ ബൗദ്ധികമണ്ഡലത്തെ വൻതോതിൽ സ്വാധീനിച്ചു തുടങ്ങിയ കാലമായിരുന്നിട്ടും വർഗ്ഗസമരത്തിനു പകരം പരസ്പരസഹകരണം എന്ന തത്ത്വമാണ് റേരും നൊവാരും മുന്നോട്ടുവച്ചത്. സോഷ്യലിസത്തെ നിരാകരിച്ച ചാക്രികലേഖനം സ്വകാര്യസ്വത്തിന്റെ അലംഘനീയതയെ പ്രഘോഷിച്ചു. അയൽക്കാരന്റെ സ്വത്ത് ആഗ്രഹിക്കുകയോ അപഹരിക്കുകയോ ചെയ്യരുതെന്ന മോശയുടെ പ്രമാണം സ്വകാര്യസ്വത്തിന്റെ സംരക്ഷണത്തിന് ന്യായീകരണമായെങ്കിൽ സ്വകാര്യസ്വത്തിന്റെ നിരാസമായിരുന്നു ആദിമക്രൈസ്തവസഭയുടെ സവിശേഷത. പില്ക്കാലത്ത് വ്യക്തിസ്വാതന്ത്ര്യത്തിന്റെ അനുപേക്ഷണീയമായ ഉപാധിയായി സ്വകാര്യസ്വത്തിനെ കണ്ടുതുടങ്ങി. സ്വകാര്യസ്വത്ത് എന്ന ആശയത്തോടുള്ള നിലപാടിൽ സഭയ്ക്കൊപ്പം ഇടതുപക്ഷവും വ്യത്യസ്തമായ കാരണങ്ങളാൽ ആധുനികകാലത്ത് മാറ്റം വരുത്തി. ഇന്ത്യയിൽ സ്വത്തവകാശം മൗലികാവകാശമല്ലാതാക്കിയ ചരിത്രമുണ്ട്. എന്നാൽ സ്വകാര്യസ്വത്തിന്റെ അനിവാര്യതയെ ഇന്നാരും നിരാകരിക്കുന്നില്ല. സ്വകാര്യസ്വത്തിനെ പൂർണ്ണമായും തിരസ്കരിക്കുന്ന പഴയ സോഷ്യലിസ്റ്റ് നി

ലപാട് ഇന്നത്തെ ഇടതുപക്ഷത്തിന് പൊതുവിലില്ല. സ്വത്തിന്റെ കുത്തകവല്ക്കരണവും അമിതകേന്ദ്രീകരണവും മാത്രമാണ് എതിർക്കപ്പെടുന്നത്.

മാർക്സും ഡാർവ്വിനും ചേർന്ന് വ്യക്തിയെ മതത്തിൽനിന്ന് വേർപെടുത്തി മതനിരപേക്ഷതയുടെ പ്രായോഗികപരിസരങ്ങൾ ശക്തിപ്പെടുത്തിയ കാലത്താണ് ലിയോയുടെ വരവ്. ഉല്പതിഷ്ണുവായ ലിയോ കത്തോലിക്കാ സഭയെ യൂറോപ്പിൽ അതിവേഗം പ്രചാരത്തിലായിക്കൊണ്ടിരുന്ന മതനിരപേക്ഷസംസ്കാരവുമായി പൊരുത്തപ്പെടുത്തി. മദ്ധ്യയുഗങ്ങളുടെ മാനസികമാന്ദ്യത്തിൽനിന്ന് ഉണർത്തി സഭയെ ഇരുപതാം നൂറ്റാണ്ടിലേക്ക് ആനയിച്ച പാപ്പയാണ് ലിയോ. സോഷ്യൽ കാതോലിസിസമെന്ന തത്ത്വശാസ്ത്രത്തിലൂടെ ജനതകളുടെ ജനാധിപത്യപരമായ ഉണർവ്വിനൊപ്പം നീങ്ങാൻ അദ്ദേഹം സഭയെ പര്യാപ്തമാക്കി. സോഷ്യൽ കാതോലിസിസത്തിന്റെ മാഗ്ന കാർട്ടയായും റേരും നൊവാരും അറിയപ്പെടുന്നു. സാമൂഹ്യനീതിക്കുവേണ്ടിയുള്ള പോരാട്ടത്തിൽ വിശ്വാസികളെ സജ്ജരാക്കുന്ന പ്രവൃത്തിയായിരുന്നു അത്. പക്ഷേ, മാർക്സിയൻ സോഷ്യലിസത്തിന്റെ പ്രചാരം തടയുന്നതിന് ലിയോയുടെ പ്രവർത്തനങ്ങൾ പര്യാപ്തമായില്ല. യൂറോപ്പിനെ ഗ്രസിച്ച ഭൂതം അത്ര അനായാസം അപ്രത്യക്ഷമാകുന്നതായിരുന്നില്ല.

അതിനു കാരണമുണ്ടായിരുന്നു. ദാരിദ്ര്യം പ്രാചീനമാണെങ്കിലും അതിന്റെ തോത് അപകടകരമായി വർദ്ധിക്കുന്ന കാഴ്ചയാണ് വ്യവസായവിപ്ലവത്തിനുശേഷം കണ്ടത്. പതിനാറാം നൂറ്റാണ്ടിൽ പട്ടിണിപ്പാവങ്ങൾ എന്നു വിളിക്കാവുന്നവരുടെ എണ്ണം ജനസംഖ്യയുടെ അഞ്ചിലൊന്നായിരുന്നുവെങ്കിൽ പത്തൊൻപതാം നൂറ്റാണ്ടിൽ അത് മൂന്നിലൊന്നായി വർദ്ധിച്ചു. പൂർണ്ണമായ തൊഴിലവസരമുള്ള വിദഗ്ദ്ധനായ തൊഴിലാളിക്കുപോലും മൂന്ന് കുട്ടികളുള്ള കുടുംബത്തെ പോറ്റുന്നതിനുള്ള കൂലി ലഭിച്ചിരുന്നില്ല. പതിനെട്ട് വയസ്സിൽ താഴെയുള്ള ആൺകുട്ടികളും പെൺകുട്ടികളും ചേർന്നതായിരുന്നു തൊഴിലാളികളിൽ പകുതിയിലേറെ. പതിനഞ്ച് മണിക്കൂർവരെ അവർ പണിയെടുത്തിരുന്നു. റൊട്ടിയും ഉരുളക്കിഴങ്ങും വല്ലപ്പോഴും അല്പം കാബേജും ആയിരുന്നു അവരുടെ ഭക്ഷണം. അതിന് വരുമാനത്തിന്റെ 80 ശതമാനം ചെലവാക്കേണ്ടിയിരുന്നു. പണിയില്ലെങ്കിൽ പട്ടിണി മാത്രം. മലവും മൂത്രവും മണക്കുന്ന വൃത്തിഹീനവും ദുരിതപൂർണ്ണവുമായ പരിസരങ്ങളിൽ ഒറ്റമുറികളിലായിരുന്നു അവരുടെ താമസം. ആ ഒറ്റമുറി തന്നെ അപരിചിതരുമായി പങ്കുവയ്ക്കേണ്ടതായ അവസ്ഥയിലായിരുന്നു പലരും.

അപലപനീയമായ സാമൂഹികാവസ്ഥ സൃഷ്ടിച്ച ആകുലതകളിൽനിന്നാണ് സോഷ്യൽ കാതോലിസിസമെന്ന ആശയമുണ്ടായത്. ദരിദ്രരെ മാറ്റിനിർത്തി ദാരിദ്ര്യത്തെക്കുറിച്ച് ചിന്തിക്കണമെന്ന അവസ്ഥയുണ്ടായി. വ്യക്തിപരമായ സഹായവും സഹാനുഭൂതിയും പ്രശ്നത്തിന് പരിഹാരമല്ല. അനിയന്ത്രിതമായ മുതലാളിത്തത്തെ നിയന്ത്രിക്കുന്നതിന്

ഭരണകൂടത്തിന്റെ ഇടപെടൽ അനിവാര്യമാണെന്ന നിലപാടിനൊപ്പം സോഷ്യലിസ്റ്റുകളുടെ ഏകാധിപത്യപ്രവണതയെ പ്രതിരോധിക്കുന്നതിന് സ്വകാര്യസ്വത്തിന്റെ ശാക്തീകരണവും അനിവാര്യമാണെന്ന ചിന്തയുണ്ടായി. മാർക്സും ഏംഗൽസും ചേർന്ന് തുറന്നുവിട്ട ഭൂതത്തെ തടയാൻ ഇത്തരം പ്രബോധനപരമായ ചിന്തകൾക്കായില്ല. വൈരുദ്ധ്യാത്മക ഭൗതികവാദമെന്ന മാർക്സിയൻ സിദ്ധാന്തത്തിൽ അധിഷ്ഠിതമായ സോഷ്യലിസ്റ്റ് പാർട്ടികൾ പല യൂറോപ്യൻ രാജ്യങ്ങളിലും ആവിർഭവിച്ചുതുടങ്ങിയിരുന്നു. വർഗ്ഗസമരത്തോട് വിപ്രതിപത്തി കാണിച്ച കത്തോലിക്കാസഭയിൽനിന്ന് തൊഴിലാളിവർഗ്ഗം അകന്നുതുടങ്ങി. ഈ അകല്ച്ചയെ തടയുന്നതിന് പുരോഗമനപരമായ ആശയങ്ങളുമായി പലരും രംഗത്തെത്തി. ആ ചിന്തകളുടെയും പ്രവർത്തനങ്ങളുടെയും സാരാംശമാണ് ലിയോയുടെ ചാക്രികലേഖനത്തിൽ പ്രതിഫലിച്ചത്. മാർക്സിയൻ സോഷ്യലിസത്തിന്റെ വ്യാപനത്തെ തടയാൻ ചാക്രികലേഖനത്തിനായില്ലെങ്കിലും സോഷ്യൽ കാതോലിസിസത്തിന് പ്രായോഗികതലത്തിൽ രണ്ട് നേട്ടങ്ങളുണ്ടായി: ക്രൈസ്തവ തൊഴിലാളി സംഘടനകളും ക്രിസ്റ്റ്യൻ ഡെമോക്രാറ്റിക് പാർട്ടികളും.

ദിനാന്ത്യത്തിൽ വിളിക്കപ്പെട്ടവർ

ലിയോയുടെ ചാക്രികലേഖനത്തിന്റെ നാല്പതാം വർഷം പീയൂസ് പതിനൊന്നാമൻ മാർപാപ്പ പ്രസിദ്ധീകരിച്ച ചാക്രികലേഖനമാണ് ക്വാദ്രാജെസിമോ അന്നോ (നാല്പതാം വർഷം). 1929 ൽ ആരംഭിച്ച ഗുരുതരമായ സാമ്പത്തികപ്രതിസന്ധിയുടെ പശ്ചാത്തലത്തിൽ എഴുതപ്പെട്ട ഈ ചാക്രികലേഖനം മൂലധനവും തൊഴിലും തമ്മിലുള്ള ബന്ധങ്ങൾ സഹകരണത്തിൽ അധിഷ്ഠിതമായിരിക്കണമെന്ന് ആവർത്തിച്ചു പറഞ്ഞു. ലിയോ പറയാൻ ശ്രമിച്ച കാര്യങ്ങൾ കൂടുതൽ വ്യക്തതയോടെ വിശദീകരിച്ചതിനൊപ്പം ജീവിക്കാനാവശ്യമായ വേതനം എന്ന ആശയം മുന്നോട്ടു വയ്ക്കാനും പീയൂസ് പാപ്പയ്ക്കു കഴിഞ്ഞു. മുതലാളിയുടെ കഴിവല്ല തൊഴിലാളിയുടെ ആവശ്യമാണ് വേതനനിർണ്ണയത്തിന് അടിസ്ഥാനമാകേണ്ടതെന്ന തത്ത്വം വിപ്ലവകരമായിരുന്നു. ദിനാന്ത്യത്തിൽ വിളിക്കപ്പെട്ടവർക്കും ദിനാരംഭത്തിലെത്തിയവർക്കൊപ്പം കൂലി നല്കുന്ന തോട്ടം ഉടമയുടെ കഥ യേശു പറഞ്ഞിട്ടുണ്ട്. തൊഴിലാളിയുടെ മാത്രമല്ല അവന്റെ കുടുംബത്തിന്റെയും ആവശ്യങ്ങൾക്കുതകുന്ന വേതനം എന്ന ആശയം പീയൂസ് പതിനൊന്നാമൻ മുന്നോട്ടുവച്ചത് മുതലാളിയും തൊഴിലാളിയും തമ്മിലുള്ള ബന്ധത്തിൽ അവശ്യം വേണ്ടതായ ആത്മീയതയുടെ അടിസ്ഥാനത്തിലായിരുന്നു. എന്നാൽ ആത്മീയതയില്ലാത്ത മുതലാളിത്തം അതിനു സന്നദ്ധമാവില്ലെന്ന ചരിത്രപരമായ വസ്തുത മാർപാപ്പ ശ്രദ്ധിച്ചില്ല.

ഒന്നാം ലോകമഹായുദ്ധത്തിനുശേഷം യൂറോപ്പിൽ ഉയർന്നുവന്ന സ്വേച്ഛാധിപത്യ ഭരണങ്ങൾക്കെതിരെ പീയൂസ് പതിനൊന്നാമന്റെ പ്രതി

കരണമുണ്ടായി. ഇറ്റലിയിലെ ഫാഷിസ്റ്റ് ഭരണക്രമത്തിനെതിരെയുള്ള പ്രതിഷേധമായിരുന്നു നോൺ അബിയാമോ ബിസോഞ്ഞോ (നമുക്ക് ആവശ്യമില്ല) എന്ന ചാക്രികലേഖനം. പക്ഷേ, ഫാസിസ്റ്റുകൾക്കൊപ്പമോ ഒരുപക്ഷേ, അതിൽ കൂടുതലോ ആയി സോഷ്യലിസ്റ്റുകളും മാർപാപ്പയ്ക്ക് അനഭിമതരായിരുന്നു. ഫാസിസം തകർന്നപ്പോൾ മാർപാപ്പയുടെ പ്രത്യക്ഷമായ ആശീർവ്വാദത്തോടെ ക്രിസ്റ്റ്യൻ ഡെമോക്രാറ്റിക് പാർട്ടി ഇറ്റലിയിൽ അധികാരത്തിലെത്തി. യുദ്ധക്കെടുതിയിൽനിന്ന് ഇറ്റലിയെ മോചിപ്പിച്ച ഭരണമായിരുന്നു ക്രിസ്റ്റ്യൻ ഡമോക്രാറ്റുകളുടേത്. എന്നാൽ 1976 ലെ തിരഞ്ഞെടുപ്പിൽ ജനങ്ങൾ വലിയ തോതിൽ കമ്യൂണിസ്റ്റ് പാർട്ടിയിലേക്ക് തിരിഞ്ഞു. കമ്യൂണിസത്തെ എതിർക്കുന്ന കത്തോലിക്കാസഭയുടെ ആസ്ഥാനത്ത് ഉയർന്ന ചെങ്കൊടികൾ സംഭവിച്ചുകൊണ്ടിരിക്കുന്ന പരിവർത്തനത്തിന്റെ പ്രതീകമായിരുന്നു.

ജോൺ ഇരുപത്തിമൂന്നാമൻ മാർപാപ്പയുടെ പ്രസിദ്ധമായ രണ്ട് ചാക്രികലേഖനങ്ങളാണ് 'മാത്തർ ഏത്ത് മജിസ്ത്ര' (മാതാവും ഗുരുനാഥയും), 'പാച്ചെം ഇൻ തേറീസ്' (ഭൂമിയിൽ സമാധാനം) എന്നിവ. ന്യൂക്ലിയർ ആയുധങ്ങളുടെ വ്യാപനകാലത്ത് മാനുഷികമഹത്ത്വത്തിന്റെയും സമാധാനത്തിന്റെയും സന്ദേശമാണ് പാച്ചെം ഇൻ തേറിസ് നല്കിയത്. പോപ്പുളോരും പ്രൊഗ്രെസിയോ (ജനതകളുടെ പുരോഗതി) എന്ന ചാക്രികലേഖനത്തിൽ "വികസനമെന്നത് സമാധാനത്തിന്റെ പുതിയ പേരാണ്" എന്ന ആശയം പോൾ ആറാമൻ മാർപാപ്പ സാഘോഷം അവതരിപ്പിച്ചു. പില്ക്കാലത്ത് വികസനത്തെ മനുഷ്യാവകാശമായി യു എൻ മനുഷ്യാവകാശപ്രഖ്യാപനവും സ്വാതന്ത്ര്യമായി അമർത്ത്യാ സെന്നും കണ്ടു. സ്വാതന്ത്ര്യത്തിൽനിന്നാണ് സമാധാനം ഉണ്ടാകുന്നത്. അവികസിത രാജ്യങ്ങളോടുള്ള ഉത്തരവാദിത്വത്തെക്കുറിച്ച് വികസിതരാജ്യങ്ങളെ ഓർമ്മിപ്പിച്ച മാർപാപ്പ ദാരിദ്ര്യം എന്നത് ധനികർ ഏറ്റെടുക്കേണ്ട ബാദ്ധ്യതയാണെന്ന നിലപാടിലെത്തി.

ഫ്രാൻസിസ് പാപ്പയുടെ ഇന്നത്തെ നിലപാടുകളിലേക്ക് സഭ ബോധപൂർവ്വം മാറിക്കൊണ്ടിരുന്നതായി ഇരുപതാം നൂറ്റാണ്ടിലെ പേപ്പൽ പ്രബോധനങ്ങൾ പരിശോധിച്ചാൽ മനസ്സിലാകും. മുതലാളിത്തം ശരിയായ ക്രൈസ്തവവീക്ഷണത്തിൽ വിമർശിക്കപ്പെട്ടു. സ്വകാര്യസ്വത്തിനെ വ്യക്തിയുടെ സ്വാതന്ത്ര്യവുമായി ബന്ധിക്കുന്ന നിലപാടിൽ മാറ്റം വന്നു. ദാരിദ്ര്യത്തിന്റെ കാരണങ്ങളിലേക്ക് സഭ ഇറങ്ങിച്ചെന്നു. നിതാന്തമായ ചൂഷണത്തിന് ഇടയാക്കുന്ന ദുർവ്വഹമായ സാമൂഹ്യഘടന സഭയുടെ പഠനവിഷയമായി. സംഘടിച്ച് ശക്തരാകുന്നതിനും വില പേശുന്നതിനുമുള്ള തൊഴിലാളികളുടെ അവകാശത്തിന് അംഗീകാരമുണ്ടായി. സർവ്വോപരി ദാരിദ്ര്യത്തെ സംബന്ധിക്കുന്ന വിഷയങ്ങളിൽ ഇടപെടുന്നതിനുള്ള സർക്കാരുകളുടെ ഉത്തരവാദിത്വവും പ്രഖ്യാപിക്കപ്പെട്ടു. നീതിപൂർവ്വകമായ സാമൂഹികക്രമത്തിന്റെ സൃഷ്ടിക്കുവേണ്ടി പ്രവർത്തിക്കുന്നതിനും സംവാദങ്ങളിൽ ഏർപ്പെടുന്നതിനുമുള്ള ഉത്തരവാദിത്വത്തെക്കു

റിച്ച് കത്തോലിക്കരെ പാപ്പമാർ ഓർമ്മപ്പെടുത്തി.

'റേരും നൊവാരും' എഴുതപ്പെട്ടതിന്റെ തൊണ്ണൂറാം വർഷം ജോൺ പോൾ രണ്ടാമൻ മാർപാപ്പ തൊഴിലിനെ സംബന്ധിച്ച് ലബോരെം എക് സെർച്ചേൻസ് എന്ന ചാക്രികലേഖനം എഴുതി. 'പോപ്പുളോരും പ്രൊഗ്രെസിയോ' എന്ന ചാക്രികലേഖനത്തിന്റെ ഇരുപതാം വാർഷികം ജോൺ പോൾ രണ്ടാമൻ അനുസ്മരിച്ചത് 'സൊള്ളിച്ചിത്തൂദോ റേയി സോച്യാലിസ്' (സാമൂഹിക ഔത്സുക്യം) എന്ന ചാക്രികലേഖനം പ്രസിദ്ധപ്പെടുത്തിക്കൊണ്ടായിരുന്നു. വികസനം എന്ന പ്രമേയത്തെ പ്രതിപാദിക്കുന്ന ഈ ചാക്രികലേഖനം പുരോഗതിയും വികസനവും തമ്മിലുള്ള വ്യത്യാസങ്ങൾ ചൂണ്ടിക്കാണിക്കുന്നു. പന്ത്രണ്ടാം പീയൂസിന്റെ ഭരണകാലത്തെ മുദ്രാവാക്യം 'ഓപ്പൂസ് ജുസ്തീസ്യേ പാക്സ്' (സമാധാനം നീതിയുടെ ഫലമാണ്) എന്നായിരുന്നു. ഇതിനെ പരിഷ്കരിച്ചുകൊണ്ട് ജോൺ പോൾ രണ്ടാമൻ പറഞ്ഞു; 'ഓപ്പൂസ് സോളിദാരിത്താത്തിസ് പാക്സ്' (സമാധാനം ദൃഢൈക്യത്തിന്റെ ഫലമാണ്).

'റേരും നൊവാരും' എന്ന ചാക്രികലേഖനത്തിന്റെ നൂറാം വാർഷികത്തിൽ ജോൺ പോൾ രണ്ടാമൻ തന്റെ മൂന്നാമത്തെ ചാക്രികലേഖനം – ചെന്തേസീമൂസ് അന്നൂസ് (നൂറാം വർഷം) – പ്രസിദ്ധീകരിച്ചു. കത്തോലിക്കാ സഭയുടെ സാമൂഹികപ്രബോധനത്തിന്റെ നൂറു വർഷത്തെ സിദ്ധാന്തപരമായ തുടർച്ച അതിൽനിന്ന് ഉരുത്തിരിയുന്നു. ദൃഢൈക്യമെന്ന് ജോൺ പോൾ വിളിച്ച തത്ത്വം ലിയോയുടെ സൗഹൃദം എന്ന പദത്തിൽ നിന്നാണ് വികാസം പ്രാപിച്ചത്. തൊഴിലാളികളുടെ സാർവ്വത്രികമായ ഐക്യം എന്ന മാർക്സിയൻ ആഹ്വാനത്തോട് ചേർന്നു നില്ക്കുന്നതാണ് ജോൺ പോൾ മുന്നോട്ടുവച്ച തൊഴിലാളികളുടെ ദൃഢൈക്യം എന്ന സിദ്ധാന്തം.

ഇരുപതാം നൂറ്റാണ്ടിലെ ആദ്യത്തെ പാപ്പയാണ് ലിയോയുടെ പിൻഗാമിയായ പീയൂസ് പത്താമൻ. പതിനാറാം നൂറ്റാണ്ടിനുശേഷം ആദ്യമായി വിശുദ്ധപദവിയിലെത്തിയ പാപ്പയും അദ്ദേഹമാണ്. ജനാധിപത്യത്തിലേക്ക് ലോകം നീങ്ങിത്തുടങ്ങിയ നൂറ്റാണ്ടാണ് ഇരുപതാം നൂറ്റാണ്ട്. ജനാധിപത്യത്തോട് പീയൂസ് പാപ്പയ്ക്ക് ആഭിമുഖ്യമുണ്ടായിരുന്നില്ല. ഒന്നാം ലോകമഹായുദ്ധത്തിന്റെ ആരംഭത്തിൽ അദ്ദേഹം അന്തരിച്ചു. അദ്ദേഹത്തെ പിന്തുടർന്ന് 1922 വരെ പാപ്പയായിരുന്ന ബെനഡിക്ട് പതിനഞ്ചാമൻ പകിട്ടില്ലാത്ത പാപ്പയായിരുന്നു. യുദ്ധത്തിൽ പക്ഷം പിടിക്കാതെ യുദ്ധത്തെ അപലപിക്കുകയും യുദ്ധത്തിനെതിരായ നിലപാട് സ്വീകരിക്കുകയും ചെയ്ത ബെനഡിക്ട് ഇരുപക്ഷത്തിനും അനഭിമതനായി. 1922 മുതൽ 1939 വരെ പാപ്പയായിരുന്ന പീയൂസ് പതിനൊന്നാമൻ ഇറ്റലിയിൽ മുസോളിനിയുടെ ആരോഹണത്തിനു വഴിയൊരുക്കിയ പാപ്പയായി കരുതപ്പെടുന്നു. ഏതായാലും വത്തിക്കാന്റെ സ്വതന്ത്രമായ അസ്തിത്വം ഇറ്റലി അംഗീകരിക്കുന്നത് ഇക്കാലത്താണ്.

യുദ്ധകാലത്തെ നിഷ്പക്ഷത

പീയൂസ് പതിനൊന്നാമന്റെ കാലം യൂറോപ്പിൽ ഏകാധിപതികളുടെ ഉയർച്ചയുടെ കാലമായിരുന്നു. കത്തോലിക്കാ രാഷ്ട്രീയപാർട്ടികളെ കൈയൊഴിഞ്ഞുകൊണ്ട് അവരിൽ പലരുമായും സൗഹൃദം സ്ഥാപിക്കാനാണ് പീയൂസ് ശ്രമിച്ചത്. അഡോൾഫ് ഹിറ്റ്ലറുടെ നാഷണൽ സോഷ്യലിസ്റ്റ് പാർട്ടിക്കെതിരെ ജർമ്മനിയിലെ ബിഷപ്പുമാർ നിലപാട് സ്വീകരിച്ച കാലമായിരുന്നു അത്. പക്ഷേ, 1933 ജനുവരി 30 ന് ഹിറ്റ്ലർ അധികാരത്തിലെത്തിയപ്പോൾ സഭ നിലപാട് മാറ്റി. പീയൂസ് പാപ്പ ഫാസിസ്റ്റായിരുന്നില്ല. ഫാസിസ്റ്റ് പ്രത്യയശാസ്ത്രത്തെ അദ്ദേഹം പരസ്യമായി അപലപിച്ചിട്ടുണ്ട്. എന്നിട്ടും ഇറ്റലിയിൽ മുസോളിനിയുമായും ജർമ്മനിയിൽ ഹിറ്റ്ലറുമായും സ്പെയ്നിൽ ഫ്രാങ്കോയുമായും സഹകരിക്കാൻ വത്തിക്കാന് പ്രയാസമുണ്ടായില്ല. 1939 ഫെബ്രുവരി പത്തിന് പീയൂസ് പതിനൊന്നാമൻ അന്തരിച്ചു. ഫാസിസത്തെയും വംശീയതയെയും അപലപിച്ചുകൊണ്ട് തയ്യാറാക്കിക്കൊണ്ടിരുന്ന ചാക്രികലേഖനം പൂർത്തിയാക്കാൻ അദ്ദേഹത്തിനു കഴിഞ്ഞില്ല. ചെക്കോസ്ളോവാക്യയിലേക്ക് ഹിറ്റ്ലറുടെ ടാങ്കുകൾ ഉരുണ്ടുതുടങ്ങിയ അന്തരീക്ഷത്തിൽ പീയൂസ് പന്ത്രണ്ടാമൻ സഭയുടെ സാരഥിയായി. കമ്യൂണിസത്തെയും നാസിസത്തെയും ഒരുപോലെ ഭയപ്പെടുകയോ വെറുക്കുകയോ ചെയ്തിരുന്ന പീയൂസ് പന്ത്രണ്ടാമൻ യുദ്ധകാലത്ത് നിഷ്പക്ഷത പാലിച്ചു. അദ്ദേഹത്തിന് അദ്ദേഹത്തിന്റേതായ കാരണങ്ങൾ ഉണ്ടാകാമെങ്കിലും അപലപനീയമായ നിഷ്പക്ഷതയായിരുന്നു അത്. എന്നാൽ ആയിരക്കണക്കിന് യഹൂദരുടെ ജീവൻ രക്ഷിക്കുന്നതിനുള്ള നിശ്ശബ്ദമായ പ്രവർത്തനം അദ്ദേഹം നടത്തി. ആശ്രമങ്ങളും കോൺവെന്റുകളും യഹൂദരുടെ അഭയകേന്ദ്രങ്ങളായി.

1958 ൽ പീയൂസ് പന്ത്രണ്ടാമനെ പിന്തുടർന്ന് എഴുപത്തിയാറുകാരനായ ആഞ്ജലോ റൊങ്കാളി മാർപാപ്പയായി തിരഞ്ഞെടുക്കപ്പെട്ടു. അൻപത്തിയൊന്ന് കർദ്ദിനാൾമാർ ചേർന്നു നടത്തിയ നിർദ്ദോഷമായ തിരഞ്ഞെടുപ്പ് അത്ഭുതങ്ങളുടെ തുടക്കമായിരുന്നു. ആദ്യത്തെ അത്ഭുതം അദ്ദേഹം സ്വീകരിച്ച പേര് തന്നെ. വ്യാജപാപ്പയായി കോൺസ്റ്റൻസിലെ കൗൺസിൽ പത്രോസിന്റെ സിംഹാസനത്തിൽനിന്ന് നിഷ്കാസനം ചെയ്ത ഒരു പാപ്പയുണ്ടായിരുന്നു – ജോൺ ഇരുപത്തിമൂന്നാമൻ. അപ്രകാരം പാപ്പമാരുടെ പട്ടികയിൽനിന്ന് നീക്കം ചെയ്യപ്പെട്ട പേരാണ് റൊങ്കാളി സ്വീകരിച്ചത്. ഇംഗ്ലണ്ടിൽ മാഗ്ന കാർട്ടയ്ക്ക് അംഗീകാരം നല്കിയ രാജാവിന്റെ പേര് ജോൺ എന്നായിരുന്നു. മാഗ്ന കാർട്ടയിൽ മുദ്ര വയ്ക്കാൻ അയാൾ നിർബ്ബന്ധിതനായതാണ്. എല്ലാ കാര്യങ്ങളിലും അയാൾക്ക് കുപ്രസിദ്ധി മാത്രമാണുണ്ടായിരുന്നത്. ആ രാജാവിനോടുള്ള വിപ്രതിപത്തി നിമിത്തം പിന്നീട് ഇംഗ്ലണ്ടിൽ ഒരു രാജാവും ജോൺ എന്ന പേരിൽ ഉണ്ടായിട്ടില്ല. ജോൺ ഇരുപത്തിമൂന്നാമൻ എന്ന പേര് സ്വീകരിച്ച റൊങ്കാളി താൻ എല്ലാ അർത്ഥത്തിലും ആദ്യത്തെ ആ പേരു

കാരനിൽനിന്ന് വ്യത്യസ്തനാണെന്ന് തെളിയിച്ചു. കർഷകന്റെ ലാളിത്യവും വിശുദ്ധിയും തികഞ്ഞ ആളായിരുന്നു ജോൺ ഇരുപത്തിമൂന്നാമൻ. പേപ്പൽ ആചാരമര്യാദകൾ മറന്ന് അദ്ദേഹം സുഹൃത്തുക്കൾക്കൊപ്പം ഭക്ഷണം കഴിച്ചു. റോമിലെ തെരുവുകളിൽ മുഖാമുഖം കാണുന്നവരോട് കുശലം പറഞ്ഞ് അദ്ദേഹം നടന്നു. ആശുപത്രികളും ജയിലുകളും സന്ദർശിച്ചു. ലോകം മുഴുവൻ പ്രചരിച്ച നർമ്മോക്തികൾ പറഞ്ഞു. വാസ്തവത്തിൽ അദ്ദേഹം ഫ്രാൻസിസ് പാപ്പയുടെ മുൻഗാമിയായിരുന്നു. 1958 ൽ ജോൺ ഇരുപത്തിമൂന്നാമൻ വത്തിക്കാനിൽ മാർപാപ്പയായി സ്ഥാനമേല്ക്കുമ്പോൾ ഇരുപത്തിയൊന്നുകാരനായ ബെർഗോഗ്ളിയോ അർജന്റീനയിൽ ഈശോസഭയിൽ പ്രവേശിക്കുകയായിരുന്നു.

നാല് വർഷവും ഏഴു മാസവും മാത്രമായിരുന്നു ജോൺ ഇരുപത്തിമൂന്നാമന്റെ ഭരണകാലം. ജോൺ പോൾ ഒന്നാമനെ ഒഴിവാക്കിയാൽ ആധുനികകാലത്ത് ഒരു മാർപാപ്പയുടെ ഏറ്റവും കുറഞ്ഞ ഭരണകാലമായിരുന്നു ഇത്. എന്നാൽ സഭാചരിത്രത്തിലെ അവിസ്മരണീയമായ ഭരണകാലമായിത്തീർന്നു ജോൺ ഇരുപത്തിമൂന്നാമന്റേത്. സംവാദം ഔദ്യോഗിക അജണ്ടയാക്കിയ പാപ്പ സർവ്വജനത്തോടുമാണ് സംസാരിച്ചത്. ഇതര ക്രിസ്തീയവിഭാഗങ്ങളുടെ അദ്ധ്യക്ഷന്മാരുമായി അദ്ദേഹം സൗഹൃദം സ്ഥാപിക്കുകയും അവരെ വത്തിക്കാനിലേക്ക് വരുത്തുകയും ചെയ്തു. പീയൂസ് പന്ത്രണ്ടാമന്റെ കമ്യൂണിസ്റ്റ് വിരുദ്ധ സമീപനം അദ്ദേഹം പൂർണ്ണമായും ഉപേക്ഷിച്ചു. കമ്യൂണിസ്റ്റ് ലോകവുമായി സാദ്ധ്യമാകുന്ന അത്രയും അടുപ്പം അദ്ദേഹം സ്ഥാപിച്ചു. സഭയുടെ സമീപനങ്ങളിലും പ്രബോധനങ്ങളിലും വിപ്ലവകരമായ പരിവർത്തനം വരുത്തിയ രണ്ടാം വത്തിക്കാൻ കൗൺസിൽ ജോൺ ഇരുപത്തിമൂന്നാമനെ ശാശ്വതസ്മരണയ്ക്ക് അർഹനാക്കി. 1962 ൽ രണ്ടാം വത്തിക്കാൻ കൗൺസിൽ ആരംഭിച്ചില്ലായിരുന്നുവെങ്കിൽ ജോൺ ഇരുപത്തിമൂന്നാമന്റെ ഭൗതികശരീരത്തോടൊപ്പം അദ്ദേഹത്തിന്റെ വിപ്ലവകരമായ ആശയങ്ങളെയും യാഥാസ്ഥിതിക കൂറിയ അടക്കം ചെയ്യുമായിരുന്നു.

സഭയുടെ ചരിത്രത്തിലെ ഇരുപത്തിയൊന്നാമത്തെ സുനഹദോസായിരുന്നു രണ്ടാം വത്തിക്കാൻ കൗൺസിൽ. മൂവായിരത്തോളം മെത്രാന്മാർ നാല് വർഷം നീണ്ടുനിന്ന കൗൺസിലിൽ പങ്കെടുത്തു. മൂന്നു മാസം ദൈർഘ്യമുള്ള നാല് സെഷനുകളാണ് ഉണ്ടായത്. ആദ്യത്തെ സെഷൻ അവസാനിച്ചപ്പോൾ ജോൺ ഇരുപത്തിമൂന്നാമൻ അന്തരിച്ചു. അദ്ദേഹത്തിന്റെ പിൻഗാമിയായ പോൾ ആറാമന്റെ കാലത്താണ് കൗൺസിൽ പൂർത്തിയായത്. ശാസ്ത്രവും സാങ്കേതികവിദ്യയും ചേർന്ന് ലോകത്തിന്റെ മുഖം അവിശ്വസനീയമാംവിധം മാറ്റുകയും മാർഷൽ മക്‌ലൂഹന്റെ ഭാഷയിൽ ലോകം ആഗോളഗ്രാമമായി ചുരുങ്ങുകയും ചെയ്ത അവസ്ഥയിൽ ഉത്തരാധുനികലോകത്തിന് സഭയുടെ നവീകരിക്കപ്പെട്ട മുഖം കാഴ്ചവയ്ക്കുകയെന്ന ചരിത്രപരമായ ദൗത്യമാണ് രണ്ടാം വത്തിക്കാൻ കൗൺസിൽ വിജയകരമായി നിറവേറ്റിയത്.

ആരാധനാക്രമത്തിൽവന്ന മാറ്റങ്ങളാണ് രണ്ടാം വത്തിക്കാൻ കൗൺസിലിനെ വിശ്വാസികൾക്ക് പരിചിതമാക്കിയത്. ക്രിസ്തുവിനാൽ സ്ഥാപിതമായ ബലിയുടെ രഹസ്യാത്മകത അവസാനിപ്പിച്ചുകൊണ്ട് ദിവ്യബലി ജനകീയമായി. വിശ്വാസികൾക്ക് പുറംതിരിഞ്ഞു നിന്നിരുന്ന പുരോഹിതൻ അവർക്കഭിമുഖമായിനിന്ന് ലത്തീനു പകരം അവരുടെ ഭാഷയിൽ ബലിയർപ്പിച്ചപ്പോൾ വിശ്വാസികളും അതിൽ പങ്കാളികളായി. അൾത്താരയിൽമാത്രം ശ്രദ്ധ കേന്ദ്രീകരിച്ചു നിന്നിരുന്ന വിശ്വാസികൾ അന്യോന്യം സമാധാനം ആശംസിച്ചപ്പോൾ ബലി വലിയ കൂട്ടായ്മയായിത്തീർന്നു.

സഭയുടെ ജനാധിപത്യവല്ക്കരണമാണ് വത്തിക്കാൻ കൗൺസിലിന്റെ മഹത്തായ നേട്ടം. അന്നുവരെ അപ്രമാദിത്വമുള്ള അമാനുഷവ്യക്തിത്വമായി കഴിഞ്ഞിരുന്ന മാർപാപ്പ പൊടുന്നനെ ഗോചരമായ വ്യക്തിത്വമായി. ആജ്ഞ സംവാദത്തിനും കല്പന കൂട്ടായ തീരുമാനങ്ങൾക്കും വഴിമാറി. ബിഷപ്പിന്റെ എകാധിപത്യത്തിനു പകരം വൈദിക സെനറ്റുകളും വിശ്വാസികൾക്കുകൂടി പങ്കാളിത്തമുള്ള പാസ്റ്ററൽ കൗൺസിലുകളും ഉണ്ടായി.

മനുഷ്യാവകാശങ്ങൾ സംരക്ഷിക്കുന്നതിനും വ്യക്തിയുടെ അന്തസ്സ് പരിപാലിക്കുന്നതിനും ഏറ്റവും ഉത്തമമായ സംവിധാനം ജനാധിപത്യമാണെന്ന തിരിച്ചറിവ് സഭയ്ക്കുണ്ടായി. മാനവികതയിൽ അധിഷ്ഠിതമായ സുവിശേഷമാണ് യേശു അവതരിപ്പിച്ചത്. എന്നാൽ സഭയുടെ നിലപാടുകൾ മാനവികതയിൽ അധിഷ്ഠിതമായിരുന്നില്ല. മാഗ്നകാർട്ടയെ തള്ളിപ്പറഞ്ഞ ഇന്നസെന്റ് മൂന്നാമനും ഫ്രഞ്ച് വിപ്ലവത്തെ അപലപിച്ച പീയൂസ് ആറാമനും പേപ്പസിയുടെ ചരിത്രത്തിലെ അപവാദങ്ങൾ മാത്രമായിരുന്നില്ല. ദൈവദത്തമായ അധികാരം ജനങ്ങളുടെ നിയന്ത്രണത്തിനു വിധേയമാകണമെന്ന സിദ്ധാന്തത്തോട് സഭയ്ക്ക് യോജിക്കാൻ കഴിയുമായിരുന്നില്ല. ജനങ്ങളുടെ പരമാധികാരം, ആവിഷ്കാരത്തിനും ആരാധനയ്ക്കുമുള്ള സ്വാതന്ത്ര്യം തുടങ്ങിയ ലിബറൽ ആശയങ്ങളിൽ പ്രകടമായ ന്യൂനതകൾ സഭ കണ്ടു. ഗുട്ടൻബർഗ്ഗിന്റെ അച്ചടി ബൈബിൾ വായനയെ ജനകീയമാക്കിയപ്പോൾ പരിഭ്രമിച്ച സഭയാണ് കത്തോലിക്കാസഭ. നിഹിൽ ഒബ്സ്റ്റാറ്റ്, ഇംപ്രിമാത്തുർ തുടങ്ങിയ പരിശോധനകളിലൂടെ അച്ചടിയുടെ സെൻസർഷിപ്പിനു തുടക്കമിട്ടതും സഭയായിരുന്നു. ഭയാശങ്കകൾ നീക്കി ലിബറലിസത്തിലേക്കുള്ള വാതിലുകൾ വത്തിക്കാൻ കൗൺസിൽ തുറന്നു. അധികാരത്തിന്റെ പ്രഭവം ദൈവികമായ ധാർമ്മികനിയമമാണെന്ന നിലപാട് നിലനിർത്തിക്കൊണ്ടുതന്നെ പൊതുനന്മയ്ക്കുവേണ്ടി ജനാധിപത്യപരമായ പ്രവർത്തനം ആവശ്യമാണെന്ന നിലപാടിലേക്ക് വത്തിക്കാൻ കൗൺസിൽ സഭയെ എത്തിച്ചു. സത്യത്തിലും സ്നേഹത്തിലും അധിഷ്ഠിതമായ സോഷ്യൽ കാതോലിസിസത്തിന്റെ ക്രമാനുഗതമായ വളർച്ചയുടെ പൂർത്തീകരണത്തോടെയാണ് രണ്ടാം വത്തിക്കാൻ കൗൺസിൽ സമാപിച്ചത്.

ജോൺ — വാഷിങ്ടണിലും വത്തിക്കാനിലും

കത്തോലിക്കാ സഭയുടെ വളർച്ചയിലെ സുപ്രധാനമായ ഘട്ടമായിരുന്നു അമേരിക്കയിലേക്കുള്ള സഭയുടെ വ്യാപനം. പത്തൊൻപതാം നൂറ്റാണ്ടിൽ ആരംഭിച്ച ഈ പ്രവർത്തനത്തിന് ജസ്യൂട്ട്, ഫ്രാൻസിസ്കൻ, കപ്പൂച്ചിൻ മിഷണറിമാർ നേതൃത്വം നല്കി. ഐക്യനാടുകൾ എന്ന് ആദ്യം അറിയപ്പെട്ട പതിമൂന്ന് സംസ്ഥാനങ്ങൾക്ക് പുറത്തായിരുന്നു അവർ കർമ്മമണ്ഡലം കണ്ടെത്തിയത്. ഫ്ളോറിഡ മുതൽ കാലിഫോർണിയവരെയുള്ള വിസ്തൃതമായ പ്രദേശത്ത് അധിവസിച്ചിരുന്ന ആദിവാസികളായ ഇന്ത്യാക്കാരുടെ ഇടയിലാണ് അവർ സുവിശേഷഘോഷണം നടത്തിയത്.

സാൻ ഫ്രാൻസിസ്കോ, സാൻ അന്റോണിയോ, ലോസ് ആഞ്ജലസ് തുടങ്ങിയ പേരുകൾ സ്പാനിഷ്-ഇറ്റാലിയൻ മിഷണറിമാരുടെ പ്രവർത്തനകാലത്തിന്റെ സ്മാരകങ്ങളാണ്. അമേരിക്കയുടെ സ്വാതന്ത്ര്യ പ്രഖ്യാപനത്തോടൊപ്പം പ്രഖ്യാപിതമായ മതപ്രവർത്തനസ്വാതന്ത്ര്യം ഐക്യനാടുകളിൽ കത്തോലിക്കാസഭയുടെ പ്രവർത്തനത്തിന് ഗതി വർദ്ധിപ്പിച്ചു. അയർലണ്ടിൽനിന്നും ഇറ്റലിയിൽനിന്നും വൻതോതിലുണ്ടായ കുടിയേറ്റം അമേരിക്കയിലെ കത്തോലിക്കരുടെ എണ്ണത്തിൽ ഗണ്യമായ വർദ്ധനയ്ക്ക് കാരണമായി. പ്രൊട്ടസ്റ്റന്റ് ആധിപത്യം അവസാനിപ്പിച്ചുകൊണ്ട് കത്തോലിക്കനായ ജോൺ എഫ് കെന്നഡി അമേരിക്കയുടെ പ്രസിഡന്റായത് അമേരിക്കയിലെ കത്തോലിക്കാ സഭയിൽ ഉണർവ്വുണ്ടാക്കി. അതേ കാലത്തുതന്നെ വത്തിക്കാനിൽ ജോൺ എന്ന പേരിൽ ലോകത്തിനു പ്രിയങ്കരനായ മാർപാപ്പയും ഉണ്ടായി.

കത്തോലിക്കാ സഭ അത്ഭുതകരമായ വളർച്ചയുണ്ടാക്കിയത് ഐക്യനാടുകൾക്ക് പുറത്തായിരുന്നു. കൊളംബസിനൊപ്പം മിഷണറിമാരും അമേരിക്കയിലെത്തിയിരുന്നു. 1511 ൽ അവിടെ സ്ഥാപിതമായ മൂന്ന് എപ്പിസ്കോപ്പൽ കേന്ദ്രങ്ങളിൽനിന്നാണ് മദ്ധ്യ-ദക്ഷിണ അമേരിക്ക മുഴുവൻ അവർ സുവിശേഷം വ്യാപിപ്പിച്ചത്. സ്പെയിനും പോർച്ചുഗലും ചേർന്ന് തെക്കെ അമേരിക്ക മുഴുവൻ പങ്കിട്ടെടുത്തു. ലാറ്റിൻ ഭാഷയും സംസ്കാരവും വ്യാപിച്ചതോടെ ലാറ്റിൻ അമേരിക്ക എന്ന പേരുണ്ടായി. ലാറ്റിൻ അമേരിക്കയിൽ മിക്കയിടങ്ങളിലും ഔദ്യോഗികഭാഷ സ്പാനിഷാണ്. തെക്കെ അമേരിക്കയുടെ പകുതിയോളം വരുന്ന ബ്രസീലിൽ പോർച്ചുഗീസാണ് ഔദ്യോഗികഭാഷ. 1494 ൽ അലക്സാണ്ടർ ആറാമൻ മാർപാപ്പയുടെ അധികാരത്തിൻകീഴിൽ സ്പെയിനും പോർച്ചുഗലും ചേർന്ന് പൂർണ്ണമായും കണ്ടെത്തിക്കഴിഞ്ഞിട്ടില്ലാത്ത ഭൂഖണ്ഡത്തെ വീതിച്ചെടുത്തു കഴിഞ്ഞിരുന്നു. സ്വർണ്ണവും സമ്പത്തും തേടി നവലോകത്തേക്ക് യൂറോപ്പിൽനിന്ന് കപ്പലുകൾ പുറപ്പെട്ടപ്പോൾ അവയിൽ ധീരയോദ്ധാക്കളായ നാവികർക്കൊപ്പം സന്ന്യാസിമാരും പുരോഹിതരും മെത്രാന്മാരും ഉണ്ടായിരുന്നു. അവർ തീവ്രമായ പ്രവർത്തനങ്ങളിലൂടെ നാട്ടുകാരായ ഇന്ത്യക്കാരെ കത്തോലിക്ക മതത്തിൽ ചേർത്തു.

പാശ്ചാത്യർ എത്തുംമുമ്പ് വിശിഷ്ടമായ മൂന്ന് സംസ്കാരങ്ങൾ അമേരിക്കയിലുണ്ടായിരുന്നു. മദ്ധ്യ അമേരിക്കൻ പ്രദേശത്തെ മയ, മെക്സിക്കോയിലെ ആസ്തക്, പെറുവിലെ ഇങ്ക എന്നിവയായിരുന്നു ആ സംസ്കാരങ്ങൾ. ഈ സംസ്കാരങ്ങളെ ക്രൂരമായി തുടച്ചു മാറ്റിക്കൊണ്ടാണ് സ്പെയിൻകാർ തങ്ങളുടെ മതവും സംസ്കാരവും അവിടെ സ്ഥാപിച്ചത്. മനുഷ്യചരിത്രത്തിലെ ദാരുണമായ വംശഹത്യയായി ഈ അധിനിവേശത്തെ കാണുന്നു.

ദക്ഷിണ അമേരിക്കൻ ഭൂഖണ്ഡത്തിന്റെ തെക്കു കിഴക്കായി കിടക്കുന്ന റിപ്പബ്ലിക്കാണ് അർജന്റീന. 1515 ൽ ജുവാൻ ഡയസ് ഡിസോളിസ് കണ്ടെത്തിയ റിയോ ഡി ലാപ്ലാറ്റയിൽ 1536 ൽ സ്ഥാപിതമായ നഗരമാണ് ബ്യൂണസ് ഐറിസ്. മുന്നൂറോളം സംവത്സരങ്ങൾ നീണ്ടുനിന്ന സ്പാനിഷ് മേധാവിത്തത്തിനെതിരെ കലാപം നടത്തി ജനങ്ങൾ 1816 ൽ സ്വാതന്ത്ര്യം പ്രഖ്യാപിച്ചു. പ്രസിഡന്റും വൈസ് പ്രസിഡന്റും റോമൻ കത്തോലിക്കരും അർജന്റീനയിൽ ജനിച്ചവരും ആയിരിക്കണമെന്ന് 1853 ലെ ഭരണഘടന പ്രഖ്യാപിച്ചു. കമ്യൂണിസ്റ്റുകാർക്ക് പ്രവർത്തനസ്വാതന്ത്ര്യം പൂർണ്ണമായും വിലക്കുന്ന ഡിക്രി 1967 ൽ ഉണ്ടായി. ഏകാധിപത്യവും ജനാധിപത്യവും മാറിമാറി ആധിപത്യം സ്ഥാപിക്കുന്ന അവസ്ഥയാണ് അർജന്റീനയിൽ ഉണ്ടായിരുന്നത്. ഭരണകൂടം റോമൻ കത്തോലിക്കാമതത്തെയാണ് അംഗീകരിച്ചിരിക്കുന്നതെങ്കിലും 1853 ലെ ഭരണഘടനയനുസരിച്ച് ബിഷപ്പുമാരെയും ആർച്ച്ബിഷപ്പുമാരെയും നിയമിച്ചിരുന്നത് ഗവൺമെന്റായിരുന്നു. 1966 ലാണ് ഈ അധികാരം വത്തിക്കാൻ ഏറ്റെടുത്തത്.

അർജന്റീനയിൽനിന്നാണ് കാർഡിനൽ ബെർഗോഗ്ളിയോ വത്തിക്കാനിലെത്തി പോപ്പ് ഫ്രാൻസിസ് ആയത്.

ഫ്രാൻസിസ് പാപ്പ വ്യത്യസ്തനായ പാപ്പയാണ്. അധികാരത്തിന്റെ ഭാഷയിലല്ല അദ്ദേഹം സംസാരിക്കുന്നത്. ധാർമ്മികതയുടെ ശബ്ദം എന്നുപോലും അദ്ദേഹത്തിന്റെ സംസാരത്തെ വിശേഷിപ്പിക്കേണ്ട കാര്യമില്ല. സ്നേഹത്തിന്റെ ഭാഷയാണത്. സ്നേഹം തന്നെയാണ് അദ്ദേഹത്തിന്റെ സംസാരം. അസീസിയിലെ ഫ്രാൻസിസ് സംസാരിച്ചപ്പോൾ മനുഷ്യൻ മാത്രമല്ല പ്രകൃതിയും പ്രതികരിച്ചു. വത്തിക്കാനിലെ ഫ്രാൻസിസ് സംസാരിക്കുന്നത് വിശ്വാസികളോടു മാത്രമല്ല. വിശ്വസിക്കാത്തവർക്കും ആ വാക്കുകൾ വിശ്വാസപ്രമാണമായി മാറുന്നു. ലോകത്തിനും നഗരത്തിനും എന്ന ഫ്രാൻസിസ് പാപ്പയുടെ ക്രിസ്മസ് സന്ദേശം ഒന്നാം പേജിൽ സചിത്രം പ്രാധാന്യത്തോടെ നല്കിയത് *ദേശാഭിമാനി*യാണ്. ദൈവത്തിന്റെ പേരിലുള്ള കലാപം അവസാനിപ്പിക്കണമെന്ന മാർപാപ്പയുടെ ആഹ്വാനത്തിൽ കമ്യൂണിസ്റ്റുകാർക്കോ ദൈവനിഷേധികൾക്കോ ആഹ്ലാദിക്കാനായി ഒന്നുമില്ല. പക്ഷേ, സ്നേഹത്തിന്റെ വാക്കുകളിൽ ആകൃഷ്ടരാകാതിരിക്കാൻ അവർക്ക് കഴിയുമായിരുന്നില്ല. അതുകൊണ്ട് വ്യാഖ്യാനങ്ങളില്ലാതെ വാക്കുകൾ അവർ

കേൾക്കുന്നു. ഇടയന്റെ ശബ്ദം തൊഴുത്തിനു പുറത്തുള്ളവർക്കും കേൾക്കാനുള്ളതാണ്.

ബേത്‌ലെഹേമിലെ പിറവി ദൈവശാസ്ത്രപരമായ സങ്കീർണ്ണതകൾ നിറഞ്ഞതാണ്. സൈദ്ധാന്തികമായ സിസേറിയൻ സെക്ഷനുകൾ ആവശ്യമുള്ള വിഷയമാണത്. അത് ദൈവശാസ്ത്രത്തിലെ ഡോക്ടർമാർക്ക് വിട്ടുകൊടുത്തുകൊണ്ട് മാർപാപ്പ സാധാരണക്കാർക്ക് മനസ്സിലാകുന്ന കാര്യം മാത്രം പറഞ്ഞു. യേശു എന്ന വിമോചകനെക്കുറിച്ചാണ് വിമോചനത്തിന്റെ അർത്ഥവും ശാസ്ത്രവും ചരിത്രവും അറിയാവുന്ന പാപ്പ സംസാരിച്ചത്. വിമോചനം ആഗ്രഹിക്കുന്നവർ വിമോചകനെ തിരിച്ചറിയും. ആടുകൾ ഇടയനെ അറിയുന്നതുപോലെയാണത്. ബേത്‌ലെഹേമിലെ തണുത്ത രാത്രിയിൽ, ഇന്നത്തെ മാദ്ധ്യമപ്രവർത്തകരുടെ ഭാഷയിൽ, ചൂടുള്ള വാർത്തയായിരുന്നു നൂറ്റാണ്ടുകളായി കാത്തിരുന്ന വിമോചകന്റെ ജനനം. റേഡിയോയും ടെലിവിഷനും കണ്ടുപിടിക്കപ്പെട്ടത് 1,900 വർഷങ്ങൾക്കു ശേഷമായിരുന്നു. പക്ഷേ, അന്ന് ആ വാർത്ത തൽസമയം സംപ്രേഷണം ചെയ്യപ്പെട്ടു. ഉറങ്ങാതെ ജാഗ്രതയോടെയിരുന്ന സാധാരണക്കാരാണ് ആ വാർത്ത ആദ്യം അറിഞ്ഞത്. ഹേറോദേസിന്റെ കൊട്ടാരത്തിലേക്ക് ട്രാൻസ്മിഷൻ ഉണ്ടായിരുന്നില്ല. അവിടെ സിഗ്നലുകൾ പരാജയപ്പെട്ടു. ജ്ഞാനികൾക്കാകട്ടെ സൂചന മാത്രമാണ് ലഭിച്ചത്. കേട്ടതും നേരിട്ട് കണ്ടതും സാധാരണക്കാരായിരുന്നു. അവരാണ് മറ്റുള്ളവരെ ആ സദ് വാർത്ത അറിയിച്ചത്.

വേറിട്ട ബൈബിൾ വായന

ബൈബിളിന്റെ സെക്യുലർ വ്യാഖ്യാനം അനന്തമായ സാദ്ധ്യതകൾ നിറഞ്ഞതാണ്. ജനാധിപത്യത്തിന്റെ പ്രാഥമികപാഠങ്ങൾ പിറവിയുടെ അദ്ധ്യായത്തിലുണ്ട്. പട്ടികയിൽ പേര് ചേർക്കുന്നതിനു വേണ്ടിയായിരുന്നു ആ ദമ്പതികൾ ബേത്‌ലെഹേമിലെത്തിയത്. പ്രസവം ആസന്നമായിരുന്നിട്ടും അവർ കർത്തവ്യം ഒഴിവാക്കിയില്ല. അറിയുന്നതിനുള്ള ജനങ്ങളുടെ അവകാശമാണ് കർത്താവിന്റെ ദൂതൻ നിറവേറ്റിയത്. അറിയേണ്ടതില്ലാത്തവരിൽനിന്ന് അത് മറച്ചുവയ്ക്കപ്പെട്ടു. അത് പൊതുതാല്പര്യത്തിന് അനുസൃതമായിരുന്നു. അന്വേഷിച്ചവർ അത് കണ്ടെത്തി. ദൈവദൂതരെപ്പോലെയായിരിക്കണം മാധ്യമപ്രവർത്തകർ എന്ന മാധ്യമപാഠവും പറവിയുടെ വിവരണത്തിലുണ്ട്. അവർ സത്യം അറിയുന്നവരും സത്യം അറിയിക്കുന്നവരും ആകണം.

ഇപ്രകാരം സമകാലികമായി വേദപുസ്തകത്തെ വായിച്ചെടുക്കുന്നതിൽ അപാകതയില്ലെന്ന നിലപാടും മാർപാപ്പയുടെ ക്രിസ്മസ് സന്ദേശത്തിലുണ്ട്. പെഷാവറിനെ ഓർക്കാതെ സ്നേഹമുള്ള പിതാവിന് അക്കൊല്ലം ക്രിസ്മസ് സന്ദേശം നല്കാനാവില്ലായിരുന്നു. പെഷാവറിലെ കരച്ചിലും മുറവിളിയും യേശുവിന്റെ ശൈശവത്തിൽ റോമായിൽ കേട്ടതു തന്നെയായിരുന്നു. ബേത്‌ലെഹേമിലെ കുട്ടികൾ വധിക്കപ്പെട്ടത് അവരു

ടെ തെറ്റ് കൊണ്ടായിരുന്നില്ല. അധികാരത്തിന്റെ കുരുതിയിൽ ബലിയാകുന്നവർ നിരവധി. സന്താനങ്ങളെയോർത്ത് കരയുന്ന അമ്മമാരെ സാന്ത്വനപ്പെടുത്തുക അസാദ്ധ്യം. അതുകൊണ്ട് വത്തിക്കാൻ ചത്വരത്തിൽ ഹൃദയഹാരിയായ ക്രിസ്മസ് സന്ദേശം നല്കിയ പാപ്പ പെഷാവറിലെ കരച്ചിൽ കേട്ടു. ഗാസയിലെ വിലാപം കേട്ടു. ഇറാഖിനെയും സിറിയയെയും ഓർത്തു. അഭയാർത്ഥികളെ ഓർത്തു. രോഗികളെ ഓർത്തു. വിശക്കുന്നവരെ ഓർത്തു.

നിന്ദിതരെയും പീഡിതരെയും ഓർമ്മിക്കുന്നതിനുള്ള സമയമാണ് ക്രിസ്മസ്. അവഗണിക്കപ്പെടുന്നവരെയും അഭയാർത്ഥികളെയും ഓർമ്മിക്കുന്നതിനുള്ള സമയമാണ് ക്രിസ്മസ്. പാവങ്ങളെയും രോഗികളെയും ഓർമ്മിക്കുന്നതിനുള്ള സമയമാണ് ക്രിസ്മസ്. മാർപാപ്പയുടെ ക്രിസ്മസ് സന്ദേശം ലോകത്തിനു മുഴുവൻ സ്വീകാര്യമായത് ഈ ഓർമ്മകൾ ഉണ്ടായിരുന്നതുകൊണ്ടാണ്. ഹൃദയത്തിന്റെ ഭാഷ സാർവ്വത്രികമാണ്. ബാബേലിൽ ഭാഷകൾ ഭിന്നിപ്പിന് കാരണമായി. ജറുസലെമിലെ പന്തക്കുസ്തയിൽ സമസ്ത ഭാഷകളും സംശ്ലേഷിതമായി. അത് ഹൃദയത്തിന്റെ ഭാഷയായി. ആ ഭാഷയിലാണ് വത്തിക്കാൻ ചത്വരത്തിലെ പതിനായിരങ്ങളോട് മാർപാപ്പ സംസാരിച്ചത്. അതുകൊണ്ടാണ് അത് നഗരത്തിനു മാത്രമല്ല ലോകത്തിനു മുഴുവനുമുള്ള സന്ദേശമായി മാറിയത്.

ക്രിസ്മസിന്റെ സന്ദേശം ഭാഷകൾക്കതീതമാണ്. ഭൂമിയിൽ സന്മനസ്സുള്ളവർക്ക് സമാധാനം എന്ന ആശംസ കേട്ടാൽ ആരുടെ മനസ്സും ആർദ്രമാകും. ആർദ്രതയാണ് ക്രിസ്മസിന്റെ ആഹ്ലാദം. വിശുദ്ധമായ രാത്രിയുടെ നിശ്ശബ്ദതയിൽ തോക്കുകൾ നിശ്ശബ്ദമാകും. അങ്ങനെയൊരു അനുഭവം ഒന്നാം ലോകമഹായുദ്ധത്തിലെ ഒന്നാമത്തെ ക്രിസ്മസ് രാത്രിയിലുണ്ടായി. ബ്രിട്ടന്റെയും ജർമ്മനിയുടെയും സൈനികർ മുഖാമുഖം നില്ക്കുന്ന യൂറോപ്യൻ സമരമുഖത്താണ് ആ അത്ഭുതം സംഭവിച്ചത്. ജർമ്മൻ ക്യാമ്പിൽ നിന്നുയർന്ന ക്രിസ്മസ് ഗാനത്തിന്റെ സാന്ദ്രത ബ്രിട്ടീഷ് പീരങ്കികളുടെ മേൽ സമാധാനത്തിന്റെ പട്ട് പുതപ്പിച്ചു. അതിർത്തിയിലെ അടയാളങ്ങൾ അപ്രത്യക്ഷമായി. ജർമ്മനും ഇംഗ്ലീഷും ചേർന്ന മനോഹരമായ പന്തക്കുസ്ത അനുഭവം. ക്രിസ്മസിന്റെ സമാധാനം യുദ്ധത്തിന് അപ്രഖ്യാപിതമായ അവധി പ്രഖ്യാപിച്ചു. അതായിരുന്നു 1914 ലെ ചരിത്രപ്രസിദ്ധമായ ക്രിസ്മസ് യുദ്ധവിരാമം. വിയറ്റ്നാം യുദ്ധം മൂർദ്ധന്യത്തിൽ നില്ക്കുമ്പോഴും ക്രിസ്മസിന് അവധിയുണ്ടായിരുന്നു. ഇന്ന് കാലം മാറി. പവിത്രമായ ബലിപ്പെരുന്നാളിനുപോലും ആയുധം താഴെവയ്ക്കാൻ ഇറാഖിലെയും സിറിയയിലെയും ശിരച്ഛേദകർക്ക് കഴിഞ്ഞില്ല. അത് വിദ്വേഷത്തിന്റെ കൊടുമുടിയിൽ അവർ നടത്തുന്ന ബലി. അവരെ പിന്തിരിപ്പിക്കാൻ ആകാശത്ത് കർത്താവിന്റെ ദൂതനുണ്ട്. പക്ഷേ, അവരത് കേൾക്കുന്നില്ല. വാനമേഘങ്ങളിൽനിന്നുള്ള സമാധാനത്തിന്റെ ശബ്ദമാണ് വത്തിക്കാനിൽ

കേട്ടത്. അവിടെ നിന്നല്ലാതെ എവിടെനിന്നും മറ്റൊരു ശബ്ദം കേൾക്കുന്നില്ല.

ശാസ്ത്രം പഠിച്ച പാപ്പയ്ക്ക് ശാസ്ത്രവീക്ഷണവും ശാസ്ത്രാഭിമുഖ്യവും ഉണ്ടായത് സ്വാഭാവികമാണ്. പരിസ്ഥിതി ഫ്രാൻസിസ് മാർപാപ്പയുടെ പ്രിയപ്പെട്ട വിഷയമാണ്. കാലാവസ്ഥാവ്യതിയാനം അടക്കം മനുഷ്യൻ നേരിടുന്ന പ്രതിസന്ധികൾക്ക് പൊതുവായതും പ്രത്യേകമായതുമായ പരിഹാരങ്ങൾ കണ്ടെത്തണമെന്ന് അദ്ദേഹം ശാസ്ത്രജ്ഞരോടു പറഞ്ഞു. പ്രപഞ്ചോല്പത്തിയെക്കുറിച്ചുള്ള ശാസ്ത്രനിരീക്ഷണങ്ങൾ തള്ളിക്കളയാതെ മഹാവിസ്ഫോടന സിദ്ധാന്തത്തെ ക്രിസ്തീയ വിശ്വാസവുമായി അദ്ദേഹം സമന്വയിപ്പിച്ചു. ആമസോണിലെ പാരിസ്ഥിതിക പ്രതിസന്ധിയെ മുൻനിർത്തി സഭയ്ക്ക് സവിശേഷവും ഏകീകൃതവുമായ ഒരു ആമസോൺ മുഖം ഉണ്ടാകേണ്ടതിന്റെ പ്രാധാന്യം അദ്ദേഹം ബ്രസീലിലെ ബിഷപ്പുമാരെ ബോദ്ധ്യപ്പെടുത്തി. പരിസ്ഥിതി മാത്രമല്ല ആമസോണിലെ തദ്ദേശീയരും ദീർഘകാലമായി സഭയുടെ പരിഗണനയിലുണ്ട്. വധിക്കപ്പെട്ട കന്യാസ്ത്രി ഡൊറോത്തി സ്റ്റാങ് സമരോന്മുഖമായ പ്രതിബദ്ധതയുടെ രക്തസാക്ഷിയാണ്. ഗോത്രവംശജരെ സംഘടിപ്പിച്ചതിന്റെ പേരിൽ ജന്മികളുടെ രോഷത്തിനിരയായി വധിക്കപ്പെട്ട ഇൻഡോറിലെ മലയാളിയായ കന്യാസ്ത്രി റാണി മരിയയെയാണ് ഡൊറോത്തി സ്റ്റാങ് അനുസ്മരിപ്പിക്കുന്നത്. വനനശീകരണവും ജൈവവൈവിദ്ധ്യത്തിന്റെ നഷ്ടവും ഉൾപ്പെടെ ബ്രസീലിലെ മഴക്കാടുകൾ നേരിടുന്ന ഭീഷണി ഫ്രാൻസിസ് ചൂണ്ടിക്കാട്ടി. ദൈവം ഏല്പിച്ചതിനെ നശിപ്പിക്കുകയെന്നതല്ല, അതിനെ മനോഹരമാക്കിത്തീർക്കുകയെന്നതാണ് മനുഷ്യന്റെ കടമയെന്ന് അദ്ദേഹം പറഞ്ഞു.

ആമസോണിലെ മഴക്കാടുകളിൽ വംശനാശം നേരിടുന്ന ഒരു വർഗ്ഗത്തിന്റെ പ്രതിനിധികളെ മാർപാപ്പ കണ്ടു. അവരുടെ ആവാസവ്യവസ്ഥയെ തകർത്തുകൊണ്ടാണ് വനനശീകരണം മുന്നേറുന്നത്.

പോപ്പ് ഫ്രാൻസിസിന്റെ നിലപാട് കത്തോലിക്കാ സഭയെ സംബന്ധിച്ച് അത്ര അപരിചിതമല്ല. മനുഷ്യനും പ്രകൃതിയും തമ്മിൽ ഗാഢമായ ബന്ധം സ്ഥാപിക്കേണ്ടതിന്റെ ആവശ്യകത ബെനഡിക്ട് പതിനഞ്ചാമൻ ഊന്നിപ്പറഞ്ഞിട്ടുണ്ട്. സായുധസംഘട്ടനങ്ങൾ മാത്രമല്ല പ്രകൃതിയോടുള്ള അനാദരവും ലോകസമാധാനത്തിന് ഭീഷണിയാണെന്ന് 1990 ലെ സമാധാനദിന സന്ദേശത്തിൽ ജോൺ പോൾ രണ്ടാമൻ പറഞ്ഞു. പ്രകൃതിയെ കവരുന്നവർ സഹജീവികളോട് ദയ ഇല്ലാത്തവരായിത്തീരും. ആർത്തി പെരുകുമ്പോൾ സത്യവും ദയയും ഇല്ലാതാകും. ഇപ്രകാരം ധാർമ്മികമായ ഒരു തലത്തിൽ നിന്നുകൊണ്ടാണ് കത്തോലിക്കാ സഭ പ്രകൃതിയുടെ പ്രശ്നങ്ങളെ വീക്ഷിക്കുന്നത്.

ആമസോൺ തടത്തിന്റെ സംരക്ഷണം ബ്രസീലിന്റെ അജണ്ടയിൽ ഉൾപ്പെടുത്തിയ ഫ്രാൻസിസ് തന്റെ മുൻഗാമികളുടെ നയം തുടരുക മാത്രമല്ല ചെയ്തത്. അവരുടെ കാലത്തേക്കാൾ സ്ഥിതി ഗുരുതരവും

സങ്കീർണ്ണവുമായിരിക്കുന്നുവെന്ന തിരിച്ചറിവ് ഫ്രാൻസിസിനുണ്ട്. പാരിസ്ഥിതികമായി ഏറ്റവും വലിയ വെല്ലുവിളി നേരിടുന്ന പ്രദേശമാണ് ആമസോൺ. എന്നാൽ ആമസോണിൽ മാത്രമായി പരിമിതപ്പെടുന്നതല്ല മാർപാപ്പയുടെ ഉൽക്കണ്ഠ. കത്തോലിക്കാ സഭയ്ക്കു പുറത്തും സക്രിയമായ ചലനങ്ങൾ സൃഷ്ടിക്കാൻ പര്യാപ്തമാണ് പോപ്പിന്റെ നിലപാട്.

പ്രകൃതിയെക്കുറിച്ചുള്ള ക്രിസ്തീയ കാഴ്ചപ്പാട് 2013 ജനുവരി ഒന്നിന് പ്രസിദ്ധപ്പെടുത്തിയ തന്റെ പ്രഥമ സമാധാനദിന സന്ദേശത്തിൽ ഫ്രാൻസിസ് മാർപാപ്പ അവതരിപ്പിച്ചു. സ്രഷ്ടാവിൽനിന്ന് മനുഷ്യകുലം സ്വീകരിച്ചിട്ടുള്ള പൊതുസ്വത്തും ഒപ്പം സമ്മാനവുമാണ് പ്രകൃതി. വ്യക്തിഗത ആവശ്യങ്ങൾക്കു മാത്രമല്ല പൊതുനന്മയ്ക്കും ഉപയോഗിക്കാനുള്ളതാണ് പ്രകൃതിവിഭവങ്ങൾ. അവ വിവേകപൂർവ്വം കൈകാര്യം ചെയ്യപ്പെടേണ്ടതാണ്. എന്നാൽ, പ്രകൃതിയെ പരിരക്ഷിക്കുന്നതിനു പകരം മനുഷ്യൻ ആർത്തിയോടെയും ആധിപത്യത്തിന്റെ ധാർഷ്ട്യത്തോടെയും പ്രകൃതിയെ കീഴ്പ്പെടുത്താനും ചൂഷണം ചെയ്യാനും തട്ടിയെടുക്കാനുമാണ് പലപ്പോഴും ശ്രമിക്കുന്നതെന്ന് മാർപാപ്പ കുറ്റപ്പെടുത്തി. 2015 ൽ ഫ്രാൻസിസ് പാപ്പ പ്രസിദ്ധപ്പെടുത്തിയ 'ലൗദാത്തോ സി' (അങ്ങേയ്ക്കു സ്തുതി) എന്ന ചാക്രികലേഖനം ഭൂമിയെ നമ്മുടെ പൊതുഭവനമായി കണ്ട് സംരക്ഷിക്കേണ്ടതിന്റെ പ്രാധാന്യത്തെ ഫ്രാൻസിസ്കൻ വീക്ഷണത്തിൽ മനോഹരമായി അവതരിപ്പിച്ചു.

ആഗോളതലത്തിൽ കാർഷികോല്പാദനം വേണ്ടുവോളമുണ്ടെങ്കിലും ദാരിദ്ര്യത്തിന് ഒഴിവില്ലെന്നത് ആക്ഷേപാർഹമായ അവസ്ഥയാണെന്ന് മാർപാപ്പ ചൂണ്ടിക്കാട്ടി. ഭൂമിയുടെ വിഭവങ്ങൾ സകലർക്കും ലഭ്യമാക്കുന്നതും ഉപകരിക്കുന്നതുമായ സംവിധാനമാണ് നമുക്കാവശ്യം. ഉള്ളവനും ഇല്ലാത്തവനും തമ്മിലുള്ള അന്തരം ഇല്ലാതാക്കാൻ മാത്രമല്ല ലോകത്ത് നീതിയും സമത്വവും മനുഷ്യരോടുള്ള ആദരവും നിലനിർത്തുന്നതിനും ഇതാവശ്യമാണെന്ന് മാർപാപ്പ സമർത്ഥിക്കുന്നു. ദൈവം ദാനമായി നല്കിയ പ്രകൃതിയുടെ വിഭവസമ്പത്തുക്കൾ എല്ലാവർക്കുമുള്ളതാണ്. ഇത് സഭയുടെ അടിസ്ഥാനപരമായ സാമൂഹ്യനിലപാടും പ്രബോധനവുമാണ്. മൗലികവും പ്രാഥമികവുമായ അവശ്യസാധനങ്ങൾ വിവേചനമില്ലാതെ എല്ലാവർക്കും ലഭ്യമാക്കുകയെന്നതാണ് ഈ വീക്ഷണത്തോടുള്ള ആദരവ്.

ആടുകളെ അന്വേഷിക്കുന്ന ഇടയൻ

സാഹോദര്യമാണ് സമാധാനത്തിന്റെ അടിത്തറയെന്ന് സമാധാനദിന സന്ദേശത്തിൽ ഫ്രാൻസിസ് പാപ്പ ലോകത്തെ ഓർമ്മിപ്പിച്ചു. സാഹോദര്യം മൗലികമായ മാനുഷികഗുണമാണ്. പരസ്പരബന്ധത്തിന്റെ സജീവമാകുന്ന അവബോധമാണത്. അത് സ്നേഹത്തിൽനിന്നുണ്ടാകുന്നു. സാഹോദര്യമില്ലാതെ നീതിനിഷ്ഠവും പ്രശാന്തവും കെട്ടുറപ്പുള്ളതുമായ സമൂഹത്തെ വളർത്തിയെടുക്കാനാവില്ല. ദൈവവിശ്വാസികൾക്കു

മാത്രമല്ല അവിശ്വാസികൾക്കും മാനവസാഹോദര്യം അവഗണിക്കാനാവാത്ത ഒന്നാണ്. സ്വാമി വിവേകാനന്ദനും ഇ എം എസ് നമ്പൂതിരിപ്പാടും സദസ്യരെ സഹോദരീസഹോദരന്മാരായി കണ്ട് അഭിസംബോധന ചെയ്തിരുന്നത് സാഹോദര്യത്തിന്റെ അർത്ഥതലങ്ങൾ അറിഞ്ഞുകൊണ്ടുതന്നെയായിരുന്നു. ആഗോളീകരണത്തിന്റെ നിസ്സംഗത നിറഞ്ഞ ലോകത്ത് അപരന്റെ ആവശ്യങ്ങളോടും യാതനകളോടും നിർവ്വികാരത പുലർത്തുന്ന ശൈലിയാണ് വളർന്നുവരുന്നതെന്ന് മാർപാപ്പ ചൂണ്ടിക്കാട്ടി.

പാവങ്ങളോടുള്ള പരിഗണനയ്ക്കൊപ്പം ആഗോളീകരണകാലത്തെ സാമ്പത്തികശക്തികളോടുള്ള വിപ്രതിപത്തി കൂടിയായപ്പോൾ വിമോചന ദൈവശാസ്ത്രത്തിന്റെ നാട്ടിൽ നിന്നെത്തിയ ഫ്രാൻസിസ് പാപ്പയ്ക്ക് മറച്ചുവയ്ക്കാനാവാത്ത മാർക്സിസ്റ്റ് മുഖമുണ്ടായി. അത് മറച്ചുവയ്ക്കണമെന്ന് അദ്ദേഹത്തിനും താല്പര്യമുണ്ടായില്ല. ആഗോളീകരണം അയൽക്കാരെ സൃഷ്ടിക്കുന്നു; എന്നാൽ നമ്മെ സഹോദരങ്ങളാക്കുന്നില്ല എന്ന് തന്റെ മുൻഗാമിയായ ബനഡിക്ട് മാർപാപ്പ പറഞ്ഞത് ഫ്രാൻസിസ് അനുസ്മരിച്ചു. ചുറ്റുപാടുകളിൽ കാണുന്ന അസമത്വവും ദാരിദ്ര്യവും അനീതിയും സാഹോദര്യത്തിന്റെ അഭാവവും മാത്രമല്ല ഈ വിഭാഗത്തോടുള്ള സമൂഹത്തിന്റെ ഐക്യദാർഢ്യമില്ലായ്മയും അത് വിളിച്ചോതുന്നു. ക്രമാതീതമായ വ്യക്തിമാഹാത്മ്യവാദത്തിന്റെയും സ്വാർത്ഥതയുടെയും ഉപഭോഗസംസ്കാരത്തിന്റെയും നവമായ ചിന്താധാരകൾ സാമൂഹ്യബന്ധങ്ങളെ ശിഥിലമാക്കുകയും സമൂഹത്തിലെ ദുർബ്ബലരും പാവങ്ങളുമായവരെ ഉപയോഗശൂന്യമെന്നു മുദ്ര കുത്തി വലിച്ചെറിയുകയും ചെയ്യുന്നു. എന്തു ചെയ്താൽ എനിക്കെന്തു കിട്ടും എന്ന സ്വാർത്ഥവും ലാഭേച്ഛയോടു കൂടിയതുമായ സഹവർത്തിത്വം മാത്രമാണ് മനുഷ്യജീവിതം. സമാധാനത്തെക്കുറിച്ചുള്ള ചിന്തയിൽ തൊഴിലിന്റെ മേഖലയിൽ നടക്കുന്ന ചൂഷണവും പരിസ്ഥിതി മലിനീകരണവും പ്രകൃതിവിഭവങ്ങളുടെ നശീകരണവും മാർപാപ്പ വേദനയോടെ ഓർത്തു. ജനങ്ങളെ ദാരിദ്ര്യത്തിലാഴ്ത്തുകയും പൊതുവായ സാമ്പത്തികവ്യവസ്ഥിതിക്കും ന്യായമായ സംവിധാനങ്ങൾക്കും തുരങ്കം വയ്ക്കുകയും ചെയ്യുന്ന അവിഹിതമായ പണമിടപാടുകളും സാമ്പത്തിക ക്രയവിക്രയങ്ങളും ഇല്ലാതാക്കേണ്ടതാണെന്ന് മാർപാപ്പ പറയുന്നു. ജറുസലേം ദേവാലയത്തിൽ വണിക്കുകൾക്കു നേരേ ചാട്ട വീശിയ യേശുവിനെയാണ് ആഗോളീകരണകാലത്തെ ധനശക്തികൾക്കെതിരെ സംസാരിക്കുന്ന മാർപാപ്പയിൽ കാണേണ്ടത്.

ഭീകരതയും അഭയാർത്ഥിപ്രശ്നവും മുതൽ ആഗോളതാപനം വരെയുള്ള കാര്യങ്ങളിൽ ഫ്രാൻസിസ് പാപ്പയ്ക്ക് വ്യക്തമായ നിലപാടുണ്ട്. അത് സ്നേഹത്തിലും കരുണയിലും അധിഷ്ഠിതമാണ്. ഭവനരഹിതരായ ദരിദ്രർക്കായി വത്തിക്കാനിൽ കുളിമുറികൾ ഒരുക്കിയതു മുതൽ അഭയാർത്ഥികളെ വത്തിക്കാനിൽ സ്വീകരിക്കുകയും പെസഹാ വ്യാഴാഴ്ചയിലെ കാൽകഴുകൽ ശുശ്രൂഷയിൽ അവരെ ഉൾപ്പെടുത്തുകയും

ചെയ്തതുവരെ ഒട്ടേറെ ഉദാഹണങ്ങളുണ്ട്. കരുണയ്ക്കായി ഒരു വർഷം തന്നെ മാറ്റിവച്ചതിന്റെ പ്രേരണയും മറ്റൊന്നല്ല. 2016 ൽ തന്റെ എൺപതാം പിറന്നാൾ ദിനത്തിൽ ഭവനരഹിതരായ അഗതികൾക്കൊപ്പമാണ് ഫ്രാൻസിസ് മാർപാപ്പ പ്രഭാതഭക്ഷണം കഴിച്ചത്. ബേത്‌ലഹേമിൽ ഭവനരഹിതനായി പിറക്കുകയും ഈജിപ്തിൽ അഭയാർത്ഥിയായി ശൈശവം ചെലവഴിക്കുകയും ചെയ്ത യേശുവിന്റെ പിൻഗാമികൾക്ക് ഭവനരഹിതരെയും അഭയാർത്ഥികളെയും അവഗണിക്കാനാവില്ല. ജന്മദിനത്തിൽ ഭവനരഹിതർക്ക് സ്ളീപ്പിങ് ബാഗുകളും അഭയാർത്ഥി കേന്ദ്രങ്ങളിലേക്ക് ഭക്ഷണവും അയച്ചുകൊടുക്കുന്ന പതിവ് ഫ്രാൻസിസ് മാർപാപ്പയ്ക്കുണ്ട്.

ലോകരാഷ്ട്രീയത്തിൽ നിർണ്ണായകമായ ഇടപെടലുകൾ ഫ്രാൻസിസ് മാർപാപ്പ നിരന്തരം നടത്തുന്നുണ്ട്. ക്യൂബയും അമേരിക്കയും തമ്മിലുള്ള അർത്ഥമില്ലാത്ത ശീതയുദ്ധത്തിൽ അയവ് വരുത്തുന്നതിൽ അദ്ദേഹം വിജയിച്ചു. അഭയാർത്ഥികളെ സ്നേഹപൂർവ്വം സ്വീകരിക്കാൻ അദ്ദേഹം യൂറോപ്പിനെ പ്രേരിപ്പിച്ചു. നീതിയും സാഹോദര്യവും നിറഞ്ഞ നവലോകത്തിനുവേണ്ടിയുള്ളതായിരുന്നു അദ്ദേഹത്തിന്റെ ആഹ്വാനം. കുട്ടികളെ ലൈംഗികമായി പീഡിപ്പിക്കുന്ന വൈദികർക്കെതിരെ അതിശക്തമായ നിലപാടാണ് അദ്ദേഹം സ്വീകരിച്ചത്. വധശിക്ഷ ഒഴിവാക്കണമെന്ന ആഹ്വാനം ഫ്രാൻസിസ് മാർപാപ്പയെ മനുഷ്യാവകാശപ്രസ്ഥാനങ്ങളോട് അടുപ്പിച്ചു നിർത്തി. ഇക്കാര്യത്തിലും ശരിയല്ലാത്ത ഒരു വിധിയുടെ അടിസ്ഥാനത്തിൽ വധിക്കപ്പെട്ട ഒരു വിപ്ലവകാരിയുടെ ചിത്രം മാർപാപ്പയുടെ മുന്നിലുണ്ട്. സമീപനത്തിലെ ലാളിത്യവും സംസാരത്തിലെ സൗമ്യതയും ഫ്രാൻസിസിനെ വ്യത്യസ്തനായ പാപ്പയാക്കുന്നു. പ്രബോധനത്തിലും അദ്ദേഹം വ്യത്യസ്തനാണ്. വിശ്വാസത്തിലും വിശ്വാസപരമായ ജീവിതത്തിലും കൂടുതൽ ആഴങ്ങളിലേക്കിറങ്ങാൻ അദ്ദേഹം വിശ്വാസികളെ നിർബ്ബന്ധിക്കുന്നു.

ലൂമെൻ ഫിദെയി എന്ന പേരിൽ വിശ്വാസത്തെ സംബന്ധിച്ച് ബെനഡിക്ട് പതിനാറാമൻ എഴുതിത്തുടങ്ങിയ ചാക്രികലേഖനം പാപ്പയായി സ്ഥാനമേറ്റ് മൂന്ന് മാസത്തിനകം ഫ്രാൻസിസ് പൂർത്തിയാക്കി. സഭയെക്കുറിച്ചുള്ള അദ്ദേഹത്തിന്റെ സമീപനം പൂർണ്ണമായും വെളിപ്പെട്ടത് 2013 നവംബറിൽ പുറത്തിറങ്ങിയ ഇവാഞ്ചെലിഗോഡിയം (സുവിശേഷത്തിന്റെ ആനന്ദം) എന്ന അപ്പോസ്തലിക ലേഖനത്തിലൂടെയാണ്. ആധുനികലോകത്തിൽ സുവിശേഷപ്രഘോഷണം എവ്വിധമായിരിക്കണമെന്ന് ലേഖനം ഉദ്ബോധിപ്പിക്കുന്നു. സുവിശേഷത്തിന്റെ ആനന്ദം അനുഭവിച്ചിട്ടില്ലാത്ത ബഹിഷ്കൃതരിലേക്ക് സുവിശേഷം എത്തിക്കുന്നതിനുള്ള ഉത്തരവാദിത്വം വിശ്വാസികൾക്കുണ്ട്. ദൈവത്തിന്റെ സുവിശേഷം പങ്ക് വയ്ക്കാനുള്ളതാണ്. അത്ര പുതുമയില്ലാത്ത ഈ ആഹ്വാനത്തിന് പുതുമ നല്കുന്നത് ഫ്രാൻസിസിന്റെ ജെസ്യൂട്ട് പശ്ചാത്തലമാണ്. സദാ കർമ്മനിരതരാണ് ജെസ്യൂട്ടുകൾ. ഏറ്റെടുക്കുന്ന ദൗത്യം തൊട്ടടുത്താ

കാം; അല്ലെങ്കിൽ ഭൂഗോളത്തിന്റെ അങ്ങേപ്പാതിയിലാകാം. ആടുകളെത്തേടി ഇറങ്ങുന്ന ഇടയർ അജഗന്ധമുള്ളവരായിരിക്കണമെന്ന് ഫ്രാൻസിസ് പറയുന്നു. നേതാക്കൾ അപ്രകാരം അരികുകളിലേക്കും പ്രാന്തങ്ങളിലേക്കും ഇറങ്ങിച്ചെല്ലുമ്പോൾ അവർ ജനകീയരാകുന്നു. ജനകീയതയാണ് പോപ്പ് ഫ്രാൻസിസിനെ വ്യത്യസ്തനാക്കുന്നത്.

2017 ലെ ഈസ്റ്റർ ദിനത്തിൽ സെന്റ് പീറ്റേഴ്സ് ബസിലിക്കയുടെ മട്ടുപ്പാവിൽനിന്ന് തന്റെ അഞ്ചാമത്തെ ഈസ്റ്റർ സന്ദേശം നഗരത്തിനും ലോകത്തിനും (ഊർബി എത് ഓർബി) നല്കിയപ്പോഴും ഫ്രാൻസിസ് പാപ്പ തന്റെ ആശയങ്ങൾ സമകാലികമായി ആവിഷ്കരിച്ചു. നെതർലൻഡ്സിൽനിന്ന് കൊണ്ടുവന്ന പൂക്കളാൽ അലംകൃതമായ ചത്വരത്തിൽ കൂടിയ വിശ്വാസികളോട് പൂക്കളുടെ ആഘോഷമല്ല ഈസ്റ്റർ എന്ന് മാർപാപ്പ പറഞ്ഞത് പൂക്കളുടെ മൂല്യം കുറയ്ക്കുന്നതിനുവേണ്ടിയായിരുന്നില്ല. പരമ്പരാഗത ഈസ്റ്റർ കുർബ്ബാനയ്ക്കുശേഷം മാർപാപ്പ നടത്തിയ പ്രസംഗത്തിൽ സിറിയയും ഉത്തര കൊറിയയും പരാമർശിക്കപ്പെട്ടു. സിറിയയിലെ ഭീകരതയും മരണവും കൊറിയൻ മേഖലയിലെ യുദ്ധഭീതിയും അടിയന്തരമായി അവസാനിപ്പിക്കണമെന്ന് അദ്ദേഹം ആവശ്യപ്പെട്ടു. യുദ്ധം, ക്ഷാമം, രാഷ്ട്രീയമായ അസ്വസ്ഥതകൾ എന്നിവ മൂലം വലയുന്നവർക്കുവേണ്ടിയും പശ്ചിമേഷ്യയിലെ സമാധാനത്തിനുവേണ്ടിയും മാർപാപ്പ പ്രാർത്ഥിച്ചു.

അസ്വസ്ഥതകൾ പടരുന്നതിനെതിരെ ജാഗ്രത പാലിക്കാനും ആയുധക്കച്ചവടം അവസാനിപ്പിക്കാനും മാർപാപ്പ ലോകനേതാക്കളെ ആഹ്വാനംചെയ്തു. അഴിമതിക്കെതിരെ എല്ലാവരും പോരാടണം. അഭിപ്രായവ്യത്യാസങ്ങൾ ചർച്ചയിലൂടെ പരിഹരിക്കണം. എല്ലാവരും സമാധാനത്തിന്റെ പാത സ്വീകരിക്കണം. ഉയിർത്തെഴുന്നേറ്റ ക്രിസ്തു നീതിക്കും സമാധാനത്തിനുംവേണ്ടി പ്രവർത്തിക്കുന്നവരുടെ കാലടികളെ നയിക്കട്ടെയെന്ന് അദ്ദേഹം ആശംസിച്ചു. സിറിയയിലെ അലെപ്പോയിൽ ബോംബാക്രമണത്തിൽ നൂറിലേറെ പേർ മരിക്കാനിടയായ സംഭവത്തെ മാർപാപ്പ അപലപിച്ചു. പലായനം ചെയ്യുന്ന അഭയാർത്ഥികൾക്കുനേരേ ആയിരുന്നു ഭീകരാക്രമണം. യുദ്ധത്തിലും ഭീകരാക്രമണങ്ങളിലും എല്ലാം നശിച്ച് സ്വന്തം രാജ്യത്തുനിന്ന് ആട്ടിയിറക്കപ്പെടുന്നവർക്കൊപ്പം ദൈവവും ആ രാജ്യങ്ങൾ വിട്ടതായി ഭരണകൂടങ്ങളുടെ പേര് പറയാതെ മാർപാപ്പ മുന്നറിയിപ്പ് നല്കി.

മതവും മാർക്സിസവും

യേശുവിനെയും യേശുവിന്റെ പ്രബോധനങ്ങളെയും ഉൾക്കൊണ്ട് ജീവിക്കുന്നവനാണ് ക്രിസ്ത്യാനി. ദൈവപുത്രനായ ക്രിസ്തുവിനൊപ്പം മനുഷ്യപുത്രനായ യേശുവും ചരിത്രത്തിന്റെ ഭാഗമാണ്. മനുഷ്യകുലത്തിന് മുഴുവൻ അവകാശപ്പെട്ടതാണ് ആ ചരിത്രം. ബെത്‌ലെഹേമിൽ ജനിച്ച് പ്രബോധകനും പ്രക്ഷോഭകനുമായി യൂദയായിൽ പ്രവർത്തിച്ച് പന്തിയോസ് പീലാത്തോസ് എന്ന റോമൻ ഗവർണറുടെ ഭരണകാലത്ത് കുരിശുമരണത്തിനു വിധിക്കപ്പെട്ട യേശുവിനെ ദൈവപുത്രനായി കാണുന്നതിന് വിശ്വാസികൾക്ക് അവകാശമുള്ളതുപോലെ വിപ്ലവകാരിയായി കാണുന്നതിന് മറ്റുള്ളവർക്കും അവകാശമുണ്ട്.

അദ്ധ്വാനിക്കുന്നവരെയും ഭാരം ചുമക്കുന്നവരെയും സംഘടിപ്പിച്ച യേശുവിനെയാണ് റോമൻ സാമ്രാജ്യം ഭയന്നത്. സ്നേഹത്തിന്റെ സുവിശേഷവും സ്വർഗ്ഗരാജ്യത്തെക്കുറിച്ചുള്ള വാഗ്ദാനവും സാമ്രാജ്യത്തെ ഭയപ്പെടുത്തേണ്ട കാര്യമില്ല. കുരിശുമരണം യഹൂദരുടെ ശിക്ഷാരീതിയല്ലായിരുന്നു. റോമൻ ശിക്ഷാനിയമം അനുസരിച്ച് മരണശിക്ഷ നടപ്പാക്കാനുള്ള ഉപകരണമായിരുന്നു കുരിശ്. യേശുവിന് ഒരു നൂറ്റാണ്ട് മുമ്പ് സ്പാർട്ടക്കസിനെയും കൂട്ടരെയും അവർ വധിച്ചത് കുരിശിലേറ്റിയായിരുന്നു. കാപുവ മുതൽ റോം വരെ പാതയോരത്ത് നാട്ടിയ കുരിശുകളിൽ സ്പാർട്ടക്കസും അനുയായികളും അപമാനിതരായി തൂങ്ങിക്കിടന്നു. കലാപത്തിനു തുനിയുന്ന അടിമകൾക്കുള്ള മുന്നറിയിപ്പായിരുന്നു അത്. 312 ലെ യുദ്ധത്തിൽ കോൺസ്റ്റൻടൈൻ വിജയശ്രീലാളിതനായത് ആകാശത്ത് തെളിഞ്ഞ കുരിശിനെ സാക്ഷിയാക്കി ശത്രുസൈന്യത്തോട് ഏറ്റുമുട്ടിയതുകൊണ്ടാണെന്ന് ഒരു കഥയുണ്ട്. അതോടെ കഴുമരം എന്ന നില വിട്ട് കുരിശ് സാമ്രാജ്യത്തിന്റെ കൊടിയടയാളമായി. അതിനുശേഷമാണ്

കുരിശ് സഭയുടെ അടയാളവും ആരാധനയുമായത്.

അടിമകളുടെ വിയർപ്പിലാണ് റോമാ സാമ്രാജ്യത്തിന്റെ മഹിമ ഉയർന്നുനിന്നത്. ചെറിയ അസ്വസ്ഥതകൾപോലും സാമ്രാജ്യത്തെ ഭയപ്പെടുത്തി. റോമിന്റെ അധിനിവേശത്തിലായിരുന്നു യൂദയാ. അവിടെയും അധിനിവേശത്തിനെതിരെ കലാപങ്ങൾ പൊട്ടിപ്പുറപ്പെട്ടു തുടങ്ങിയ കാലത്താണ് യേശു ഒരു കൂട്ടം മുക്കുവരുമായി ആൾക്കൂട്ടങ്ങളെ പ്രക്ഷുബ്ധമാക്കി മുന്നേറുന്ന കാഴ്ചയുണ്ടായത്. പൗരോഹിത്യത്തിനും വിപണിക്കുമെതിരെ കലഹിച്ച യേശു സമത്വസുന്ദരമായ നവലോകമാണ് അടിമകൾക്കും അധിനിവേശിതർക്കും വാഗ്ദാനം ചെയ്തത്. യേശുവിനെ വധിക്കുന്നതിന് സാമ്രാജ്യത്തിന് ഇത്തരത്തിൽ കാരണങ്ങൾ ഏറെയുണ്ടായിരുന്നു. വരാനിരിക്കുന്ന കൊടുങ്കാറ്റിനെയോർത്ത് പരിഭ്രാന്തമാകുന്ന ഭരണകൂടം ഉലയുന്നതിന് ഇളംതെന്നൽ മതി.

ക്രിസ്തുമതത്തിന് ബൗദ്ധികമണ്ഡലത്തിലും പ്രയോഗതലത്തിലും കടുത്ത വെല്ലുവിളി ഉയർത്തിയ വ്യക്തിയായിരുന്നു കാൾ മാർക്സ്. ലോകത്തിന് സാമൂഹികവിപ്ലവത്തിന്റെ പുതിയ ദിശ കാണിച്ച മാർക്സിസ്റ്റ് തത്ത്വചിന്തയുടെ ഉപജ്ഞാതാവായ മാർക്സ് [U1]1818 മേയ് അഞ്ചിന് ജർമ്മനിയിലെ പ്രഷ്യയിൽ ജൂതകുടുംബത്തിൽ ജനിച്ചു. അദ്ദേഹത്തിന്റെ പിതാവ് ഹീൻ-റിച്ച് മാർക്സ് സ്വതന്ത്ര ചിന്തകനും ഭേദപ്പെട്ട അഭിഭാഷകനുമായിരുന്നു. റൂസോയും വാൾട്ടയറും അദ്ദേഹത്തെ സ്വാധീനിച്ച എഴുത്തുകാരായിരുന്നു. കാൾ ജനിക്കുന്നതിനുമുമ്പ് അദ്ദേഹം ജൂതമതം ഉപേക്ഷിക്കുകയും ലൂഥറൻ സഭയിൽ ചേരുകയും ചെയ്തു. ആ സഭയിലായിരുന്നു കാളിന്റെ ജ്ഞാനസ്നാനം. വ്യത്യസ്തതകൊണ്ട് ശ്രദ്ധേയനായിരുന്ന കാൾ മാർക്സ് നാസ്തികനായി വളർന്നു. മനുഷ്യനെ അകാരണമായി വേദനിപ്പിക്കുന്ന അജ്ഞാതനായ ദൈവത്തിനെതിരെയുള്ള പ്രൊമീത്യൻ കലാപമായിരുന്നു മാർക്സിന്റെ നാസ്തികത്വം. നീഷെ, ഫ്രോയ്ഡ് എന്നിവർക്കൊപ്പം മതത്തെ അദ്ദേഹം സംശയത്തോടെ വീക്ഷിച്ചു. ശാസ്ത്രീയമായ ഭൗതികവാദത്തിൽ അധിഷ്ഠിതമായ തത്ത്വശാസ്ത്രമാണ് മർദ്ദിതർക്കും പീഡിതർക്കുംവേണ്ടി മാർക്സ് അവതരിപ്പിച്ചത്. തിന്മയ്ക്കു പകരം നന്മയെന്ന ആശയം യേശു മുന്നോട്ടു വച്ചു. ആവശ്യമെങ്കിൽ തിന്മയെ അക്രമം പ്രയോഗിച്ചും ഉന്മൂലനം ചെയ്യണമെന്ന നിലപാടായിരുന്നു മാർക്സിന്റേത്. വാൾ ഉറയിലിടാനായിരുന്നു യേശുവിന്റെ നിർദ്ദേശം. സൂക്ഷിക്കാൻ നിർദ്ദേശിക്കപ്പെട്ട വാളിന്റെ പ്രയോഗസാദ്ധ്യതയെക്കുറിച്ചാണ് മാർക്സ് ആലോചിച്ചത്. വർഗ്ഗസമരങ്ങളുടെ ചരിത്രമാണ് മനുഷ്യന്റെ ചരിത്രമെന്ന് 1848 ൽ മാർക്സും ഏംഗൽസും ചേർന്ന് പ്രഖ്യാപിച്ചു.

വിപ്ലവത്തിന്റെ പാതയിൽ നാസ്തിക്യം അവശ്യം വേണ്ട ആയുധമായി മാർക്സ് കണ്ടിട്ടില്ല. ഇന്റർനാഷണലിലെ അംഗത്വത്തിന് ദൈവനിഷേധം ഉപാധിയാക്കാൻ ശ്രമിച്ച റഷ്യൻ വിപ്ലവകാരി ബക്കുനിനെ മാർക്സ് തടയുകയാണുണ്ടായത്. മതങ്ങളോടുള്ള മനോഭാവമെന്തെന്ന ചോ

ദ്യത്തിന് ഉത്തരം നല്കാതിരുന്ന ഏംഗൽസ് കത്തോലിക്കരെ പീഡിപ്പിക്കുന്ന ബിസ്മാർക്കിന്റെ നിയമങ്ങൾക്കെതിരെ ശക്തമായി പ്രതികരിച്ചു. മതത്തെ മാത്രമല്ല മതവിരുദ്ധതയേയും മാർക്സ് എതിർത്തു. ജനാധിപത്യക്രമത്തിൽ അതിവേഗം സ്വീകാര്യമായിക്കൊണ്ടിരിക്കുന്ന മതനിരപേക്ഷതയോട് ഉൾച്ചേർന്നു നില്ക്കുന്ന സമീപനമായിരുന്നു ഇക്കാര്യത്തിൽ മാർക്സിന്റേത്. കുറേക്കൂടി വ്യക്തമായി പറഞ്ഞാൽ ആധുനിക മതനിരപേക്ഷതയുടെ അസ്തിവാരം മാർക്സിസമാണ്. വോൾട്ടയറിനും റൂസോയ്ക്കും ഒപ്പം നില്ക്കുന്ന മതനിരപേക്ഷ മനീഷിയായിരുന്നു മാർക്സ്.

മതം മനുഷ്യന്റെ കറുപ്പ്

മതത്തെ വേദനയകറ്റുന്ന ലേപനമായി മാർക്സ് കണ്ടു. ചരിത്രപരമായ സന്ദർഭത്തിൽനിന്ന് അനുചിതമായി ചുരണ്ടിയെടുത്ത കറുപ്പിൽ മാർക്സിന്റെ ദർശനം അവ്യക്തമായി. വികലമാക്കപ്പെട്ട വിശകലനങ്ങളിൽ കമ്യൂണിസം ദൈവനിഷേധമായി വ്യാഖ്യാനിക്കപ്പെട്ടു. അദ്ധ്വാനിക്കുന്നവർക്ക് യേശു വാഗ്ദാനം ചെയ്തത് സമാശ്വാസമാണ്. അദ്ധ്വാനിക്കുന്നവർക്ക് മാർക്സിന്റെ വാഗ്ദാനം വിമോചനമാണ്. സമാശ്വാസത്തിനപ്പുറമാണ് വിമോചനം. ദൈവരാജ്യത്തെക്കുറിച്ചല്ല, മനുഷ്യൻ ജീവിക്കുന്ന ഈ ലോകത്തെക്കുറിച്ചാണ് മാർക്സ് ചിന്തിച്ചത്. രണ്ടും തമ്മിൽ പൊരുത്തക്കേടുകൾ ഉണ്ടാകാം. പക്ഷേ, ശത്രുത ഉണ്ടാകേണ്ടതില്ല. യേശുവിന്റെ സ്വർഗ്ഗരാജ്യവും മാർക്സിന്റെ നവലോകവും സൈദ്ധാന്തികമായി ഒന്നുതന്നെയാകാം.

കഷ്ടപ്പെടുന്നവന്റെ ദീർഘനിശ്വാസവും ഹൃദയഹീനമായ ലോകത്തിന്റെ ഹൃദയവും ആത്മാവില്ലാത്ത ലോകത്തിന്റെ ആത്മാവും ആണ് മതം എന്നു പറഞ്ഞവസാനിപ്പിക്കുമ്പോഴാണ് മതം മനുഷ്യന്റെ കറുപ്പാണെന്ന പ്രയോഗം മാർക്സ് നടത്തിയത്. മാർക്സിനെതിരെ മതവിശ്വാസികൾ ഉന്നയിക്കുന്ന അവസാനിക്കാത്ത ആക്ഷേപം കറുപ്പിനെ അടിസ്ഥാനമാക്കിയുള്ളതാണ്. മനുഷ്യനെ മയക്കുന്ന കറുപ്പ് എന്ന് മാർക്സ് പറഞ്ഞിട്ടില്ല. അത് പരിഭാഷകന്റെ കൂട്ടിച്ചേർക്കലാണ്. മയക്കുമരുന്നായല്ല വേദനാസംഹാരിയായാണ് മാർക്സ് മതത്തെ കണ്ടത്. കറുപ്പിനെക്കുറിച്ചുള്ള ധാരണ മാറുന്നതനുസരിച്ച് മാർക്സിന്റെ പ്രസ്താവനയുടെ അർത്ഥത്തിലും മാറ്റം വരുന്നു. തങ്ങളുടെ ദരിദ്രാവസ്ഥയ്ക്കും ദൈന്യതയ്ക്കും സാങ്കല്പികമായ സമാശ്വാസം കണ്ടെത്താനുള്ള മനുഷ്യവാസനയാണ് മാർക്സ് വിമർശിച്ചത്. ഓപ്പിയം എന്നതിനു പകരം വാലിയം എന്ന പദമാണ് ഉപയോഗിച്ചിരുന്നതെങ്കിൽ ഇത്ര ആക്ഷേപം ഉണ്ടാകില്ലായിരുന്നു. മാർക്സിന്റെ കാലത്ത് കറുപ്പ് നിഷിദ്ധമായിരുന്നില്ല. ധനികർക്കുമാത്രം പ്രാപ്യമായ വിലയേറിയ വസ്തുവായിരുന്നു അത്. അതിനു ശേഷിയില്ലാത്ത ദരിദ്രർ സമാശ്വാസത്തിനുവേണ്ടി മതത്തെ ആശ്ലേഷിച്ചു. ധ്യാനാലയങ്ങളിലും അനുഷ്ഠാനവേദികളിലും ഭക്തർ അനു

ഭവിക്കുന്ന അവാച്യമായ നിർവൃതിയെന്തോ അതാണ് മാർക്സിന്റെ ഭാഷയിലെ കറുപ്പ്. ദൈവവിശ്വാസമോ ദൈവനിഷേധമോ നാസ്തികനായ മാർക്സിന്റെ ദർശനത്തെ സ്വാധീനിച്ചില്ല. കാണപ്പെട്ട ദൈവത്തെ ധിക്കരിച്ചുകൊണ്ട് സ്വർഗ്ഗത്തിൽനിന്ന് അപഹരിച്ച അഗ്നിയുമായി മനുഷ്യനെ സ്നേഹിക്കാനെത്തിയ പ്രൊമിത്യൂസിനെ ദാർശനികതലത്തിൽ വിശുദ്ധനായി സ്വീകരിച്ച മാർക്സ് ദൈവനിഷേധത്തിന്റെ അടിസ്ഥാനത്തിലല്ല ശാസ്ത്രീയ സോഷ്യലിസം രൂപപ്പെടുത്തിയത്.

അനുബന്ധമാണ്. കുരിശുയുദ്ധങ്ങളിലും ഹിറ്റ്ലറുടെ വിഷപ്പുരകളിലും മതത്തിന്റെ പേരിൽ സംഭവിച്ചതിനേക്കാൾ എത്രയോ ലഘുവായിരുന്നു സോവിയറ്റ് യൂണിയനിൽ ലെനിന്റെയും സ്റ്റാലിന്റെയും കാലത്ത് സംഭവിച്ചതായി പറയപ്പെടുന്ന അത്യാചാരങ്ങൾ. അയർലണ്ടിൽ കത്തോലിക്കരും പ്രൊട്ടസ്റ്റന്റുകാരും തമ്മിൽ നടന്ന നിരന്തര യുദ്ധങ്ങളിൽ ചൊരിഞ്ഞ അത്രയും ക്രൈസ്തവരക്തം സോവിയറ്റ് യൂണിയനിൽ വീണിട്ടില്ല. മതനിരപേക്ഷ സമൂഹത്തിൽ മതവിമുക്തമായി മാർക്സിസത്തിനു നിലനില്ക്കാൻ കഴിയും. ഇതുതന്നെയാണ് ഭരണഘടനയുടെ അനുശാസന. വിശ്വാസികളുടെ വിശ്വാസത്തെ സംരക്ഷിക്കാൻ പ്രതിജ്ഞാബദ്ധമായ ഇന്ത്യയിലെ കമ്യൂണിസ്റ്റ് പാർട്ടികൾ മതങ്ങളെ ആക്രമിക്കുന്നില്ല. മതാധിഷ്ഠിതമായ രാഷ്ട്രീയപ്രസ്ഥാനങ്ങളാണ് ഇതര മതങ്ങൾക്ക് ഇടം നല്കാത്തത്. ഇന്ത്യയിലെ ഹിന്ദുത്വവാദികളും പാകിസ്ഥാനിലെ ഇസ്ലാമിസ്റ്റുകളും ഇതരമതങ്ങളെ സമഭാവനയോടെ കാണുന്നില്ല. പള്ളിയും പാർട്ടിയും അപഭ്രംശങ്ങളിൽ അകപ്പെട്ടിട്ടുണ്ട്. പക്ഷേ, ഇരുവരും പാവങ്ങൾക്കുവേണ്ടിയാണ് നിലകൊള്ളുന്നത്. ധനികന് സ്വർഗ്ഗരാജ്യം നിഷേധിക്കുന്ന യേശുവും പാവങ്ങളുടെ സ്വർഗ്ഗരാജ്യം ഈ ഭൂമിയിൽ സ്ഥാപിതമാക്കാൻ യത്നിക്കുന്ന മാർക്സും വിരുദ്ധചേരികളിൽ നില്ക്കേണ്ടവരല്ല. മൂലധനത്തിന്റെ ആധിപത്യത്തിനും വിപണിയുടെ സംസ്കാരത്തിനും കീഴ്പ്പെടേണ്ടവരല്ല ക്രൈസ്തവരും കമ്യൂണിസ്റ്റുകാരും. ദേവാലയത്തിലെ ക്രയവിക്രയക്കാർക്കും നാണയമാറ്റക്കാർക്കുമെതിരെ ചുഴറ്റപ്പെട്ട ചാട്ട ആത്മീയതയില്ലാത്ത ആധുനിക മുതലാളിത്തത്തിനെതിരെ വീശുന്നതിനുള്ള ബാദ്ധ്യത സഭയ്ക്കുണ്ട്. നശിപ്പിക്കപ്പെട്ട ബാബിലോൺ പങ്കിലമായ വിപണിയുടെ പ്രതീകമാണ്. ക്രിസ്തുമതത്തിന്റെ ബൂർഷ്വാവല്ക്കരണത്തിനെതിരെ കമ്യൂണിസ്റ്റുകാരും കമ്യൂണിസത്തിന്റെ ബൂർഷ്വാവല്ക്കരണത്തിനെതിരെ ക്രൈസ്തവരും യോജിച്ചു പ്രവർത്തിക്കേണ്ട സമയമാണിത്. വിശ്വാസത്തെ മാറ്റിനിർത്തി വിശ്വാസികളെ ഉൾക്കൊള്ളാൻ കമ്യൂണിസ്റ്റ് പാർട്ടികൾ തയ്യാറാകുമ്പോൾ സാദ്ധ്യതകളെ പ്രയോജനപ്പെടുത്തുന്ന സമീപനമാണ് ക്രൈസ്തവസഭകൾ സ്വീകരിക്കേണ്ടത്. ഇതിന് അനുസൃതമായ നിലപാടാണ് ഫ്രാൻസിസ് മാർപാപ്പ സ്വീകരിച്ചിട്ടുള്ളത്.

അന്നന്നു വേണ്ടതായ ആഹാരത്തിനുവേണ്ടി പ്രാർത്ഥിക്കാനാണ് യേശു പഠിപ്പിച്ചത്. കൂട്ടായ പ്രാർത്ഥന സ്വന്തം ആഹാരത്തിനുവേണ്ടി

മാത്രമുള്ളതല്ല. അദ്ധ്വാനം മാത്രം കൈമുതലായ മനുഷ്യന് ആഹാരം ഉറപ്പാക്കുന്നതിനുള്ള പ്രവർത്തനമാണ് മാർക്സ് നിർദ്ദേശിച്ചത്. അപരന്റെ ആഹാരം ഓരോരുത്തരുടെയും ഉത്തരവാദിത്വമാണെന്ന തിരിച്ചറിവാണ് ഇരുവരും നല്കുന്നത്. പ്രാർത്ഥന പ്രവർത്തനത്തെ നിരാകരിക്കുന്നില്ല. വിശ്വാസിയുടെ പ്രാർത്ഥനയിൽ വിപ്ലവമുണ്ട്. വിപ്ലവകാരിയുടെ പ്രവർത്തനത്തിൽ ആത്മീയതയുണ്ട്. വിശ്വാസിയുടെ പ്രാർത്ഥനയും വിപ്ലവകാരിയുടെ ജീവിതവും അപരനുവേണ്ടിയുള്ളതാണ്. അതുകൊണ്ടാണ് മദർ തെരേസയുടെ പ്രാർത്ഥനയിൽ വിപ്ലവകാരികൾ പങ്കുചേർന്നത്. അയൽക്കാരനുവേണ്ടിയുള്ള സമർപ്പണത്തിൽനിന്നാണ് രക്തസാക്ഷികൾ ഉണ്ടാകുന്നത്.

ലോകം ആത്യന്തികമായി ജനാധിപത്യത്തിന്റെ പരിപൂർണ്ണതയിലേക്കാണ് നീങ്ങുന്നത്. മൂലധനത്തിന്റെ ഉടമകളും പേഗനിസത്തിന്റെ തിരിച്ചുവരവിന് വഴിയൊരുക്കുന്ന മതതീവ്രതയും ചേർന്ന് ഹൈജാക് ചെയ്യുന്ന ജനാധിപത്യത്തിലല്ല ലോകത്തിന്റെ പ്രതീക്ഷ. വർഗ്ഗസമരത്തിന്റെ ജയമുഹൂർത്തത്തിൽ സ്ഥാപിതമാകുന്ന ജനാധിപത്യസ്വർഗ്ഗത്തിൽ സമാഗമിക്കേണ്ടവരാണ് മതവിശ്വാസികളും മാർക്സിസ്റ്റുകാരും. അവിടേക്കുള്ള യാത്രയിൽ ദൈവനാമത്തിന്റെ സ്ഥാനത്തും അസ്ഥാനത്തുമുള്ള ഉരുവിടൽ അപ്രസക്തമാണ്. സ്വർഗ്ഗത്തെക്കൊണ്ടും ഭൂമിയെക്കൊണ്ടും ആണയിടരുതെന്ന് സുവിശേഷം പറയുന്നു. അങ്ങനെയെങ്കിൽ ദൈവനാമത്തിലെ പ്രതിജ്ഞയ്ക്ക് എന്തർത്ഥം? ദൈവനാമം ഉരുവിടുന്ന കപടനാട്യത്തെ വിശ്വാസമായി കാണുന്നത് അബദ്ധമാണ്. ദൈവനാമത്തിൽ പ്രതിജ്ഞയെടുക്കുന്നില്ലെന്നതാണ് കമ്യൂണിസ്റ്റ് സ്ഥാനാർത്ഥികൾക്കും ജനപ്രതിനിധികൾക്കും എതിരെയുള്ള ആക്ഷേപം. “നിങ്ങളുടെ വാക്ക് അതേ എന്നോ അല്ല എന്നോ ആയിരിക്കട്ടെ. അതിനപ്പുറമുള്ളത് ദുഷ്ടനിൽ നിന്നു വരുന്നു” എന്ന് ബൈബിൾ പറയുന്നു. സെക്കുലർ വ്യവസ്ഥയിൽ ഭരണഘടനാപരമായ ചുമതലകൾ നിർവ്വഹിക്കുന്നവർ സ്വന്തം വാക്കിലാണ് വിശ്വാസം അർപ്പിക്കേണ്ടത്. അതേ എന്ന് പറയേണ്ടിടത്ത് അതേ എന്നും അല്ല എന്നു പറയേണ്ടിടത്ത് അല്ല എന്നും പറയാൻ കഴിഞ്ഞാൽ പ്രത്യയശാസ്ത്രദു:ഖങ്ങൾക്കും വിശ്വാസപരമായ പ്രതിസന്ധികൾക്കും ശമനമുണ്ടാകും.

വിശ്വാസം സ്വകാര്യതയാണ്. പൊതുമണ്ഡലത്തിൽ വിശ്വാസത്തെ പ്രതിഷ്ഠിക്കുമ്പോഴാണ് സംഘർഷമുണ്ടാകുന്നത്. എല്ലാ വിശ്വാസങ്ങൾക്കും ഇടം നല്കാൻ മതനിരപേക്ഷമായ പൊതുസമൂഹം തയ്യാറാണ്. അതുകൊണ്ടാണ് ദേശീയഗാനം ആലപിക്കാതിരിക്കാൻ യഹോവ സാക്ഷികൾക്കും ശാബത്ത് ദിനത്തിൽ പരീക്ഷ എഴുതാതിരിക്കാൻ സെവൻത് ഡേ അഡ്വെന്റിസ്റ്റുകൾക്കും അനുവാദം നല്കുന്നത്. ഈ വിട്ടുവീഴ്ചകളെ നന്മയായി കാണാൻ വിശ്വാസികൾക്കു കഴിയണം. വിശ്വാസം മൗലികമാകുമ്പോൾ സമീപനം തീവ്രമാകുന്നു. ജനാധിപത്യത്തിന്റെ നിരാസമാണ് തീവ്രവാദം. മറ്റാർക്കും ഇടം നല്കാത്തവരാണ്

തീവ്രവാദികൾ. ജനാധിപത്യപരമായ പരിസരത്തിന്റെ സൃഷ്ടിക്കുവേണ്ടിയാണ് മതനിരപേക്ഷമായ പ്രസ്ഥാനങ്ങൾ പ്രവർത്തിക്കുന്നത്. ആ പ്രവർത്തനത്തെ മതവിരുദ്ധമായി വ്യാഖ്യാനിക്കുന്നതാണ് തെറ്റ്. ഭരണഘടനയുടെ കൃത്യമായ വായനയിലൂടെയാണ് മതസ്വാതന്ത്ര്യത്തിന്റെ അതിരുകൾ നിർണ്ണയിക്കപ്പെടേണ്ടത്. കോടതിയുടെ വിട്ടുവീഴ്ചകളെ ദുർവ്യാഖ്യാനം ചെയ്തുണ്ടാക്കിയ അമിതസ്വാതന്ത്ര്യത്തിന്റെ ദുരുപയോഗമാണ് അന്തരീക്ഷത്തെ കലുഷമാക്കുന്നത്.

വിശ്വാസികളും വിപ്ലവകാരികളും

ഗത്സേമനിയിൽ യേശുവിന്റെ ആജ്ഞയനുസരിച്ച് പത്രോസ് വാൾ ഉറയിലിട്ടു. പത്രോസിന്റെ സിംഹാസനം ആ വാളിന്റെ ഉടമയാണ്. സാമ്രാജ്യത്വത്തിന്റെ സേവകനെതിരെ ഉയർന്ന വാളാണത്. അത് എക്കാലവും ഉറയിൽ സൂക്ഷിക്കാനുള്ളതല്ല. വാളെടുക്കുന്നവൻ വാളാൽ നശിക്കുമെന്ന് അറിയാത്തവരല്ല കമ്യൂണിസ്റ്റുകാർ. അവരുടെ ജീവത്യാഗം അപരനുവേണ്ടിയുള്ളതാണ്. അപരനുവേണ്ടി ചിന്തപ്പെടുന്ന ചോരയിൽ ഒരുമിക്കേണ്ടവരാണ് വിശ്വാസികളും വിപ്ലവകാരികളും.

യേശു അനുഭവമാണ്. പങ്കുവയ്ക്കപ്പെടേണ്ട അനുഭവമാക്കി സ്വന്തം ജീവിതത്തെ മാറ്റിയവരാണ് എല്ലാ വിപ്ലവകാരികളും. പ്രൊമിത്യൂസിന്റെ കരൾ പിളരുന്ന വേദന മാർക്സിന് നവദർശനത്തിന്റെ ചെങ്കതിർ വീശുന്ന അനുഭവമായി. സ്പാർട്ടക്കസ് സോവിയറ്റ് യൂണിയന്റെ വിപ്ലവാഭിമുഖ്യത്തെ ത്രസിപ്പിച്ച അനുഭവമായി. കുരിശിലേറിയ യേശു മർദ്ദിതർക്കും പീഡിതർക്കും അനുഭവിക്കാനുള്ള സുവിശേഷമാണ്. വിപ്ലവത്തിന്റെ പാതയോരങ്ങളിൽ ആ അനുഭവസാക്ഷ്യം കാണുകയും കേൾക്കുകയും ചെയ്യുമ്പോൾ യേശുവിനെ അൾത്താരയിലെ ബന്ധനത്തിൽമാത്രം കാണുന്നവർക്ക് ആശങ്കയുണ്ടാകും. അത് അവരുടെ യേശു. വിമോചകനും വിപ്ലവകാരിയുമായ യേശു മർദ്ദിതരുടെയും പീഡിതരുടെയും അനുഭവമാണ്. ചരിത്രം അവർക്കായി നല്കുന്ന സ്വത്ത്. മനുഷ്യപുത്രനെ തങ്ങളുടെ സ്വന്തം സഖാവായി അവർ സ്വീകരിക്കുമ്പോൾ ആർക്കാണ് ആ അനുഭവത്തെ നിഷേധിക്കാൻ കഴിയുക? ചരിത്രത്തിന് സഭയുടെ ഇംപ്രിമാത്തൂർ ആവശ്യമില്ല.

മതത്തിന്റെ സ്വകാര്യവല്ക്കരണത്തെ ഫ്രാൻസിസ് മാർപാപ്പ എതിർക്കുന്നു. യേശുവിന്റെ പേരും യേശുവിന്റെ സുവിശേഷവും ആർക്കും സ്വകാര്യമാക്കാനുള്ളതല്ല. മറ്റുള്ളവരുമായി പങ്കുവയ്ക്കുന്നതിനുള്ള അനുഭവമായി യേശു മാറുന്നില്ലെങ്കിൽ അതിനർത്ഥം യേശുവിനെ നിങ്ങൾ ശരിയായി മനസ്സിലാക്കിയിട്ടില്ലെന്നാണെന്ന് അദ്ദേഹം പറയുന്നു. മതനിരപേക്ഷസമൂഹത്തിൽ മതം സ്വകാര്യമായിരിക്കണമെന്ന തത്ത്വത്തിന്റെ ഗുണപരമായ മറുവശമാണിത്.

വാഴ്വ് — മായയും സത്യവും

മാർക്സിസത്തിന്റെ അവിഭാജ്യഘടകമാണ് ഭൗതികവാദം. അതാകട്ടെ ശാസ്ത്രത്തിൽ അധിഷ്ഠിതമാണ്. പ്രകൃതിയെപ്പറ്റിയും സമൂഹത്തെപ്പറ്റിയുമുള്ള ശാസ്ത്രീയവും ഭൗതികവുമായ വിശകലനമാണ് മാർക്സിസം നല്കുന്നത്. എന്നാൽ ആത്മീയവാദം ശാസ്ത്രത്തിന്റെ നിഷേധമാണ്. എല്ലാം മായയാണെന്ന ആത്മീയവാദസങ്കല്പത്തിൽ എല്ലാം വിധിക്കു സമർപ്പിച്ചുകൊണ്ട് മനുഷ്യൻ നിസ്സഹായനാവുകയും നിരന്തരം അടിയറവ് പറയുകയും ചെയ്യുന്നു. ചൂഷകരുടെ നിലനില്പിന് അനുയോജ്യമായ സാഹചര്യമാണിത്. സങ്കടങ്ങൾക്ക് ആത്മീയവാദികൾ മരണാനന്തരമുള്ള പരിഹാരമാണ് വാഗ്ദാനം ചെയ്യുന്നത്.

ഭൗതികവാദികളാകട്ടെ, എല്ലാം മാറ്റത്തിനു വിധേയമാണെന്നും എല്ലാറ്റിനെയും മാറ്റിയെടുക്കാൻ മനുഷ്യന് കെല്പുണ്ടെന്നും പഠിപ്പിക്കുന്നു. വാഴ്വ് മായയല്ലെന്നും സത്യമാണെന്നും അവർ പാടുന്നു. വൈരുദ്ധ്യാധിഷ്ഠിതവും ചരിത്രപരവുമായ ഭൗതികവാദമാണ് മാർക്സിസത്തിന്റെ താത്ത്വികമായ അടിത്തറ.

ഡയലക്ടിക്കൽ മെറ്റീരിയലിസം എന്നാൽ എന്തെന്ന് മനസ്സിലാക്കാത്തവർ ഈ വാക്കുകൾ ഉപയോഗിച്ച് മാർക്സിസത്തെ പരിഹസിക്കാറുണ്ട്. മാർക്സിനുമുമ്പും വൈരുദ്ധ്യാധിഷ്ഠിതമായ ഭൗതികവാദമുണ്ടായിരുന്നു. പത്തൊൻപതാം നൂറ്റാണ്ടിന്റെ ആരംഭത്തിൽ ജീവിച്ചിരുന്ന ജർമ്മൻ തത്ത്വശാസ്ത്രജ്ഞൻ ജോർജ് വില്യം ഫ്രെഡറിക് ഹെഗൽ വൈരുദ്ധ്യാധിഷ്ഠിതമായ പരിശോധനാമാർഗ്ഗമാണ് അവലംബിച്ചിരുന്നത്. ഫ്രഞ്ച് വിപ്ലവത്തിന്റെ ലഹരിയിൽ ഉന്മത്തമായ യൗവനമായിരുന്നു ഹെഗലിന്റേത്. തത്ത്വശാസ്ത്രത്തിലെ മഹാവിസ്മയമായി മാറിയ ഹെഗൽ പക്ഷേ, ഭൗതികവാദിയായിരുന്നില്ല. ആത്മീയതയിലധിഷ്ഠിതമായ ഹെഗലിയൻ തത്ത്വശാസ്ത്രത്തെ ഭൗതികാടിത്തറയിൽ സുസ്ഥിരമാക്കുകയാണ് മാർക്സ് ചെയ്തത്. ഭൗതികവാദം മാർക്സിന്റെ മാത്രം സംഭാവനയല്ല. മാർക്സിനുമുമ്പേ ചാർവ്വാകൻ, എപികൃൂറസ് തുടങ്ങിയ പ്രാചീന തത്ത്വജ്ഞാനികൾ ഭൗതികവാദികളായിരുന്നു. ഭൗതികവാദത്തിന്റെ മഹത്തായ പ്രഘോഷണമാണ് പരിണാമസിദ്ധാന്തത്തിലൂടെ ഡാർവ്വിൻ നടത്തിയത്. എന്നാൽ ഡാർവ്വിൻ ദൈവനിഷേധിയായില്ല.

മാർക്സിന്റെ ഭൗതികവാദം മതത്തോടുള്ള വിപ്രതിപത്തിയിൽനിന്ന് പൊടുന്നനെ രൂപം കൊണ്ടതല്ല. ചുരുങ്ങിയപക്ഷം അതിന് ബെനഡിക്ട് സ്പിനോസവരെയുള്ളവരോട് കടപ്പാടുണ്ട്. ഗലീലിയോയുടെ സമകാലികനായിരുന്നു ഇൻകിസിഷനിൽനിന്ന് രക്ഷപ്പെടാൻ സ്പെയിനിൽനിന്ന് ഹോളണ്ടിലേക്ക് കുടിയേറിയ സ്പിനോസ. വ്യക്തിസ്വാതന്ത്ര്യത്തിന്റെയും വ്യത്യസ്തമായ അഭിപ്രായം പ്രകടിപ്പിക്കുന്നതിനുള്ള സ്വാതന്ത്ര്യത്തിന്റെയും വക്താവായിരുന്ന സ്പിനോസ മതവിശ്വാസത്തിന്റെയും സിദ്ധാന്തങ്ങളുടെയും പിടിയിൽനിന്ന് വിമോചിതനായി മതനിരപേക്ഷതയുടെ പരിസരത്തെത്തി. യുക്തിസഹമായി തെളിയിക്കാൻ കഴിയാത്തതൊ

ന്നും സാധുവല്ലെന്ന നിലപാടായിരുന്നു സ്പിനോസയുടേത്. ഹെഗൽ ഉൾപ്പെടെയുള്ള ജർമ്മൻ ക്ലാസിക്കൽ ദാർശനികർ സ്പിനോസയിൽ ആകൃഷ്ടരായി. സ്പിനോസയുടെ ഭൗതികവാദത്തേക്കാൾ അദ്ദേഹത്തിന്റെ ദ്വന്ദ്വാത്മകമായ (ഡയലക്ടിക്കൽ) വാദരീതിയാണ് ഹെഗലിനെ ആകർഷിച്ചത്. വിരുദ്ധശക്തികളുടെ സംഘട്ടനത്തിന്റെ ഫലമായാണ് പുരോഗതിയുണ്ടാകുന്നതെന്ന് ഹെഗൽ സമർത്ഥിച്ചു. ഹെഗലിന്റെ ദ്വന്ദ്വാത്മകവാദത്തിലെ ആത്മീയതയെ നിരാകരിച്ച മാർക്സും ഏംഗൽസും സ്പിനോസയുടെ ഭൗതികവാദത്തെയാണ് ആശ്ലേഷിച്ചത്. മാർക്സിയൻ ദർശനത്തിന്റെ കാതലായ വൈരുദ്ധ്യാത്മകവാദം അഥവാ ദ്വന്ദാത്മകവാദം എന്ന ഡയലക്ടിക്സിന് തങ്ങൾ കടപ്പെട്ടിരിക്കുന്നത് ഹെഗലിനോടാണെന്ന് മാർക്സും തുടർന്നുവന്ന മാർക്സിസ്റ്റ് ചിന്തകരും പ്രഖ്യാപിച്ചിട്ടുണ്ട്. ഹെഗൽ ആത്മീയവാദിയായിരുന്നെങ്കിൽ മാർക്സ് ഭൗതികവാദിയായിരുന്നു. ആശയവാദിയായ ഹെഗൽ വിരുദ്ധ ഘടകങ്ങളുടെ സംഘട്ടനത്തിലൂടെ ആശയവികാസം നടക്കുന്നുവെന്ന് സ്ഥാപിച്ചപ്പോൾ ആശയരംഗം മാത്രമല്ല ഭൗതികലോകവും സമൂഹമാകെത്തന്നെയും ദ്വന്ദ്വാത്മകതയോടെയാണ് വികസിക്കുന്നതെന്ന് മാർക്സ് സമർത്ഥിച്ചു. ഹെഗേലിയൻ സ്വാധീനത്തിൽനിന്നുള്ള വിമുക്തിയുടെ പൂർണ്ണതയിലാണ് മാർക്സിന്റെ *മൂലധന*ത്തിന്റെ ആദ്യവോള്യം 1867 ൽ പ്രസിദ്ധീകൃതമായത്. അതിനുമുമ്പ്, 1848 ൽ, മാർക്സും ഏംഗൽസും ചേർന്ന് പ്രസിദ്ധീകരിച്ച *കമ്യൂണിസ്റ്റ് മാനിഫെസ്റ്റോ* കമ്യൂണിസ്റ്റ് ലോകക്രമത്തിന് മാർഗ്ഗരേഖയായി.

മാർക്സിസത്തിലെ ഭൗതികവാദം മതവിരുദ്ധമല്ല. മതേതരമായി വികാസം പ്രാപിച്ചതെങ്കിലും നിരീശ്വരവാദികൾക്കു മാത്രമായുള്ള പാർട്ടിയല്ല കമ്യൂണിസ്റ്റ് പാർട്ടി. മതവിശ്വാസങ്ങൾക്കെതിരായ ബലപ്രയോഗം പാർട്ടി അംഗീകരിക്കുന്നില്ല. പാർട്ടി പരിപാടി അംഗീകരിക്കുന്നുണ്ടെങ്കിൽ ദൈവവിശ്വാസിയായ പുരോഹിതനുപോലും പാർട്ടിയിൽ ചേരുകയോ പാർട്ടിയുമായി സഹകരിച്ച് പ്രവർത്തിക്കുകയോ ചെയ്യാമെന്ന് ലെനിൻ പറഞ്ഞിട്ടുണ്ട്. ഇതിന്റെ അടിസ്ഥാനത്തിലാണ് ലാറ്റിൻ അമേരിക്കയിലെ അസംഖ്യം വൈദികർ വത്തിക്കാന്റെ വിയോജിപ്പിനെ അവഗണിച്ച് വിപ്ലവത്തിന്റെ പാതയിലെത്തിയത്.

മാർക്സിസം വിഭാവനം ചെയ്യുന്ന വർഗ്ഗസമരം ദൈവനിഷേധമോ മതവിരുദ്ധമോ അല്ല. എന്നാൽ കത്തോലിക്കാ സഭ വർഗ്ഗസമരത്തെ അംഗീകരിക്കുന്നില്ല. ലിയോ പതിമൂന്നാമൻ മാർപാപ്പയുടെ 'റേരും നൊവാരും' എന്ന ചാക്രികലേഖനം തൊഴിലാളിവർഗ്ഗത്തിന്റെ മാഗ്ന കാർട്ടയെന്നാണ് പ്രകീർത്തിക്കപ്പെടുന്നത്. എന്നാൽ അത് വർഗ്ഗസമരത്തെ അംഗീകരിക്കുന്നില്ല. ചാക്രികലേഖനം പറയുന്നതിങ്ങനെ:

> തൊഴിലാളിവർഗ്ഗവും മുതലാളിവർഗ്ഗവും തമ്മിൽ നൈസർഗ്ഗികമായിത്തന്നെ ശത്രുതയിലാണെന്നും ധനവാന്മാരും വേലക്കാരും

പരസ്പരം പടവെട്ടിക്കഴിയുവാൻ പ്രകൃതിയാൽത്തന്നെ ഉദ്ദേശിക്കപ്പെട്ടിരിക്കുന്നവരാണെന്നുമുള്ള ധാരണ എത്രയോ യുക്തിവിഹീനവും വാസ്തവവിരുദ്ധവുമാകുന്നു. മനുഷ്യഗാത്രത്തിന്റെ അവയവപ്പൊരുത്തം അതിലെ ഓരോ അവയവത്തിന്റെയും ശരിയായ ഘടനയുടെ ഫലമായിരിക്കുന്നതുപോലെ രാഷ്ട്രീയഗാത്രത്തിന്റെ പൊരുത്തം പാലിക്കുന്നതിന് ഇപ്പറഞ്ഞ രണ്ട് വർഗ്ഗങ്ങൾ ഐക്യത്തിലും സൗഹാർദ്ദത്തിലും കഴിയണമെന്നുള്ളതാണ് പ്രകൃതി ചെയ്തിരിക്കുന്ന ക്രമീകരണം. അവർ തമ്മിൽ നിരന്തരം പോരാടുകയാണെങ്കിൽ കുഴപ്പവും കൊടിയ കിരാതത്വവുമായിരിക്കും ഫലം. ഇങ്ങനെയുള്ള കലാപത്തെ തടുക്കുന്നതിനും ഉന്മൂലനം ചെയ്യുന്നതിനും ക്രൈസ്തവവ്യവസ്ഥിതികൾക്കുള്ള ശക്തി വിസ്മയനീയവും വിവിധവുമാണ്.

യേശുവിന്റെ പ്രബോധനങ്ങളോട് സഭയുടെ വർഗ്ഗസഹകരണസിദ്ധാന്തം പൂർണ്ണമായും നീതി പുലർത്തുന്നില്ല. അദ്ധ്വാനിക്കുന്നവർക്കും ഭാരം ചുമക്കുന്നവർക്കും സമാശ്വാസമാകുന്ന യേശു ധനികരുടെ പക്ഷം ചേരുന്നില്ല. ധനികന് സ്വർഗ്ഗരാജ്യം നിഷേധിക്കുന്ന യേശു ധനികരുടെ വർഗ്ഗസ്വഭാവം മാർക്സിനുമുമ്പേ അറിഞ്ഞയാളാണ്. വർഗ്ഗസമരം മാർക്സിന്റെ സൃഷ്ടിയോ കണ്ടുപിടിത്തമോ അല്ല. മാർക്സിനും യേശുവിനും മുമ്പേ ചരിത്രം വർഗ്ഗസമരത്തിന്റെ ചുവരെഴുത്ത് തുടങ്ങിക്കഴിഞ്ഞിരുന്നു. വർഗ്ഗങ്ങളുണ്ടായപ്പോൾ വർഗ്ഗസമരവുമുണ്ടായി. വർഗ്ഗസമരം അനിവാര്യമായും തൊഴിലാളിവർഗ്ഗത്തിന്റെ സമഗ്രാധിപത്യത്തിലെത്തിച്ചേരുന്നു. ഈ സർവ്വാധിപത്യകാലത്ത് എല്ലാ വർഗ്ഗങ്ങളും അവസാനിക്കുകയും വർഗ്ഗരഹിതസമുദായം സ്ഥാപിതമാവുകയും ചെയ്യുന്നു.

മാർക്സിന്റെ സങ്കല്പത്തിലുള്ള വർഗ്ഗരഹിതസമൂഹം തന്നെയാണ് യേശു വാഗ്ദാനം ചെയ്യുന്ന സ്വർഗ്ഗരാജ്യം. അവിടെ മർദ്ദകരും ചൂഷകരുമില്ല. ചൂഷകരും ചൂഷിതരുമില്ലാത്ത വർഗ്ഗരഹിതസമൂഹമാണ് മാർക്സിന്റെ ഭാവനയിലുള്ള സ്വർഗ്ഗരാജ്യം. പ്രതീക്ഷയുടെ കൂടാരങ്ങളിൽ കഴിയുന്നവരാണ് വിശ്വാസികളും വിപ്ലവകാരികളും. പ്രതീക്ഷ ഒന്നായിരിക്കെ ഏറ്റുമുട്ടൽ ആവശ്യമില്ല.

തുടരുന്ന വർഗ്ഗസമരങ്ങൾ

വർഗ്ഗങ്ങൾ തമ്മിലുള്ള കലാപത്തെ തടുക്കുന്നതിനും ഉന്മൂലനം ചെയ്യുന്നതിനും ക്രൈസ്തവവ്യവസ്ഥിതി പര്യാപ്തമാണെന്ന് ലിയോ പതിമൂന്നാമൻ പറഞ്ഞു. പക്ഷേ, വർഗ്ഗങ്ങളും വർഗ്ഗസമരങ്ങളും ഇല്ലാതാകുന്നില്ല. വർഗ്ഗങ്ങൾ ഉള്ളേടത്തോളം വർഗ്ഗസമരങ്ങളും ഉണ്ടാകും. ഉള്ളവനും ഇല്ലാത്തവനും തമ്മിലുള്ളതാണ് അടിസ്ഥാനപരമായ വർഗ്ഗവിഭജനം. ചൂഷണം ചെയ്യുന്നവരും ചൂഷണം ചെയ്യപ്പെടുന്നവരും എന്നിങ്ങനെ രണ്ട് വർഗ്ഗങ്ങളാണുള്ളത്. ഈ വിഭജനത്തിൽ ഇല്ലാത്തവനൊപ്പം

നിന്നയാളാണ് യേശു. തൊഴിലാളിയുടെ മകനായി പിറന്ന തൊഴിലാളി. അനുയായികളായി തൊഴിലാളികളെ തെരഞ്ഞെടുത്ത തൊഴിലാളി. പന്ത്രണ്ടിൽ ആദ്യത്തെ നാലു പേർ മീൻപിടിത്തക്കാരായിരുന്നു. യേശു ധനികരെ ശാസിക്കുകയും ശപിക്കുകയും ചെയ്തു. നിത്യജീവൻ അവകാശമാക്കാനെത്തിയ ധനികനോട് ഉള്ളതെല്ലാം വിറ്റ് ദരിദ്രർക്കു കൊടുക്കാനാണ് യേശു ആജ്ഞാപിച്ചത്. ഒട്ടകവും സൂചിക്കുഴയും എന്ന പ്രയോഗത്തിലൂടെ സമ്പന്നന്റെ സ്വർഗ്ഗപ്രവേശം യേശു പൂർണ്ണമായും നിഷേധിച്ചു.

വർഗ്ഗാടിസ്ഥാനത്തിൽ വ്യക്തമായ നിലപാട് സ്വീകരിച്ചപ്പോഴും ദൈവത്തിന്റെ പിതൃത്വവും മനുഷ്യന്റെ സാഹോദര്യവും തന്റെ സുവിശേഷമായി യേശു അവതരിപ്പിച്ചു. സാഹോദര്യത്തിൽനിന്ന് സ്വാഭാവികമായുണ്ടാകേണ്ടതാണ് സഹകരണം. എന്നാൽ ലളിതമായ ഈ നിലപാടായിരുന്നില്ല മാർക്സിന്റേത്. അദ്ദേഹത്തിന്റെ അഭിപ്രായത്തിൽ വൈരുദ്ധ്യാധിഷ്ഠിതവും ചരിത്രപരവുമായ ഭൗതികവാദമാണ് ലോകഗതിയുടെ മൂലതത്ത്വം. ഈ തത്ത്വത്തിലാണ് കമ്യൂണിസമെന്ന ആശയം മാർക്സ് പടുത്തുയർത്തിയത്. മനുഷ്യരുടെ സാഹോദര്യം സ്ഥാപിക്കുന്നതിന് ഈശ്വരന്റെ പിതൃത്വം എന്ന സങ്കല്പം മാർക്സിന് ആവശ്യമില്ലായിരുന്നു. അതുകൊണ്ടുമാത്രം മതവും കമ്യൂണിസവും വിരുദ്ധധ്രുവങ്ങളിൽ നില്ക്കേണ്ടതില്ല. സഹോദരന്റെ കാവല്ക്കാരനാണോ താനെന്ന് കായേൻ ചോദിച്ചു. ഈ ചോദ്യത്തിന് രണ്ടു രീതിയിൽ ഒരേ ഉത്തരം നല്കിയവരാണ് യേശുവും മാർക്സും.

ആരംഭം മുതൽ ക്രിസ്തുമതം നേരിട്ട വെല്ലുവിളികൾ നിരവധിയാണ്. സാമ്രാജ്യത്തിന്റെ നിഗ്രഹശ്രമങ്ങളെ അതിജീവിച്ച മതം പിന്നീട് നിരവധി പിളർപ്പുകളെ നേരിട്ടു. പുറത്തുനിന്നുള്ള ആക്രമണങ്ങളെയും ആന്തരികമായ വെല്ലുവിളികളെയും സമർത്ഥമായി നേരിട്ട കത്തോലിക്കാ സഭ അതിന്റെ സുദീർഘമായ ചരിത്രത്തിൽ അഭിമുഖീഭവിച്ച അതിശക്തമായ ബൗദ്ധിക വെല്ലുവിളിയായിരുന്നു മാർക്സിസം. തൊഴിലാളികളുടെ സഭയ്ക്ക് മുതലാളിത്ത താല്പര്യങ്ങൾ ഇല്ലായിരുന്നുവെങ്കിൽ വെല്ലുവിളി അനായാസം സ്വീകരിക്കപ്പെടുമായിരുന്നു. വർഗ്ഗസമരത്തിനു പകരം ലിയോ പതിമൂന്നാമൻ മാർപാപ്പ മുന്നോട്ടുവച്ച വർഗ്ഗസഹകരണമെന്ന ആശയം മാർക്സിനുള്ള മറുപടിയായില്ല. വ്യവസായവിപ്ലവത്തിന്റെ പശ്ചാത്തലത്തിൽ തൊഴിലാളികളുടെ അന്തസ്സും അവകാശവും നിർവ്വചിക്കാനൊരുമ്പെട്ട ലിയോ പതിമൂന്നാമന്റെ ശ്രമം വിജയിക്കാതിരുന്നത് മൂലധനത്തിന്റെയും സ്വകാര്യസ്വത്തിന്റെയും താല്പര്യങ്ങൾക്ക് അമിതമായ പ്രാധാന്യം നല്കിയതുകൊണ്ടാണ്. ഈ ഘട്ടത്തിലാണ് വർഗ്ഗസമരത്തെ തടയുന്നതിന് സഭ വിശ്വാസത്തെ വജ്രായുധമാക്കിയത്. നിസ്സഹായനായ മനുഷ്യന്റെ എക്കാലത്തെയും ഏറ്റവും വലിയ ദൗർബല്യമാണ് ഈശ്വരനിലുള്ള വിശ്വാസം. ഈശ്വരവിശ്വാസവും മതവിശ്വാസവും തമ്മിൽ ബന്ധപ്പെടുത്തിയപ്പോൾ സഭയുടെ ശക്തി പതിന്മടങ്ങ്

വർദ്ധിച്ചു.

സിനിമയും റേഡിയോയും ടെലിവിഷനും ആവിർഭവിക്കുന്നതിനു മുമ്പ് സമൂഹം മതാത്മകമായിരുന്നു. അനിശ്ചിതമായ കാർഷികവൃത്തിയിൽ അജ്ഞാതമായ പ്രകൃതിശക്തികളെ ഭയപ്പെട്ടിരുന്ന മനുഷ്യന്റെ ആശ്രയം ദൈവമായിരുന്നു. ദേവാലയങ്ങൾക്കു പുറമേ വീടുകളും പ്രാർത്ഥനയുടെയും ആചാരങ്ങളുടെയും കേന്ദ്രമായിരുന്നു. കലണ്ടറും സമയക്രമവും അനുസരിച്ചുള്ള ജീവിതം യൂറോപ്പിനെ മതകേന്ദ്രീകൃതമാക്കി. അന്ത്യനാളിലെത്തുന്ന വിധിയാളനായ ദൈവം മനുഷ്യർക്ക് ചോദ്യം ചെയ്യാനാവാത്ത യാഥാർത്ഥ്യമായിരുന്നു. ശാന്തസുന്ദരവും പ്രതീക്ഷാനിർഭരവുമായ ഈ അവസ്ഥയെ തകിടം മറിച്ചുകൊണ്ട് 1859 ൽ ഡാർവ്വിൻ തന്റെ പ്രസിദ്ധമായിത്തീർന്ന *ഒറിജിൻ ഓഫ് സ്പീഷീസ്* (ജീവിവർഗ്ഗങ്ങളുടെ ഉല്പത്തി) പ്രസിദ്ധപ്പെടുത്തി. 1848 ൽ മാർക്സ് അവതരിപ്പിച്ച ഭൗതികവാദത്തിന് ശാസ്ത്രീയമായ ന്യായീകരണം നല്കുന്നതായി ഡാർവ്വിന്റെ പരിണാമസിദ്ധാന്തം. ഡാർവ്വിൻ ക്രിസ്തുമതത്തെയോ ദൈവത്തെയോ പ്രത്യക്ഷമായി എതിർത്തില്ലെങ്കിലും അദ്ദേഹത്തിന്റെ പരിണാമസിദ്ധാന്തം ആറ് ദിവസംകൊണ്ട് ദൈവം നടത്തിയതായി ഉല്പത്തി പുസ്തകത്തിൽ വിവരിക്കുന്ന സൃഷ്ടികർമ്മത്തിന്റെ സാധുതയെ ചോദ്യം ചെയ്തു. തെളിയിക്കപ്പെടാവുന്ന ശാസ്ത്രസത്യങ്ങളുടെ അടിസ്ഥാനത്തിൽ ദൈവാസ്തിത്വം സംശയാസ്പദമായി. മതത്തിന്റെ സ്ഥാനം ശാസ്ത്രവും ആത്മീയതയുടെ സ്ഥാനം ഭൗതികതയും കൈവശപ്പെടുത്തി. ജീവോല്പത്തിയുടെ ബൈബിൾ വിവരണത്തിന് സൃഷ്ടിപരമായ വ്യാഖ്യാനം നല്കി ശാസ്ത്രവും വിശ്വാസവും തമ്മിൽ പൊരുത്തപ്പെടുത്താൻ മതത്തിനു കഴിഞ്ഞെങ്കിലും ദൈവനിഷേധത്തെ ഫലപ്രദമായി നേരിടാൻ കഴിഞ്ഞില്ല.

കത്തോലിക്കാ സഭ കാലങ്ങളായി പിന്തുണച്ചുപോന്ന സൃഷ്ടിവാദത്തെ തിരുത്തിക്കൊണ്ട് പരിണാമ-വിസ്ഫോടന സിദ്ധാന്തങ്ങൾ ശരിയാണെന്നും ദൈവം മാന്ത്രികനല്ലെന്നും ഫ്രാൻസിസ് മാർപാപ്പ അഭിപ്രായപ്പെട്ടു. ഉല്പത്തി പുസ്തകം വായിക്കുമ്പോൾ മാന്ത്രികവടി ഉപയോഗിച്ച് ആറു ദിവസം സൃഷ്ടികർമ്മം നടത്തിയ ജാലവിദ്യക്കാരനാണ് ദൈവം എന്ന സങ്കല്പമുണ്ടാകുന്നുവെന്ന് പൊന്തിഫിക്കൽ അക്കാദമി ഓഫ് സയൻസസിൽ സമസാരിക്കവെ മാർപാപ്പ പറഞ്ഞു. എന്നാൽ ഇതല്ല സത്യം. ലോകത്തിന്റെ ഉത്ഭവത്തിന് കാരണമായി ഇന്ന് ശാസ്ത്രം കണക്കാക്കുന്ന വിസ്ഫോടനവും മതം വിശ്വസിക്കുന്ന സ്രഷ്ടാവിന്റെ ഇടപെടലും വിരുദ്ധമായ കാര്യങ്ങളല്ല. സൃഷ്ടി ദൈവത്തിന്റെ ഇടപെടൽ ആവശ്യപ്പെടുന്ന കാര്യമാണെന്ന് ചൂണ്ടിക്കാട്ടിയ മാർപാപ്പ പ്രകൃതിയിലെ പരിണാമവും വിശുദ്ധ ഗ്രന്ഥത്തിലെ സൃഷ്ടിയും വിരുദ്ധമല്ലെന്ന് വ്യക്തമാക്കി. പരിണാമത്തിന് വിധേയമാകുന്ന ജീവജാലങ്ങൾ സൃഷ്ടിക്കപ്പെടേണ്ടതുണ്ട്. സൃഷ്ടിയെക്കുറിച്ചുള്ള കപടസിദ്ധാന്തങ്ങൾക്ക് ഇതോടെ അന്ത്യമായി.

ശാസ്ത്രത്തിന് വിരുദ്ധമായ സമീപനം സ്വീകരിക്കുന്ന പാരമ്പര്യം കത്തോലിക്കാ സഭയ്ക്കുണ്ട്. പതിനേഴാം നൂറ്റാണ്ടിൽ ഗലീലിയോയ്ക്കുണ്ടായ അനുഭവം നല്ല ദൃഷ്ടാന്തമാണ്. ഫ്രാൻസിസ് മാർപാപ്പയുടെ മുൻഗാമിയായ ബെനഡിക്ട് പതിനാറാമൻ ശാസ്ത്രവിരുദ്ധമായ സിദ്ധാന്തങ്ങളെ പ്രോത്സാഹിപ്പിച്ചിരുന്നു. എന്നാൽ അദ്ദേഹത്തിന്റെ മുൻഗാമിയായ ജോൺ പോൾ രണ്ടാമന്റെ നിലപാട് വ്യത്യസ്തമായിരുന്നു. സിദ്ധാന്തത്തേക്കാൾ ഉപരി തെളിയിക്കപ്പെട്ട വസ്തുതയാണ് പരിണാമം എന്ന അഭിപ്രായം അദ്ദേഹം പ്രകടിപ്പിച്ചിട്ടുണ്ട്.

കമ്യൂണിസ്റ്റ് പ്രത്യയശാസ്ത്രത്തിന്റെ കൊടുങ്കാറ്റിൽ മതവിശ്വാസത്തിന്റെ ദീപനാളം ഉലയുന്ന ഘട്ടത്തിലാണ് റഷ്യയിൽ ബോൾഷെവിക് വിപ്ലവം ജയക്കൊടി നാട്ടിയത്. ചൈനയിലും കമ്യൂണിസ്റ്റ് വിപ്ലവം ജയിക്കുകയും കമ്യൂണിസ്റ്റ് ചേരി വികസിക്കുകയും ചെയ്തതോടെ ദൈവത്തിന്റെ സംരക്ഷണച്ചുമതല സഭയ്ക്ക് ഏറ്റെടുക്കേണ്ടി വന്നു. ശീതയുദ്ധത്തിന് അടിസ്ഥാനം വിശ്വാസമായിരുന്നില്ല. അതിന് രാഷ്ട്രീയവും സാമ്പത്തികവുമായ കാരണങ്ങളുണ്ടായിരുന്നു. ഭൗതികവാദത്തെ നിരാകരിച്ച സഭ ഭൗതികമായ കാരണങ്ങളാൽ കമ്യൂണിസ്റ്റ്വിരുദ്ധ ചേരിയിൽ നിലയുറപ്പിച്ചു. മുതലാളിത്തവും സോഷ്യലിസവും തമ്മിലുള്ള ഏറ്റുമുട്ടലിൽ സഭ മുതലാളിത്തത്തിന്റെ പക്ഷം പിടിച്ചു. ഭൗതികമായ ഏറ്റുമുട്ടലിന് ആത്മീയതയുടെ പരിവേഷം നല്കുന്നതിന് സഭ ദൈവവിശ്വാസത്തെ ആയുധമാക്കി. ശീതയുദ്ധം അവസാനിക്കുകയും കമ്യൂണിസ്റ്റ് ചേരികൾ ഇല്ലാതാവുകയും ചെയ്തതോടെ സംഘർഷം ഇല്ലാതായെന്ന് പറയാനാവില്ല. എന്നാൽ ആത്മീയവാദവും ഭൗതികവാദവും തമ്മിലുള്ള സംഘർഷത്തിൽ യുക്തിസഹമായ നിലപാടുകൾ സ്വീകരിക്കുന്നതിനും പൊരുത്തങ്ങൾ കണ്ടെത്തുന്നതിനും ഇപ്പോൾ ഇരുകൂട്ടർക്കും കഴിയുന്നുണ്ട്. ക്രിസ്തുമതത്തെയും ക്രിസ്തുമതത്തിലെ ദൈവസങ്കല്പത്തെയും എതിർക്കുന്ന ധാരാളം ചിന്തകരും ദാർശനികരും ഉണ്ടായിട്ടുണ്ട്. എല്ലാവർക്കുമെതിരെ സഭ പടയ്ക്കിറങ്ങിയിട്ടില്ല. കാൾ മാർക്സിന്റെ ചിന്തകൾ പുസ്തകത്തിൽ മാത്രമായി അവശേഷിച്ചിരുന്നുവെങ്കിൽ മാർക്സിസത്തോട് സൈദ്ധാന്തികമായ വിയോജിപ്പ്മാത്രം പ്രകടിപ്പിച്ചുകൊണ്ട് സഭ നിഷ്ക്രിയമാകുമായിരുന്നു. സംഘടിത തൊഴിലാളിവർഗ്ഗം മുതലാളിത്തത്തിന് ഭീഷണിയാകുന്ന ഘട്ടത്തിലാണ് മാർക്സിസത്തിനെതിരെ സഭ സംഘടിതമായ യുദ്ധം പ്രഖ്യാപിച്ചത്. അമേരിക്കയിൽ മക്കാർത്തിസം എന്ന പേരിൽ അറിയപ്പെടുന്ന കമ്യൂണിസ്റ്റ് വേട്ടയ്ക്ക് സമാനമായ വീറും വാശിയും ഇക്കാര്യത്തിൽ സഭ പ്രകടിപ്പിച്ചിട്ടുണ്ട്. ദൈവത്തിനുവേണ്ടി സഭ ഉയർത്തിയ പ്രതിരോധം വാസ്തവത്തിൽ മുതലിനും മുതലാളിത്തത്തിനും വേണ്ടിയുള്ളതായിരുന്നു.

മോസസ്, ജീസസ്, മാർക്സ്

മോസസിനെപ്പോലെ വാഗ്ദത്തഭൂമിയിലേക്ക് ഒരു ജനതയെ നയിച്ച

പ്രവാചകനായിരുന്നു മാർക്സ്. സാമ്രാജ്യത്തിന്റെ അടിമത്തത്തിൽനിന്ന് മർദ്ദിതജനതയ്ക്ക് മോസസിനെപ്പോലെ മാർക്സും വിമോചനത്തിന്റെ വഴിയൊരുക്കി. മോസസ് ചെങ്കടൽ പിളർന്നെങ്കിൽ മാർക്സ് ചെങ്കടലുകൾ സൃഷ്ടിച്ചു. മനുഷ്യന്റെ ചരിത്രത്തിൽ സമൂലമായ പരിവർത്തനത്തിനു കാരണക്കാരായ മൂന്ന് ജൂതന്മാരെ കാണാം – മോസസ്, ജീസസ്, മാർക്സ്. വ്യാവസായിക മുതലാളിത്തത്തിനെതിരെ ശാസ്ത്രീയ സോഷ്യലിസമെന്ന ആശയമാണ് മാർക്സിന്റെ സംഭാവന. ചൂഷണം ചെയ്യപ്പെടുന്ന തൊഴിലാളിവർഗ്ഗത്തിനുള്ള വിപ്ലവാഹ്വാനമായിരുന്നു അത്. ലോകമെങ്ങുമുള്ള തൊഴിലാളികളോട് സംഘടിക്കുന്നതിനുള്ള ആഹ്വാനം മാർക്സ് നല്കി. അവർക്ക് ചങ്ങലകളല്ലാതെ മറ്റൊന്നും നഷ്ടപ്പെടാനില്ല. കിട്ടാനുള്ളതോ പുതിയൊരു ലോകം. ചങ്ങലകൾ പൊട്ടിച്ചെറിഞ്ഞുകൊണ്ട് തൊഴിലാളികളുടെ നവലോകയാത്രയിൽ അവർക്ക് നേതൃത്വം നല്കുന്നത് കമ്യൂണിസ്റ്റ് പാർട്ടിയാണ്. മനുഷ്യന്റെ അനിവാര്യമായ പുരോഗതിയും ആത്യന്തികമായ വിജയവും ഉറപ്പു നല്കുന്ന ശുഭപ്രതീക്ഷയുടെ സിദ്ധാന്തമാണ് മാർക്സിസം.

നാസ്തികമായ പ്രത്യയശാസ്ത്രമാണ് മാർക്സിസം. ഈ അടിസ്ഥാനത്തിലാണ് മാർക്സിസത്തെ കത്തോലിക്കാ സഭ എതിർക്കുന്നത്. എന്നാൽ മറ്റു ചിന്താധാരകളിലെ നാസ്തികരെ സഭ എതിർക്കുന്നില്ല. ദൈവത്തിനും ദൈവത്തിലുള്ള വിശ്വാസത്തിനും പുറമെ മറ്റ് ചില തടസ്സങ്ങൾ കമ്യൂണിസത്തിനും കത്തോലിക്കാ സഭയ്ക്കും മദ്ധ്യേയുണ്ട്. അതിൽ പ്രധാനപ്പെട്ട ഒന്നാണ് സ്വകാര്യസ്വത്തിനോടുള്ള സമീപനം. ഉള്ളവനു നല്കപ്പെടും; അവന് സമൃദ്ധിയുണ്ടാകും. ഇല്ലാത്തവനിൽനിന്ന് ഉള്ളതുപോലും എടുക്കപ്പെടും. മത്തായിയുടെ സുവിശേഷത്തിലെ താലന്തുകളുടെ ഉപമയിലൂടെ വിശദീകരിക്കപ്പെടുന്ന ഈ തത്ത്വം സ്വത്ത് സമ്പാദിക്കുന്നതിനും വർദ്ധിപ്പിക്കുന്നതിനുമുള്ള ന്യായീകരണമായി. ഇതിനു വിരുദ്ധമായ ആശയവും മത്തായി അവതരിപ്പിക്കുന്നുണ്ട്. എന്ത് ഭക്ഷിക്കും, എന്ത് പാനം ചെയ്യും, എന്ത് ധരിക്കും എന്നാലോചിച്ച് ആകുലരാകേണ്ടെന്ന് ആകാശത്തിലെ പക്ഷികളെ നോക്കി യേശു പറയുന്നു. നാളെയെക്കുറിച്ച് ആകുലരാകരുതെന്ന് യേശു പറയുമ്പോൾ അനിവാര്യമായ ആ ആകുലത മാർക്സിനുണ്ട്. ഇന്നത്തെ അപ്പത്തെക്കുറിച്ചു മാത്രമല്ല നാളത്തെ അപ്പത്തെക്കുറിച്ചും മാർക്സ് ആലോചിക്കുന്നു. അത് സർവ്വമനുഷ്യർക്കും വേണ്ടിയുള്ള ആകുലതയാണ്. വ്യത്യസ്തർക്ക് പരസ്പരം യോജിക്കാവുന്ന മേഖലയാണിത്. അപ്പോസ്തലന്മാരുടെ പ്രവർത്തനങ്ങൾ രണ്ടാം അദ്ധ്യായത്തിൽ ആദിമക്രിസ്ത്യാനികളെക്കുറിച്ച് ഇപ്രകാരം പറയുന്നു: "അവർ എല്ലാവരും ഒറ്റസമൂഹമാവുകയും തങ്ങൾക്കുണ്ടായിരുന്നതെല്ലാം പൊതുവായിക്കരുതുകയും ചെയ്തു. അവർ തങ്ങളുടെ സ്വത്തുക്കളും വസ്തുവകകളും വിറ്റ് ആവശ്യാനുസരണം എല്ലാവർക്കുമായി വീതിച്ചു" കമ്യൂണിസം എന്ന ആശയം ഇവിടെ പ്രാവർത്തികമായതായി ചിലർ വ്യാഖ്യാനിക്കുന്നുണ്ടെങ്കിലും

ഏംഗൽസ് അതിനോട് യോജിക്കുന്നില്ല. ബൈബിളും മാർക്സിസവും തമ്മിൽ പൊരുത്തപ്പെടുത്താനാവാത്ത വൈരുദ്ധ്യങ്ങളുണ്ടെന്ന് അദ്ദേഹം പറയുന്നു.

മനുഷ്യാവകാശങ്ങളിൽ അധിഷ്ഠിതമായ സാമൂഹ്യനീതിയെക്കുറിച്ചുള്ള നിലപാടുകളിലും ക്രിസ്തുമതവും കമ്യൂണിസവും തമ്മിൽ വൈരുദ്ധ്യമുണ്ട്. നീതിമാനായ ദൈവത്തിന്റെ നീതിയുക്തമായ വഴികളെക്കുറിച്ചാണ് ബൈബിൾ പറയുന്നത്. നീതിയെന്നത് ദൈവത്തിന്റെ നീതിയാണ്. അതുകൊണ്ട് നീതിയെക്കുറിച്ചുള്ള ക്രൈസ്തവസമീപനം വ്യക്തികേന്ദ്രീകൃതമാണ്. എന്നാൽ കമ്യൂണിസ്റ്റ് ചിന്തയിൽ നീതി സമൂഹത്തിന്റെ അവകാശവും ഭരണകൂടത്തിന്റെ ഉത്തരവാദിത്വവുമാണ്. നീതിനിഷേധത്തിന്റെ പ്രത്യക്ഷഫലമാണ് അസമത്വം. അതാകട്ടെ മുതലാളിത്തത്തിന്റെ സൃഷ്ടിയാണ്. മാർപാപ്പ നീതിക്കുവേണ്ടി സംസാരിക്കുമ്പോൾ മാർക്സിസത്തിന്റെ ശബ്ദവും പദാവലിയും അനുഭവപ്പെടുന്നത് പ്രത്യയശാസ്ത്രങ്ങളുടെ വൈജാത്യങ്ങൾക്കപ്പുറത്ത് നീതിനിഷേധത്തിനെതിരെയുള്ള പ്രതിഷേധവും നീതിക്കുവേണ്ടിയുള്ള നിലപാടും ഒന്നുതന്നെയാകുന്നതുകൊണ്ടാണ്. മാനവരാശിയെ മാനവീകരിക്കുന്നതിനുള്ള മൂന്ന് പരിശ്രമങ്ങളാണ് മോസസ്, ജീസസ്, മാർക്സ്. ജീവന്റെയും സ്വത്തിന്റെയും സംരക്ഷണം മോസസിന്റെ കല്പനകളിലുണ്ട്. ശത്രുവിനെ സ്നേഹിക്കുകയെന്ന പാഠം ജീസസ് പഠിപ്പിച്ചു. മാനവികതയെ നിരാകരിക്കുകയും മനുഷ്യനെ അപമാനിക്കുകയും ചെയ്യുന്ന വ്യവസ്ഥിതിയെ ഇല്ലായ്മ ചെയ്യുന്നതിനുള്ള ആഹ്വാനം മാർക്സ് നല്കി. വൈരുദ്ധ്യാത്മക ഭൗതികവാദ സമീപനത്തിലൂടെയാണ് മാർക്സ് മനുഷ്യസമൂഹത്തിന്റെ ചരിത്രത്തെ ശാസ്ത്രീയമായി അപഗ്രഥിച്ചത്. ഇക്കാരണത്താൽ മാത്രം മാർക്സ് മോസസിനും ജീസസിനും അന്യനാകുന്നില്ല. മനുഷ്യൻ ഉള്ള കാലത്തോളം പ്രസക്തമായ ആശയങ്ങളാണ് മൂവരും വിവിധ കാലങ്ങളിലായി വെവ്വേറെയും വ്യത്യസ്തമായും അവതരിപ്പിച്ചത്.

ലാളിത്യം ജീവിതത്തിലും ചിന്തയിലും

സാമ്പത്തികമായ ക്രമക്കേടുകളും ലൈംഗികമായ അരാജകത്വവും കത്തോലിക്കാ സഭയിൽ വ്യാപകമായുണ്ട്. സഭ സജീവമാകുമ്പോൾ ആരോപണങ്ങളും ശക്തമാകും. പ്രക്ഷുബ്ധത ബെർഗോളിയോയ്ക്ക് പുത്തരിയല്ല. ജസ്യൂട്ട് പ്രൊവിൻഷ്യൽ എന്ന നിലയിൽ ആഭ്യന്തരമായ എതിർപ്പുകളെ അതിജീവിച്ച ചരിത്രം അദ്ദേഹത്തിനുണ്ട്. 1998 ൽ ആർച്ച്ബിഷപ് ക്വറസിനോയുടെ മരണത്തോടെയാണ് ബെർഗോളിയോ ബ്യൂണസ് ഐറിസിലെ ആർച്ച്ബിഷപ്പായത്. ലാ പ്ലാറ്റയിലെ ബി സി പി ബാങ്കിന്റെ തകർച്ചയിൽ ബ്യൂണസ് ഐറിസ് അതിരൂപതയ്ക്ക് ഉത്തരവാദിത്വമുണ്ടെന്ന ആക്ഷേപം ബെർഗോളിയോ നേരിട്ട ഗുരുതരമായ പ്രതിസന്ധിയായിരുന്നു. ക്വറസിനോയുടെ അടുത്ത സഹകാരിയായിരുന്ന മോൺസിഞ്ഞോർ റോബർട്ടോ ടൊളേഡോയുടെ സംശയകരമായ സാമ്പത്തിക ഇടപാടുകളായിരുന്നു ആയിരക്കണക്കിന് നിക്ഷേപകർക്ക് പണം നഷ്ടപ്പെട്ട ബാങ്ക് തകർച്ചയിൽ അതിരൂപതയെ സംശയത്തിന്റെ നിഴലിലാക്കിയത്. ആർച്ച്ബിഷപ് ക്വറസിനോയുമായുള്ള അടുപ്പം പ്രയോജനപ്പെടുത്തി ബാങ്കുടമ ട്രൂസോ ഒരു കോടി ഡോളറുമായി രാജ്യം വിട്ടു. ക്വറസിനോയ്ക്ക് താങ്ങാനാവാത്ത ആഘാതമായിരുന്നു അത്. ക്വറസിനോയുടെ പെട്ടെന്നുള്ള മരണം വ്യഥ മൂലം സംഭവിച്ചതാണെന്ന് സംസാരമുണ്ടായി.

ബി സി പി ബാങ്ക് ഉൾപ്പെടെയുള്ള സാമ്പത്തിക അപവാദങ്ങളിൽ കത്തോലിക്കാ സഭയ്ക്ക് കുറ്റകരമായ ഉത്തരവാദിത്വമുണ്ടെന്ന് വാർത്തകൾ വരാൻ തുടങ്ങിയപ്പോൾ ആർച്ച്ബിഷപ് ബെർഗോളിയോയ്ക്ക് നിശബ്ദനായിരിക്കാൻ കഴിയാതായി. ക്രമക്കേടുകളുമായി ബന്ധപ്പെടുത്തി ആർച്ച്ബിഷപ്പിന്റെ വസതിയിൽ പൊലീസ് തിരച്ചിൽ നടത്തിയത് അസാ

ധാരണവും അഭൂതപൂർവ്വവുമായ സംഭവമായി. ആർതർ ആൻഡേഴ്സെൻ എന്ന അന്താരാഷ്ട്ര ഓഡിറ്റ് സ്ഥാപനത്തെക്കൊണ്ട് അതിരൂപതയുടെ കണക്കുകൾ പരിശോധിപ്പിക്കുകയാണ് ബെർഗോളിയോ ആദ്യം ചെയ്തത്. വാർത്തയിൽ ആരോപിക്കപ്പെട്ട പണം അതിരൂപതയിൽ എത്തിയിട്ടില്ലെന്ന് കാണിക്കാൻ അദ്ദേഹം കണക്കുകൾ മുഴുവൻ കോടതിയിൽ ഹാജരാക്കി. രേഖകളിൽ കാണുന്ന ഒപ്പ് ക്വാറസിനോയുടേതല്ലെന്ന് വിദഗ്ദ്ധാഭിപ്രായമുണ്ടായി. ബാങ്കുമായും ബെർഗോളിയോ സഹകരിച്ചു. രണ്ട് വർഷം ഒളിവിൽ കഴിഞ്ഞ ട്രൂസോ പിടിക്കപ്പെടുകയും വിചാരണയ്ക്കുശേഷം എട്ട് വർഷത്തെ ജയിൽവാസത്തിനു വിധിക്കപ്പെടുകയും ചെയ്തതോടെ അതിരൂപതയുടെ മേൽ പതിഞ്ഞ കരിനിഴൽ നീങ്ങി.

വത്തിക്കാൻ അകപ്പെട്ട ചില സാമ്പത്തികക്കുരുക്കുകൾ അഴിക്കാൻ കഴിയാതെയാണ് ബെനഡിക്ട് മാർപാപ്പ പൊടുന്നനെ രാജിവച്ചതെന്ന് അഭ്യൂഹമുണ്ടായി. അത് ശരിയാണെങ്കിൽ കുരുക്കുകൾ അഴിക്കുന്നതിനുള്ള മുൻപരിചയം ബി സി പി കുരുക്കിൽനിന്ന് അതിരൂപതയെ മോചിപ്പിച്ച ബെർഗോളിയോയ്ക്കുണ്ട്. ശക്തമായ എതിർപ്പുകൾക്കു മദ്ധ്യേയും ബെർഗോളിയോയുടെ പ്രാഭവം ഉയർന്നുനിന്നത് ജീവിതത്തിലും ചിന്തയിലും അദ്ദേഹം പുലർത്തിയ ലാളിത്യം നിമിത്തമായിരുന്നു. സുവിശേഷം ലോകത്തെ അറിയിക്കുന്നതിന് കൊട്ടാരവാസമോ ആഡംബരക്കാറിലെ യാത്രയോ വിലകൂടിയ ചമയങ്ങളോ ആവശ്യമില്ലെന്ന് അദ്ദേഹം മനസ്സിലാക്കി. അതിമെത്രാസനമന്ദിരം അദ്ദേഹം ധ്യാനകേന്ദ്രമാക്കി. താമസം ഒരു അപ്പാർട്ട്മെന്റിലാക്കി. സ്വതന്ത്രഭാരതത്തിലെ രാഷ്ട്രപതിക്ക് താമസിക്കാൻ ബ്രിട്ടീഷ് വൈസ്രോയിയുടെ രാജകീയമന്ദിരം ആവശ്യമില്ലെന്ന് ഗാന്ധിജി പറഞ്ഞതിന്റെ പൊരുൾ മനസ്സിലാക്കിയ ആളായിരുന്നു ബെർഗോളിയോ. 2001 ൽ കർദ്ദിനാളായപ്പോഴും പിന്നീട് മാർപാപ്പയായപ്പോഴും ജീവിതരീതിയിൽ മാറ്റം വന്നില്ല. സ്ഥാനാരോഹണച്ചടങ്ങുകൾ വീക്ഷിക്കാനും ആശംസകൾ നേരാനും വത്തിക്കാനിലേക്ക് പോകാനൊരുങ്ങിയവരോട് അദ്ദേഹം പറഞ്ഞത് ആ പണം തനിക്ക് നല്കാനാണ്. അത് പാവങ്ങൾക്കുള്ള പണമാണ്. മദർ തെരേസയും ധനികർക്ക് നൽകിയിരുന്ന നിർദ്ദേശം ഇതായിരുന്നു. അധികാരത്തിന്റെ ആഡംബരങ്ങളിൽ ഭ്രമം ഇല്ലെന്നു മാത്രമല്ല അതൊക്കെയും അദ്ദേഹത്തെ അലോസരപ്പെടുത്തിയിരുന്നു. യാത്രയ്ക്ക് പൊതുവാഹനങ്ങളാണ് അദ്ദേഹത്തിനിഷ്ടം. സാധാരണക്കാരെ കാണുന്നതിനും അവരോട് സംസാരിക്കുന്നതിനുമുള്ള അവസരമായി അദ്ദേഹം യാത്രകളെ കണക്കാക്കി. ഇടയൻ ആടുകളോടൊപ്പമായിരിക്കണം. ഇടയന് ആടിന്റെ മണമുണ്ടാകണമെന്നാണ് മാർപാപ്പയാകുന്നതിനുമുമ്പും അതിനുശേഷവും ബെർഗോളിയോ പറയുന്നത്.

വ്യത്യസ്തവും എന്നാൽ അച്ചടക്കമുള്ളതുമായ ജീവിതമാണ് ബെർഗോളിയോയുടേത്. അദ്ദേഹം നാലേകാലിനുണരും. കുളിയും മുഖക്ഷൗരവും നിർബ്ബന്ധം. ക്ലീൻ ഷേവ് അദ്ദേഹത്തിന്റെ പ്രത്യേകതയാണ്. പ്രാർ

ത്ഥനയും കുർബ്ബാനയും കഴിഞ്ഞാൽ പ്രഭാതഭക്ഷണം. ബ്യൂണസ് ഐറിസിലായിരുന്നപ്പോൾ ലാ നാസിയോൺ പതിവായി വായിക്കും. ഒപ്പം മേറ്റ് എന്ന അർജന്റീനിയൻ പാനീയം. അത് അദ്ദേഹം തന്നെ ഉണ്ടാക്കും. വത്തിക്കാനിൽ ലാ നാസിയോൺ കിട്ടാനിടയില്ല. അല്പസമയം റേഡിയോയിൽ ക്ലാസിക്കൽ സംഗീതം കേൾക്കും. ആറു മണിയായാൽ പാപ്പയെ ആർക്കും വിളിക്കാം. അദ്ദേഹം നേരിട്ട് ഫോണെടുക്കും. അല്ലെങ്കിൽ തിരിച്ചു വിളിക്കും. എട്ട് മണിക്ക് സെക്രട്ടറിമാർ എത്തുമ്പോഴേക്ക് അദ്ദേഹം ധാരാളം ജോലി തീർത്തിട്ടുണ്ടാകും. ആരെയും കാണാൻ അദ്ദേഹത്തിനു വിരോധമില്ല. മാർപാപ്പയുടെ ഓഫീസിനു പുറത്തുനിന്ന് ഇ-മെയിലിൽ സന്ദർശനാനുമതി ചോദിച്ച് ജപ്പാനിൽനിന്നെത്തിയ സ്കൂൾ വിദ്യാർത്ഥികളെ അമ്പരപ്പിച്ചുകൊണ്ട് വാതിൽ തുറന്ന് അവരുടെ മുന്നിലേക്ക് ഇറങ്ങിവന്ന പാപ്പയാണ് ഫ്രാൻസിസ്. കമ്പ്യൂട്ടർ ഉപയോഗിക്കുന്നില്ലെങ്കിലും കത്തുകൾക്കും സന്ദേശങ്ങൾക്കും അദ്ദേഹം കൃത്യമായി മറുപടി അയക്കും.

കരുണയുടെ വർഷം

ബലിയേക്കാൾ കരുണയെ ഇഷ്ടപ്പെടുന്ന ദൈവത്തിലാണ് ഫ്രാൻസിസിന്റെ ആശ്രയം. 2016 കത്തോലിക്കാ സഭയ്ക്ക് കരുണയുടെ വർഷമായിരുന്നു. ജീവിതത്തിന്റെ പിന്നാമ്പുറങ്ങളിലും വെളിച്ചം കടന്നു ചെല്ലാത്ത ഓരങ്ങളിലും പരിത്യക്തരായി കഴിയുന്നവരെക്കുറിച്ചുള്ള ഉൽക്കണ്ഠയാണ് ഫ്രാൻസിസിനെ വ്യത്യസ്തനാക്കുന്നത്. അദ്ദേഹത്തെ മാർക്സിസ്റ്റ് എന്നും കമ്യൂണിസ്റ്റെന്നും ചിലർ പരിഹസിച്ചും ചിലർ കാര്യമായും വിളിക്കുന്നത് പാവങ്ങളോടുള്ള പരിഗണനയുടെ അടിസ്ഥാനത്തിലാണ്. ദരിദ്രർ എന്നും നമ്മോടൊപ്പമുണ്ടാകുമെന്ന് യേശു പറഞ്ഞത് ദാരിദ്ര്യം എന്നും നിലനില്ക്കണം എന്ന അർത്ഥത്തിലല്ല. അദ്ധ്വാനിക്കുന്നവരോടുള്ള സമീപനത്തിൽ യേശുവും മാർക്സും ഒരേ പക്ഷത്താണ്. ഒരാൾ സമാശ്വാസം വാഗ്ദാനംചെയ്തു. മറ്റേയാൾ സ്വാതന്ത്ര്യത്തിന്റെ നവലോകം വാഗ്ദാനംചെയ്തു. രണ്ടും ഒന്നുതന്നെയാണ്. സ്വാതന്ത്ര്യം തന്നെയാണ് സമാശ്വാസം.

ചക്രവർത്തിമാരെ വാഴിക്കുകയും സ്വയം ചക്രവർത്തിയാവുകയും ചെയ്ത മാർപാപ്പമാരിൽനിന്ന് വ്യത്യസ്തനാണ് ഫ്രാൻസിസ്. സ്ഥാനാരോഹണത്തിന്റെ ആഡംബരങ്ങളും പദാവലിയും ഒഴിവാക്കിക്കൊണ്ട് അദ്ദേഹം പറഞ്ഞത് ഇവിടെ രാജാവില്ലെന്നായിരുന്നു. രാജാവില്ലെങ്കിൽ സിംഹാസനമില്ല, കിരീടവുമില്ല. അധികാരം അദ്ദേഹത്തിന് സേവനമാണ്. സ്വന്തം താല്പര്യങ്ങളുമായി സ്വന്തം അതിരുകളിലേക്ക് ഒതുങ്ങുന്നതല്ല അദ്ദേഹത്തിന്റെ സഭ. വളച്ചുകെട്ടില്ലാതെ അദ്ദേഹം ഇക്കാര്യം വ്യക്തമാക്കുന്നുണ്ട്. പറയുന്നത് നേരേചൊവ്വേ വ്യക്തതയോടെ പറയണമെന്ന് അദ്ദേഹത്തിന് നിർബ്ബന്ധമുണ്ട്. പറയുന്നതുതന്നെ പ്രവർത്തിക്കുകയും ചെയ്യും. പക്ഷാഘാതം പിടിച്ച് കിടക്കുന്ന സഭയെ അല്ല നടക്കുമ്പോൾ

ഇടയ്ക്ക് വീഴുകയും എഴുന്നേല്ക്കുകയും ചെയ്യുന്ന സഭയെ ആണ് അദ്ദേഹത്തിനാവശ്യം. വീഴുമ്പോൾ പരിക്കും ചെളിയും പറ്റും. ചട്ടങ്ങളുടെ കുരുക്കിൽ വിശ്വാസികളുടെ ജീവിതത്തെ ദുരിതത്തിലാക്കരുതെന്ന് അദ്ദേഹം വൈദികരെ ഉപദേശിക്കുന്നു. കുമ്പസാരക്കൂട് ശിക്ഷിക്കുന്നതിനുള്ള ഇടമല്ലെന്ന് അദ്ദേഹം വൈദികരെ ഓർമ്മിപ്പിക്കുന്നു. കാരുണ്യത്തോടെയുള്ള പാപവിമോചനമാണ് അവിടെ നടക്കേണ്ടത്.

ലാളിത്യം, ദാരിദ്ര്യം, ദയ എന്നിവയുടെ പ്രതീകമാണ് ഫ്രാൻസിസ്. സ്വവർഗ്ഗാനുരാഗികളുടെ വിഷയം വന്നപ്പോൾ "വിധിക്കാൻ ഞാനാര്?" എന്ന വിനയപൂർവ്വമായ ചോദ്യം ചോദിച്ചയാളാണ് ഫ്രാൻസിസ്. ആഗോള കത്തോലിക്കാ സഭയുടെ പരമാദ്ധ്യക്ഷൻ എന്നതിലുപരി ക്രിസ്തുവിന്റെ പ്രതിപുരുഷനായി സ്വയം കരുതുന്ന മാർപാപ്പയിൽനിന്ന് അങ്ങനെയൊരു സന്ദേഹം ലോകം പ്രതീക്ഷിച്ചിരുന്നില്ല. ഇത്തരത്തിലുള്ള നിലപാടുകളാണ് ഫ്രാൻസിസ് മാർപാപ്പയെ ലോകത്തിനു പ്രിയങ്കരനാക്കിയത്.

റിയോ ഡി ജനീറോയിൽ ലോക യുവദിനാഘോഷത്തിൽ പങ്കെടുത്ത് മടങ്ങുമ്പോഴായിരുന്നു വിമാനത്തിൽ തന്നോടൊപ്പമുണ്ടായിരുന്ന റിപ്പോർട്ടർമാരുടെ ചോദ്യത്തിനുത്തരമായി ഫ്രാൻസിസ് പാപ്പ ഇപ്രകാരം പറഞ്ഞത്.

ഒരാൾ സ്വവർഗ്ഗാനുരാഗിയായിരിക്കാം. അയാൾ നല്ല മനസ്സോടെ ദൈവത്തെ തേടുന്നുവെങ്കിൽ അയാളെ വിധിക്കാൻ ഞാനാര് എന്നായിരുന്നു മാർപാപ്പയുടെ മറുപടിച്ചോദ്യം. വിധിക്കപ്പെടാതിരിക്കാൻ നിങ്ങളും വിധിക്കരുതെന്ന ബൈബിൾ പാഠത്തിന് അനുസൃതമായിരുന്നു ആ മറുപടി. പിടിക്കപ്പെട്ട വ്യഭിചാരിണിയെ കല്ലെറിയാൻ വന്ന ആൾക്കൂട്ടത്തിൽനിന്ന് രക്ഷപ്പെടുത്തിക്കൊണ്ട് യേശു പറഞ്ഞത് ഞാനും നിന്നെ വിധിക്കുന്നില്ല എന്നായിരുന്നു.

2013 മെയ് എട്ടിന് സാന്ത മർത്ത ചാപ്പലിലെ കുർബ്ബാനയ്ക്കുശേഷം ഫ്രാൻസിസ് സഭയെക്കുറിച്ചുള്ള തന്റെ സമീപനം വെളിപ്പെടുത്തി. പള്ളിയിൽവച്ചല്ലാതെ വിവാഹിതരായവരുടെ വീടുകളിൽ വിശ്വാസികൾ പോകാതിരുന്ന കാലം അദ്ദേഹം അനുസ്മരിച്ചു. അത്തരം ദമ്പതികൾ വിലക്കപ്പെട്ടവരായിരുന്നു. സോഷ്യലിസ്റ്റുകളോടും അവിശ്വാസികളോടും ഇതേ സമീപനം തന്നെയായിരുന്നു വിശ്വാസികൾക്ക് ഉണ്ടായിരുന്നത്. മതിലുകൾ പ്രതിരോധം തീർത്തിരുന്ന കാലം കഴിഞ്ഞുവെന്ന് ഫ്രാൻസിസ് പറഞ്ഞു. മതിലുകൾ ഇല്ലാതാവുകയും പാലങ്ങൾ നിർമ്മിക്കപ്പെടുകയും വേണം.

സഭാനിയമം അനുസരിച്ച് ആശീർവ്വദിക്കപ്പെട്ട വിവാഹബന്ധത്തിലൂടെയല്ലാതെ ജനിക്കുന്ന കുഞ്ഞുങ്ങളെ ജ്ഞാനസ്നാനം ചെയ്യാൻ വിസമ്മതിച്ച വൈദികരെ കർദ്ദിനാളായിരുന്നപ്പോൾ ബെർഗോളിയോ ശാസിച്ചിട്ടുണ്ട്. ബെർഗോളിയോ 2012 ൽ പരസ്യമായി അത്തരം കുട്ടികൾക്ക് ജ്ഞാനസ്നാനം ഉൾപ്പെടെയുള്ള കൂദാശകൾ നല്കി. റോമിൽ ശക്തമായ വിയോജിപ്പുണ്ടായി. അവിവാഹിതരായ അമ്മമാർക്കെതിരെ

പ്രകടിപ്പിക്കപ്പെട്ട വിവേചനം ആത്മവഞ്ചനയായി അദ്ദേഹം കരുതി. ദൈവജനത്തിന് ആത്മരക്ഷ നിഷേധിക്കാൻ ആർക്കാണധികാരമെന്ന് അദ്ദേഹം ചോദിച്ചു. വിവാഹിതയാകാതെ ഗർഭം ധരിക്കുന്ന യുവതി ഗർഭഛിദ്രം നടത്താതെ പ്രസവിക്കാനും കുഞ്ഞിനെ വളർത്താനും എടുക്കുന്ന ധീരമായ തീരുമാനം പ്രശംസനീയമാണെന്ന് ബെർഗോളിയോ പറഞ്ഞപ്പോൾ റോമൻ ക്യൂറിയയിലെ വലതുപക്ഷം അക്ഷരാർത്ഥത്തിൽ ഞെട്ടി.

ഗർഭഛിദ്രം സഭയുടെ ദൃഷ്ടിയിൽ ഇപ്പോഴും ഗുരുതരമായ പാപമാണ്. പാപം പൊറുക്കുന്നതിനുള്ള അധികാരം മെത്രാന്മാരിൽ നിക്ഷിപ്തമായിരുന്നു. കരുണയുടെ വർഷാന്ത്യത്തിൽ പോപ്പ് ഫ്രാൻസിസ് പാപമോചനാധികാരം സമസ്ത വൈദികർക്കും നല്കി. നിർദ്ദോഷമായ ജീവന്റെ ഹത്യയെന്ന നിലയിൽ ഗർഭഛിദ്രത്തിന്റെ ഗൗരവസ്വഭാവം ആവർത്തിക്കുമ്പോഴും പശ്ചാത്തപിക്കുന്ന വ്യക്തിയിലേക്ക് ദൈവത്തിന്റെ കരുണയെത്തുമ്പോൾ തടയാൻ നാമാര് എന്ന ചോദ്യമാണ് അപ്പോസ്തലിക ലേഖനത്തിൽ അദ്ദേഹം ചോദിച്ചത്. ഗർഭഛിദ്രം നടത്തിയവർ സഭയിൽനിന്ന് ബഹിഷ്കൃതരാകും. പാപമോചനത്തിനൊപ്പം അവരെ സഭയിൽ തിരിച്ചെടുക്കുന്നതിനുള്ള അധികാരവും നവംബർ 20 ന്റെ അപ്പോസ്തലിക ലേഖനപ്രകാരം വൈദികർക്ക് ലഭിച്ചു. പൊരുത്തപ്പെടലിന്റെയും കാരുണ്യത്തിന്റെയും സന്ദേശമാണ് പാപ്പയായതിനുശേഷം ബെർഗോളിയോ നല്കിക്കൊണ്ടിരിക്കുന്നത്.

പെസഹ ആചരിക്കുന്ന വ്യാഴാഴ്ച സഭയുടെ കലണ്ടറിലെ പ്രധാനപ്പെട്ട ദിവസമാണ്. പിടിക്കപ്പെടുന്നതിനുമുമ്പ് യേശു അവസാനമായി സഹപ്രവർത്തകർക്കൊപ്പം അത്താഴം കഴിച്ച രാത്രി. അത്താഴത്തിനു മുമ്പ് യേശു അവരുടെ കാലുകൾ കഴുകി. വലിയ അർത്ഥതലങ്ങളുള്ള പ്രവൃത്തിയായിരുന്നു അത്. അതിനെ അനുസ്മരിച്ചുകൊണ്ട് പെസഹാ വ്യാഴാഴ്ച ക്രൈസ്തവ ദേവാലയങ്ങളിൽ കാൽ കഴുകൽ ശുശ്രൂഷ നടക്കുന്നു. കൊള്ളാവുന്ന കാലുകളാണ് പുരോഹിതർ കഴുകി ചുംബിച്ചിരുന്നത്. ഫ്രാൻസിസ് പാപ്പ ഇവിടെയും വ്യത്യസ്തനായി. കത്തീഡ്രലിൽ നിന്നിറങ്ങി ആശുപത്രികളിലും ജയിലുകളിലുമെത്തി രോഗികളുടെയും തടവുകാരുടെയും കാൽ കഴുകിയിരുന്ന ബെർഗോളിയോ പാപ്പ ആയതിനുശേഷവും ആ രീതി തുടരുന്നു. 2017 ലെ പെസഹാ ദിനത്തിൽ മാർപാപ്പ പാദപ്രക്ഷാളനശുശ്രൂഷ നടത്തിയത് റോമിലെ പാലിയാനോ ഡിറ്റൻഷൻ സെന്ററിലായിരുന്നു. ഇറ്റലിയിലെ കുപ്രസിദ്ധമായ മാഫിയ സംഘങ്ങളിൽപെട്ട കൊടുംകുറ്റവാളികളാണ് ഇവിടെ തടവുകാരായുള്ളത്. പുരുഷന്മാരെ മാത്രമല്ല സ്ത്രീകളെയും കാൽകഴുകൽ ശുശ്രൂഷയിൽ പങ്കെടുപ്പിക്കാനുള്ള മാർപാപ്പയുടെ തീരുമാനം അസാധാരണമായിരുന്നു. ആരും എതിർത്തില്ലെങ്കിലും പലരും ഈ നിർദ്ദേശത്തെ അവഗണിച്ചു. ക്രിസ്ത്യാനികളുടെ മാത്രമല്ല മുസ്ലീങ്ങളുടെയും കാലുകൾ മാർപാപ്പ കഴുകിയിട്ടുണ്ട്. 2013 ലെ പെസഹാ ദിനത്തിൽ കാ

സൽ ഡെൽ മാർമോ ജുവനൈൽ ഡിറ്റൻഷൻ സെന്ററിൽ കാൽ കഴുകാനായി അദ്ദേഹത്തിനുമുന്നിൽ ഇരുന്ന പന്ത്രണ്ട് പേരിൽ രണ്ടു പേർ മുസ്ലീങ്ങളും രണ്ടു പേർ സ്ത്രീകളുമായിരുന്നു. തെരഞ്ഞെടുക്കപ്പെടുന്ന പന്ത്രണ്ട് കത്തോലിക്കാ പുരുഷന്മാരുടെ മാത്രം അവകാശമാണതെന്ന് മാർപാപ്പയെ കുറ്റപ്പെടുത്തിക്കൊണ്ട് റോറാറ്റെ ചേളി എന്ന യാഥാസ്ഥിതിക കാത്തലിക് ബ്ലോഗ് ചൂണ്ടിക്കാട്ടി. അക്കൊല്ലം റമദാനിലെ ഒരു ഞായറാഴ്ച സന്ധ്യാനേരത്തെ പരിശുദ്ധ മാതാവിനോടുള്ള പ്രാർത്ഥനയ്ക്കൊടുവിൽ മാർപാപ്പ സഹോദരന്മാരെ എന്നു വിളിച്ചുകൊണ്ട് മുസ്ലീങ്ങൾക്ക് ആശംസകൾ നേർന്നു. പോൾ ആറാമനും ജോൺ പോൾ രണ്ടാമനും അപ്രകാരം ചെയ്തിട്ടുണ്ടെങ്കിലും റോറാറ്റെ ചേളി പരിഹാസത്തോടെ ചൂണ്ടിക്കാട്ടി: "ശരിയാണ്. കായേനും ആബേലും പോലെ അവർ സഹോദരന്മാരാണ്." 2015 ൽ ജയിലിൽ നടന്ന ശുശ്രൂഷയിൽ ഒരു തടവുകാരിയുടെ കാൽ മാർപാപ്പ കഴുകി ചുംബിച്ചു. അതിനുശേഷം അവളുടെ മടിയിലിരുന്ന കുഞ്ഞിന്റെ കാൽ കഴുകി. ജയിലിൽ ജനിച്ച കുഞ്ഞായിരുന്നു അത്. അനിതരസാധാരണമായ ആത്മീയാനുഭവത്തിൽ ആ തടവുകാരിയുടെ കണ്ണുകളിൽനിന്ന് അണപൊട്ടിയൊഴുകിയ കണ്ണുനീർ മറ്റൊരു പ്രക്ഷാളനമായി. ആ വീഡിയോ ദൃശ്യം ലോകത്തിന്റെ കണ്ണുകളെയും ഈറനാക്കി.

ആരെയും മറക്കാത്ത പാപ്പ

പണിയെടുക്കാൻ മടിയില്ലാത്ത ബെർഗോളിയോയുടെ നേതൃത്വപരമായ കഴിവുകൾ പ്രസിദ്ധമാണ് അദ്ദേഹം മിതമായി സംസാരിക്കുകയും നന്നായി കേൾക്കുകയും ചെയ്യുന്നു. അസാധാരണമായ ഓർമ്മശക്തിയാൽ അനുഗൃഹീതനാണ് ബെർഗോളിയോ. ഒരിക്കൽ കണ്ടയാളെ പിന്നീട് കാണുമ്പോഴും അദ്ദേഹം തിരിച്ചറിയും. അത്ഭുതകരമായ ഫൊട്ടോഗ്രഫിക് മെമ്മറിയാണ് അദ്ദേഹത്തിന്റേത്. വത്തിക്കാനിലെ അതിഥിമന്ദിരത്തിൽ ഫ്രാൻസിസ് പാപ്പയോടൊപ്പം മൂന്നര വർഷത്തിലേറെ താമസിക്കാൻ അവസരം കിട്ടിയ ആർച്ച്ബിഷപ് ജോസഫ് കളത്തിപ്പറമ്പിൽ ഒരു സന്ദർഭം ഓർമ്മിക്കുന്നു. വരാപ്പുഴ ആർച്ച്ബിഷപ്പായി ചുമതലയേല്ക്കുന്നതിന് നാട്ടിലേക്ക് പുറപ്പെടുന്നതിന്റെ തലേന്ന് അദ്ദേഹം ഡൈനിങ് ഹാളിൽ പരിചയമുള്ള ഒരു കർദ്ദിനാളിനോട് യാത്ര പറയുമ്പോൾ മറ്റൊരു ടേബിളിൽനിന്ന് തിരിഞ്ഞുനോക്കിക്കൊണ്ട് മാർപാപ്പ പറഞ്ഞു: അമ്മയോട് എന്റെ സ്നേഹാന്വേഷണം പറയണം. ആദ്യത്തെ കൂടിക്കാഴ്ചയിൽ അമ്മയ്ക്കുവേണ്ടി പ്രാർത്ഥിക്കണമെന്ന് ആർച്ച്ബിഷപ് പറഞ്ഞിരുന്നു. മൂന്നര വർഷത്തിനുശേഷവും മാർപാപ്പ അതോർത്തുവെന്നത് തന്നെ വികാരാധീനനാക്കിയെന്ന് ആർച്ച്ബിഷപ് പറയുന്നു. നേതാക്കളുടെ ശക്തിയാണ് ഓർമ്മ. വ്യക്തികളെയും സംഭവങ്ങളെയും ക്ഷണനേരംകൊണ്ട് ഓർത്തെടുക്കാൻ കഴിയാത്തവർക്ക് നേതൃത്വപരമായി മുന്നേറാനാവില്ല. എല്ലാം കേൾക്കുകയും

അറിയുകയും അപഗ്രഥിക്കുകയും ചെയ്തതിനുശേഷം തീരുമാനമെടുക്കുകയും അതിൽ ഉറച്ചു നില്ക്കുകയും ചെയ്യുന്ന ആളാണ് ഫ്രാൻസിസ്. അധികാരത്തിലിരിക്കുന്നയാൾ ഏവരാലും സ്നേഹിക്കപ്പെടുകയെന്നത് അപൂർവ്വമായ അവസ്ഥയാണ്. ഈശോസഭയുടെ പ്രൊവിൻഷ്യൽ എന്ന നിലയിൽ ബെർഗോളിയോ സഹവൈദികരുടെ കലവറയില്ലാത്ത സ്നേഹത്തിനു പാത്രമായില്ല. അദ്ദേഹത്തിന്റെ വിട്ടുവീഴ്ചയില്ലാത്ത യാഥാസ്ഥിതികത്വമായിരുന്നു കാരണം. പ്രവചനാതീതവും രഹസ്യാത്മകവുമാണ് അദ്ദേഹത്തിന്റെ ചിന്തയും പ്രവൃത്തിയും. എന്നാൽ ആർച്ച്ബിഷപ്പെന്ന നിലയിൽ അദ്ദേഹം ബ്യൂണസ് ഐറിസിനു മുഴുവൻ പ്രിയംകരനായി.

ഓർമ്മപോലെതന്നെ പ്രസിദ്ധമാണ് ബെർഗോളിയോയുടെ ഇന്റ്യൂഷൻ. ഒരിക്കൽ വൈദികരുടെ യോഗം നടക്കുന്ന മുറിയിലേക്ക് ഒരു സ്ത്രീ ധൃതിയിൽ വന്നു. കർത്താവിനെയല്ല, ഒരു ഭർത്താവിനെയാണ് ആ സ്ത്രീ അന്വേഷിക്കുന്നതെന്ന് ബെർഗോളിയോയ്ക്ക് തോന്നി. യഥാർത്ഥത്തിൽ അവർ ഒരു മദർ സുപ്പീരിയർ ആയിരുന്നു. പക്ഷേ, ബെർഗോളിയോയുടെ സംശയം അസ്ഥാനത്തായില്ല. ഏറെ വൈകാതെ മദർ സുപ്പീരിയർ ഒരു ഭർത്താവിനെ കണ്ടെത്തി കോൺവെന്റിനോട് വിട പറഞ്ഞു.

കാലം സ്പേസിനെയും ഏകത സംഘർഷത്തെയും യാഥാർത്ഥ്യം ആശയങ്ങളെയും പൂർണ്ണത ഭാഗങ്ങളെയും കീഴ്പ്പെടുത്തുന്നുവെന്ന് ബെർഗോളിയോ പറയുന്നു. ഇവയെ അടിസ്ഥാനമാക്കിയാണ് അദ്ദേഹം കർമ്മപരിപാടി ആവിഷ്കരിക്കുന്നത്. മതിലുകൾ പൊളിച്ച് പാലങ്ങൾ പണിയണമെന്ന് മാർപാപ്പ ആഹ്വാനം ചെയ്യുന്നു. ഒറ്റപ്പെടലിന്റെ പ്രതീകമാണ് മതിൽ. സ്വന്തം വസ്തുവിലെ മതിലായാലും ബർലിൻ മതിലായാലും ഇന്നും നിലനില്ക്കുന്ന ചൈനയിലെ വൻമതിലായാലും അർത്ഥം ഒന്നുതന്നെ. അയൽക്കാരനെ സംശയിക്കുമ്പോഴാണ് മതിൽ ഉണ്ടാകുന്നത്. കൂടിച്ചേരലിന്റെ പ്രതീകമാണ് പാലം. മതിലുകളും കടമ്പകളും സൃഷ്ടിച്ച് ജനതകളെ വേർതിരിക്കുന്നതിനെതിരെ ഏഴ് രാജ്യങ്ങളിൽ നിന്നായി പതിനേഴ് കർദ്ദിനാൾമാരെ വാഴിക്കുന്ന ചടങ്ങിൽ മാർപാപ്പ 2016 നവംബറിലും മുന്നറിയിപ്പ് നല്കി. ധ്രുവീകരണവും ബഹിഷ്കരണവും ഏറിവരുന്നതായി അദ്ദേഹം കുറ്റപ്പെടുത്തി. കലഹങ്ങൾ തീർക്കാനുള്ള വഴി ഇതല്ല. കുടിയേറ്റക്കാർ, അഭയാർത്ഥികൾ, വിവിധ ജാതികളിലും മതങ്ങളിലും പെട്ടവർ എന്നിങ്ങനെ ആളുകളെ വേർതിരിച്ച് അവരെ ശത്രുക്കളായി കാണരുത്.

അധികാരത്തെ സേവനമായി കാണുന്ന പാപ്പ മറ്റ് മതങ്ങളുമായി നല്ല ബന്ധത്തിലാണ്. രാഷ്ട്രീയ സംഭവങ്ങളോട് പ്രതികരിക്കുന്നയാളാണ് ബെർഗോളിയോ. നിയന്ത്രിക്കപ്പെടാത്ത മുതലാളിത്തത്തിന്റെ അത്യാചാരങ്ങളെ അദ്ദേഹം അപലപിക്കുന്നു. അർജന്റീനയിൽ കാർലോസ് മെനം (1989-1999) പ്രസിഡന്റായിരുന്ന കാലത്തെ അഴിമതി, പ്ലാസ ഡി മയോ അക്ഷരാർത്ഥത്തിൽ കത്തിക്കൊണ്ടിരുന്നപ്പോൾ പ്രസിഡന്റിന്റെ

കൊട്ടാരത്തിൽനിന്ന് ഹെലികോപ്റ്ററിൽ രക്ഷപ്പെട്ട ഫെർണാണ്ടോ ഡി ലാ റുഅ (2001)യുടെ സർക്കാരിന്റെ പതനം, തുടർന്നുണ്ടായ സാമ്പത്തികത്തകർച്ച, എഡ്‌വേർഡോ ഡുഹാൽഡെ (2002-2003), നെസ്റ്റർ കിർഷ്നർ, നെസ്റ്ററിന്റെ ഭാര്യ ക്രിസ്റ്റീന കിർഷ്നർ എന്നിവരുടെ പ്രസിഡൻസി എന്നിവയെല്ലാം ബെർഗോളിയോയ്ക്ക് നേരിട്ട് സാക്ഷ്യം വഹിക്കേണ്ടിവന്ന സംഭവങ്ങളാണ്. അദ്ദേഹത്തിന്റേത് മൂകസാക്ഷ്യമായിരുന്നില്ല. തെറ്റുകളെ അദ്ദേഹം അപലപിച്ചു. ഭരണകൂടത്തിന് അദ്ദേഹം പലപ്പോഴും അസൗകര്യമായി. 2003 മുതൽ 2007 വരെ പ്രസിഡന്റായിരുന്ന നെസ്റ്റർ കിർഷ്നർ പ്രതിപക്ഷനേതാവെന്നാണ് ബെർഗോളിയോയെ വിശേഷിപ്പിച്ചത്. അകല്ച്ചയുടെയും നഷ്ടപ്പെട്ട അവസരങ്ങളുടെയും കാലമായിരുന്നു അത്. ഉത്തമമായ പൗരബോധത്തിന്റെ അടിസ്ഥാനത്തിലുള്ള നിലപാടുകളാണ് ബ്യൂണസ് ഐറിസിലെ ആർച്ച്ബിഷപ്പെന്ന നിലയിൽ ബെർഗോളിയോ സ്വീകരിച്ചത്. കിർഷ്നറുടെ സാമ്പത്തികനയങ്ങളെയും ഒരേ ലിംഗക്കാർ തമ്മിലുള്ള വിവാഹത്തെ സാധൂകരിക്കുന്നതിനുള്ള നീക്കത്തെയും അർജൻടൈൻ എപിസ്കോപേറ്റിന്റെ അദ്ധ്യക്ഷൻ എന്ന നിലയിൽ ബെർഗോളിയോ എതിർത്തു. അദ്ദേഹം ആരുടെ മുന്നിലും വാതിലുകൾ അടച്ചില്ല. രാഷ്ട്രീയ പാർട്ടികളുമായും തൊഴിലാളി സംഘടനകളുമായും സംരംഭകരുമായും സാമൂഹ്യ സംഘടനകളുമായും നല്ല ബന്ധം സ്ഥാപിക്കാൻ മാത്രമല്ല ആരോഗ്യകരമായ സംവാദങ്ങളിൽ ഏർപ്പെടാനും അദ്ദേഹത്തിനു കഴിഞ്ഞു. സംവാദത്തിൽനിന്ന് സഹകരണത്തിലേക്കുള്ള വഴി എളുപ്പമായിരുന്നു.

ശക്തമായ രാഷ്ട്രീയ പ്രതിപക്ഷം ഇല്ലാതിരുന്ന അർജന്റീനയിൽ ബെർഗോളിയോയെ പ്രസിഡന്റ് നെസ്റ്റർ കിർഷ്നർ പ്രതിപക്ഷനേതാവെന്നു വിളിച്ചത് വെറുതെയായിരുന്നില്ല. നെസ്റ്ററെ പിന്തുടർന്ന് അദ്ദേഹത്തിന്റെ ഭാര്യ ക്രിസ്റ്റീന പ്രസിഡന്റായപ്പോഴും അകല്ച്ച നിലനിന്നു. പക്ഷേ, നെസ്റ്ററുടെ മരണശേഷം സഭയുമായുള്ള അകല്ച്ച അല്പം കുറയ്ക്കാൻ ക്രിസ്റ്റീനയ്ക്കു കഴിഞ്ഞു. അന്തരിച്ച പ്രസിഡന്റിനുവേണ്ടി ബ്യൂനസ് ഐറിസിലെ കത്തീഡ്രലിൽ ബെർഗോളിയോ അർപ്പിച്ച കുർബ്ബാനയും ചരമപ്രസംഗവും ഹൃദയസ്പർശിയായിരുന്നു. രാജ്യം മുഴുവൻ പ്രസിഡന്റിനുവേണ്ടി പ്രാർത്ഥിക്കണമെന്നാവശ്യപ്പെട്ടുകൊണ്ട് ബെർഗോളിയോ പറഞ്ഞു: "ജനങ്ങൾ നേതാവായി അഭിഷിക്തനാക്കിയ ആൾ മരിക്കുമ്പോൾ എല്ലാ വിദ്വേഷവും വെടിയണം".

2013 മാർച്ച് 13 പ്രസിഡന്റ് ക്രിസ്റ്റീന കിർഷ്നർക്ക് മറക്കാനാവാത്ത ദിവസമായി. തന്റെയും ഭർത്താവിന്റെയും രാഷ്ട്രീയ പ്രതിയോഗി ചരിത്രത്തിലെ ഏറ്റവും പ്രശസ്തനായ അർജൻടൈൻ ആയിരിക്കുന്നു. റോമൻ കത്തോലിക്കാ സഭയ്ക്ക് ഔദ്യോഗികമതത്തിന്റെ പദവിയുള്ള അർജന്റീനയിൽ ബെർഗോളിയോയുടെ തിരഞ്ഞെടുപ്പിന് സവിശേഷമായ അർത്ഥതലങ്ങളുണ്ട്. അതുകൊണ്ട് സ്ഥാനാരോഹണത്തിനുമുമ്പേ വത്തിക്കാനിലെത്തി തന്റെ പ്രതിയോഗിയെ ആദരിക്കാനും അനുമോദിക്കാനും

ക്രിസ്റ്റീന മടിച്ചില്ല. കാസാ സാന്ത മർത്തയിൽ അവർ ഒരുമിച്ചിരുന്ന് ഭക്ഷണം കഴിച്ചു. ക്രിസ്റ്റീന തയ്യാറാക്കിയ മേറ്റ് പാപ്പ കുടിച്ചു. ദാരിദ്ര്യത്തിനും അഴിമതിക്കുമെതിരെ വിട്ടുവീഴ്ചയില്ലാത്ത പോരാട്ടത്തിന് ആഹ്വാനം ചെയ്യുന്ന രേഖയാണ് ബെർഗോളിയോ പ്രസിഡന്റിന് പകരം നല്കിയത്.

പോളണ്ടിൽനിന്നെത്തിയ ജോൺ പോൾ രണ്ടാമന്റെ വാഴ്ചക്കാലത്ത് കിഴക്കൻ യൂറോപ്പിൽ കമ്യൂണിസത്തിന് അപചയം സംഭവിച്ചു. മാർപാപ്പയുടെ സ്വാധീനം ആ പ്രക്രിയയ്ക്ക് വേഗത വർദ്ധിപ്പിച്ചതായി പറയപ്പെടുന്നു. ലാറ്റിൻ അമേരിക്കയിൽനിന്നെത്തിയ ഫ്രാൻസിസ് പാപ്പയ്ക്ക് അത്തരം എന്തെങ്കിലും അജണ്ടയുള്ളതായി സംശയിക്കേണ്ടി വന്നിട്ടില്ല. നവലിബറലിസത്തിന്റെ പിടിയിൽനിന്ന് വിമോചിതമായ ലാറ്റിൻ അമേരിക്കയിൽ ഇടതാധിപത്യം ശക്തമാകുന്ന കാലഘട്ടത്തിലാണ് ബെർഗോളിയോയുടെ സഭാശ്രേണിയിലെ ഉയർച്ചയുടെ തുടക്കം. വെനസ്വേലയിൽ ഹ്യൂഗോ ഷാവേസ് (1998), ചിലിയിൽ റിക്കാർഡോ ലാഗോസ് (2000), ബ്രസീലിൽ ലൂയി ഇനൺസിയോ ലുല ഡാ സിൽവ (2002), ബൊളീവിയയിൽ ഈവോ മൊറാലെസ് (2005) എന്നീ പേരുകൾ ലാറ്റിൻ അമേരിക്കയുടെ ചരിത്രഗതി തിരുത്തുന്ന സൂചകങ്ങളായി. എന്നാൽ ഈ രാജ്യങ്ങളിലെല്ലാം ഇടതിന്റെ പ്രാഭവം കുറയുകയും നവലിബറലിസം തിരിച്ചുവരുന്നതായും സൂചനകളുണ്ട്. ലോകവ്യാപകമായി തീവ്രവലതുപക്ഷം പിടിമുറുക്കുമ്പോൾ ഇത് സ്വാഭാവികമായ നിറംമാറ്റം ആയിരിക്കാം. ഈ പരിവർത്തനം മാർപാപ്പയുടെ അജണ്ട അനുസരിച്ച് നടക്കുന്നതല്ല. 2015 ൽ അർജന്റീനയിൽ ക്രിസ്റ്റീന ഫെർണാണ്ടസിനെ ഒഴിവാക്കി മൗറീസിയോ മക്രി അധികാരത്തിലെത്തി. 2016 ൽ ബ്രസീലിൽ ഡിൽമ റൂസെഫിനെ ഒഴിവാക്കി മൈക്കിൾ ടെമർ അധികാരം പിടിച്ചു. വെനസ്വേലയിൽ ഷാവേസിന്റെ പിൻഗാമി നിക്കോളാസ് മഡുറോ പിടിച്ചുനില്ക്കാൻ പണിപ്പെടുന്നു. മഡുറോയുടെ സാമ്പത്തികനയങ്ങളിലും രാഷ്ട്രീയനിലപാടുകളിലും പ്രതിഷേധിച്ച് പ്രതിപക്ഷം അദ്ദേഹത്തിന്റെ രാജി ആവശ്യപ്പെട്ട് പ്രക്ഷോഭത്തിലാണ്.

അർജന്റീനിയൻ പാപ്പയുടെ ഇടതുപക്ഷചായ്‌വുള്ള ക്രൈസ്തവപ്രബോധനങ്ങൾക്ക് ലാറ്റിൻ അമേരിക്കയുടെ രാഷ്ട്രീയത്തെ സ്വാധീനിക്കാൻ പ്രാപ്തിയുണ്ട്. വിമോചന ദൈവശാസ്ത്രത്തെ സ്വീകരിക്കാതെ ആ ദൈവശാസ്ത്രത്തിനൊപ്പം നിന്നയാളാണ് ബെർഗോളിയോ. മാർക്സിസത്തെ സ്വീകരിക്കാതെ ആ പ്രത്യയശാസ്ത്രത്തിലെ നന്മകളെ ഉൾക്കൊള്ളാൻ കഴിയുന്നയാളാണ് ഫ്രാൻസിസ് പാപ്പ. അതുകൊണ്ട് ലാറ്റിൻ അമേരിക്കയ്ക്ക് ഇടതുപക്ഷത്തുനിന്ന് അനായാസം വലതുപക്ഷത്തേക്ക് മാറാൻ കഴിയില്ല. എക്വഡോറിൽ ലെനിൻ മൊറേനോയുടെ 2017 ലെ വിജയം അതാണ് സൂചിപ്പിക്കുന്നത്. എക്വഡോറിലേത് ഒറ്റപ്പെട്ട ഇടതുപക്ഷ വിജയമല്ല. 2013 ൽ ചിലിയിൽ മിഷേൽ ബാഷെലെറ്റ്, 2015 ൽ ഉറുഗ്വേയിൽ ടാബറെ വാസ്‌ക്വെസ്, 2016 ൽ നിക്കരാഗ്വയിൽ ഡാനി

യൽ ഒർട്ടേഗ എന്നിവരുടെ വിജയം ലാറ്റിൻ അമേരിക്കയിലെ ഇടതു പക്ഷശോണിമ എളുപ്പത്തിൽ മായ്ക്കാൻ കഴിയില്ലെന്നതിന് തെളിവായി.

ആധുനിക സാത്താൻ

അധികാരത്തിന്റെയും ആഡംബരത്തിന്റെയും ഗർവ്വിനെ സെന്റ് ഇഗ് നേഷ്യസിനെപ്പോലെ ഫ്രാൻസിസും പാപമായി കരുതുന്നു. സ്നേഹബന്ധങ്ങൾക്കുപരിയായി പണത്തിനും പ്രതാപത്തിനും വേണ്ടി യുള്ള ആസക്തി ചിന്തയെ സ്വാധീനിക്കുമ്പോഴാണ് ഈ വീഴ്ച സംഭവി ക്കുന്നത്. എല്ലാവരുടെയും ആവശ്യങ്ങൾ നിറവേറ്റാനുള്ള പ്രാപ്തി പ്രകൃ തിക്കുണ്ട്. എന്നാൽ ആർത്തിയുടെ പൂർത്തീകരണം അസാദ്ധ്യമാണ്. എക്സൊർഗ്ഗിസ്റ്റിൽ ബാധയൊഴിപ്പിക്കാനെത്തുന്നത് ഒരു ജസ്യൂട്ട് വൈദി കനാണ്. ഹോളിവുഡ് സിനിമകളിൽ കാണുന്ന സാത്താനല്ല ഫ്രാൻ സിസ് പാപ്പ കാണുന്ന ആധുനിക സാത്താൻ. ദൈവത്തിൽനിന്നും ദൈവത്തിന്റെ സ്നേഹം ആവശ്യപ്പെടുന്നവരിൽനിന്നും മനുഷ്യരെ അകറ്റി ഉപഭോക്തൃ തൃഷ്ണയിൽ വലയ്ക്കുന്ന ദുഷ്ടശക്തിയാണ് ഇന്നത്തെ ആഗോളീകൃതസമൂഹത്തിലെ സാത്താൻ എന്ന് മാർപാപ്പ പറയുന്നു. വിപണിയുടെ പ്രേരണയാണ് പാപത്തിനു കാരണമാകുന്നത്. സ്വാർത്ഥത സുവിശേഷത്തിന്റെ സന്തോഷത്തെ നഷ്ടപ്പെടുത്തുന്നു. ആത്മീയതയുടെ ഭാഷയിൽ ഫ്രാൻസിസ് പാപ്പ പറയുന്ന കാര്യങ്ങൾക്ക് രാഷ്ട്രീയമായ പരാവർത്തനം സാദ്ധ്യമാണ്.

വൈദികനായിരിക്കുമ്പോഴും ബിഷപ്പായിരിക്കുമ്പോഴും സാധാ രണക്കാരുമായി സൗഹൃദത്തിലായിരുന്നു ബെർഗോളിയോ. അവരിൽ പലരും ഭവനരഹിതരും തെരുവിൽ കഴിയുന്നവരുമായിരുന്നു. ബ്യൂണസ് ഐറിസിലെ കത്തീഡ്രലിനു പിന്നിൽ താമസിക്കുന്ന ഒരു പാവപ്പെട്ട സ്ത്രീയെ അദ്ദേഹം നിത്യവും സന്ദർശിക്കുമായിരുന്നു. ബെർഗോളിയോ വത്തിക്കാനിൽ സ്ഥിരതാമസമാക്കിയപ്പോൾ ഏറ്റവുമധികം നഷ്ടബോ ധമുണ്ടായത് ആ സ്ത്രീക്കായിരിക്കണം. ഈ സന്ദർശനങ്ങൾ അനു ഭവങ്ങളായിത്തീർന്നതുകൊണ്ട് ഇരകൾക്കും അഭയാർത്ഥികൾക്കുമൊപ്പം നില്ക്കാൻ മാർപാപ്പയ്ക്ക് കഴിയുന്നു. നേപ്പിൾസിലെ പ്രസംഗത്തിൽ അദ്ദേഹം കുപ്രസിദ്ധരായ ഇറ്റാലിയൻ മാഫിയ സംഘത്തോട് അനു തപിച്ച് അക്രമം ഉപേക്ഷിക്കാൻ ആഹ്വാനംചെയ്തു. നേപ്പിൾസിലെ അമ്മമാരുടെ കണ്ണീർ അതാവശ്യപ്പെടുന്നുവെന്നാണ് അദ്ദേഹം പറഞ്ഞത്. ഉത്തര ആഫ്രിക്കയിൽനിന്നുള്ള പലായനത്തിൽ കടലിൽ മുങ്ങിമരിച്ച ആയിരക്കണക്കിന് അഭയാർത്ഥികൾക്കുവേണ്ടി ലാമ്പദൂസ ദ്വീപിൽ 2013 ജൂലൈയിൽ അർപ്പിച്ച ബലിയിൽ സഹോദരന്മാരോടും സഹോദരിമാ രോടും മനുഷ്യർ കാണിക്കുന്ന നിർവ്വികാരതയ്ക്ക് അദ്ദേഹം ദൈവത്തോട് മാപ്പ് ചോദിച്ചു. നമ്മുടെ അരികിലല്ലാതെ ജീവിതത്തിന്റെ അരുകിൽ കഴിയുന്നവരോടുള്ള സഹാനുഭൂതിയാണ് ഫ്രാൻസിസ് പാപ്പയുടെ സുവിശേഷം. നവസുവിശേഷവല്ക്കരണപ്രക്രിയയിൽ

അദ്ദേഹം ക്രൈസ്തവരെ അവർ കണ്ടിട്ടില്ലാത്ത പ്രാന്തങ്ങളിലേക്ക് കൂട്ടിക്കൊണ്ടുപോകുന്നു.

പഴമയിൽനിന്നുള്ള വിപ്ലവകരമായ വിടുതലല്ല ഫ്രാൻസിസിന്റെ പേപ്പസി. പത്രോസിന്റെ പിൻഗാമിയെന്ന നിലയിൽ തന്റെ മുൻഗാമികളോട് വിശ്വസ്തത പാലിക്കുകയെന്ന ബാദ്ധ്യതയെക്കുറിച്ച് അദ്ദേഹം ബോധവാനാണ്. ജോൺ പോൾ രണ്ടാമനും ബെനഡിക്ട് പതിനാറാമനും തെളിച്ച പാതയിൽനിന്നും രണ്ടാം വത്തിക്കാൻ കൗൺസിലിന്റെ വെളിച്ചത്തിൽനിന്നും അദ്ദേഹം വ്യതിചലിക്കുന്നില്ല. കമ്യൂണിസത്തെ ദുർബ്ബലപ്പെടുത്തുകയെന്ന ദൗത്യം പോളണ്ടിൽനിന്നെത്തിയ ജോൺ പോളിന് അറിഞ്ഞോ അറിയാതെയോ ഏറ്റെടുക്കേണ്ടിവന്നു. ഇറ്റലിക്ക് പുറത്തുനിന്ന് ഒരു പോപ്പ് യാദൃച്ഛികമായി ഉണ്ടായതല്ല എന്ന് അക്കാലത്ത് ശ്രുതിയുണ്ടായിരുന്നു. അത്തരം അജണ്ടകളുടെ ദുർവ്വഹമായ ഭാരമില്ലാതെയാണ് ഫ്രാൻസിസിന്റെ പേപ്പസി മുന്നോട്ടുപോകുന്നത്.

അനുരഞ്ജനത്തിന്റെ പാത ഫ്രാൻസിസിന് അപരിചിതമല്ല. അവിടെ അദ്ദേഹം വിനയാന്വിതനാകുന്നു. 2014 നവംബറിൽ ഇസ്തംബുളിൽ പൗരസ്ത്യ പാത്രിയർക്കീസ് ബർത്തലോമിയോയുമായി അദ്ദേഹം നടത്തിയ കൂടിക്കാഴ്ച ഇതിനുദാഹരണമാണ്. 1054 ൽ ക്രിസ്തുമതത്തിലുണ്ടായ ആദ്യത്തെ ഭിന്നിപ്പിനെത്തുടർന്ന് വിഘടിച്ചുപോയ സഭയാണ് പൗരസ്ത്യ സഭ. അവർ റോമിന്റെ അധീശത്വത്തിൽനിന്ന് സ്വയം മോചിതരായവരാണ്. സഹസ്രാബ്ദത്തിനുശേഷം റോമാസഭയുടെ പരമാദ്ധ്യക്ഷൻ പാത്രിയർക്കീസിന്റെ മുന്നിൽ ശിരസ്സ് നമിച്ച് തന്നെയും തന്റെ സഭയെയും അനുഗ്രഹിക്കണമെന്ന് അഭ്യർത്ഥിച്ചു. കത്തോലിക്കാസഭയും ഓർത്തഡോക്സ് സഭകളും തമ്മിൽ ഉപാധികളില്ലാതെയുള്ള പുനരൈക്യമെന്ന ആശയം മാർപാപ്പ മുന്നോട്ടുവച്ചു. ഇസ്തംബുളിലെത്തുന്നതിനുമുമ്പേ പൗരസ്ത്യ കത്തോലിക്കാ സഭയിലെ വിവാഹിതർക്ക് പൗരോഹിത്യം നിഷേധിക്കുന്ന വിലക്ക് മാർപാപ്പ നീക്കിയിരുന്നു.

സംശുദ്ധമായ കരങ്ങളേക്കാൾ അഭികാമ്യം മലിനമാക്കപ്പെട്ട കരങ്ങളാണ്. ദൈവജനവുമായി വിനയത്തിൽ സംയോജിക്കുമ്പോൾ ദൈവശാസ്ത്രപരമായ പിഴവുകൾ ഉണ്ടായേക്കാം. സാബത്ത് ദിനത്തിൽ രോഗശാന്തി നല്കേണ്ടി വരും. കൈകൾ കഴുകാതെ ഭക്ഷണത്തിനിരിക്കേണ്ടി വരും. ഇഷ്ടമില്ലാത്തവരുമായി ഇടകലരേണ്ടിവരും. മദർ തെരേസ അറിഞ്ഞതുപോലെയും അറിയിച്ചതുപോലെയും അന്ത്യവിധിയുടെ നാളിൽ ഇവയൊക്കെയും കണക്കിൽ ചേർക്കപ്പെടും. വിശദീകരണങ്ങൾക്കും ന്യായീകരണങ്ങൾക്കും അവിടെ ഇടമില്ല. വലിയ സ്നേഹത്തോടെ ചെറിയ കാര്യങ്ങൾ എന്നതായിരുന്നു മദർ തെരേസയുടെ നയം. മലിനമായ കരങ്ങളെ അഭികാമ്യമാക്കിയത് മദറും മദറിന്റെ സഹോദരിമാരും ചേർന്നായിരുന്നു.

1971 ൽ ബംഗ്ലദേശിൽനിന്നുള്ള അഭയാർത്ഥികൾ കൊൽക്കത്തയിലേക്ക് പ്രവഹിച്ചുകൊണ്ടിരിക്കുന്ന കാലം. നൂറുകണക്കായി ഉയർന്ന

ക്യാമ്പുകൾക്ക് അവരെ ഉൾക്കൊള്ളാൻ കഴിയാതായി. അവരുടെ ദുരിതങ്ങൾ കേട്ട് ലോകം ഞെട്ടിയപ്പോൾ കാര്യങ്ങൾ നേരിൽ കാണാൻ അമേരിക്കയിൽനിന്ന് സെനറ്റർ എഡ്വേഡ് കെന്നഡി കൊൽക്കത്തയിലെത്തി. ഉദ്യോഗസ്ഥന്മാരുടെ വലയത്തിൽ ക്യാമ്പുകളിലൂടെ നടന്ന കെന്നഡി ഒരു കാഴ്ച കണ്ടു. കോളറ ബാധിച്ചവർക്കായുള്ള വാർഡിൽ ഒരു കന്യാസ്ത്രി അഴുക്കുതുണികൾ കഴുകുന്നു. വികാരവിവശനായ കെന്നഡി അങ്ങോട്ടു ചെന്നു. മനുഷ്യൻ കടന്നുചെല്ലാനറയ്ക്കുന്ന അവിടെ രോഗികളെ പരിചരിച്ചിരുന്നത് സിസ്റ്റർ ആഗ്നസായിരുന്നു. സിസ്റ്ററിന്റെ കൈ പിടിക്കുന്നതിന് കെന്നഡി മുന്നോട്ടാഞ്ഞപ്പോൾ തന്റെ കൈകൾ അഴുക്ക് പുരണ്ടതാണെന്നു പറഞ്ഞ് ആഗ്നസ് പിന്നോക്കം മാറി. അപ്പോൾ കെന്നഡി പറഞ്ഞു: "ആ കൈകളിൽ എത്ര കൂടുതൽ അഴുക്ക് പുരണ്ടിരിക്കുന്നുവോ അത്രയും ഞാൻ ബഹുമാനിതനാവുകയാണ്. മനാഹരമായ ഒരു കൃത്യമാണ് നിങ്ങൾ ഇവിടെ ചെയ്തുകൊണ്ടിരിക്കുന്നത്".

നൊബേൽ സമ്മാനത്തിന് മദർ തെരേസയുടെ പേര് ആദ്യം ശിപാർശ ചെയ്തത് കെന്നഡിയായിരുന്നു.

മദർ തെരേസയ്ക്ക് 1979 ൽ സമാധാനത്തിനുള്ള നൊബേൽ സമ്മാനം ലഭിച്ചു. പാവങ്ങൾ അംഗീകരിക്കപ്പെട്ടിരിക്കുന്നു എന്നായിരുന്നു മദറിന്റെ പ്രതികരണം. നൊബേൽ സമ്മാനം ഉൾപ്പെടെ തനിക്ക് ലഭിച്ച നിരവധിയായ പുരസ്കാരങ്ങൾ കാർഡ്ബോർഡ് പെട്ടിയിലാക്കി കിടപ്പുമുറിയിലെ അലമാരയുടെ മുകളിലാണ് മദർ സൂക്ഷിച്ചിരുന്നത്. ദിവസവും അവയെ താലോലിച്ച് മിനുക്കുന്നതിനു പകരം മദറിന്റെ കരങ്ങൾ വ്യാപൃതമായിരുന്നത് ദരിദ്രർക്കും രോഗികൾക്കുമുള്ള പരിചരണത്തിലായിരുന്നു.

ഫ്രാൻസിസ് പാപ്പ നല്കുന്ന സ്നേഹസന്ദേശത്തിന് ഇതുപോലെ മാതൃകകൾ നിരവധിയാണ്. കുഷ്ഠരോഗിയെ ആശ്ലേഷിച്ച അസീസിയിലെ ഫ്രാൻസിസ് മുതൽ കുഷ്ഠരോഗികളെ പരിചരിച്ച കൊൽക്കത്തയിലെ തെരേസവരെ ആ ശൃംഖല നീണ്ടുകിടക്കുന്നു. ഇത്തരത്തിൽ അവിസ്മരണീയമായ ഒരു നിമിഷം ജോൺ പോൾ രണ്ടാമൻ മാർപാപ്പയുടെ ജീവിതത്തിലുണ്ടായി. 1983 ഡിസംബർ 27 ന് റെബിബ്ബിയ ജയിൽ സന്ദർശിച്ചത് ഒരു തടവുകാരനൊപ്പം പ്രാർത്ഥിക്കുന്നതിനായിരുന്നു. മെഹ്മെത് അലി അഗ്ജ എന്ന തുർക്കിക്കാരൻ ജയിലിൽ കഴിയുന്നത് മാർപാപ്പയെ വധിക്കാൻ നടത്തിയ ശ്രമത്തിന്റെ പേരിലായിരുന്നു. 1981 മെയ് 13 ന് സെന്റ് പീറ്റേഴ്സ് ചത്വരത്തിൽ വച്ചായിരുന്നു അഗ്ജ മാർപാപ്പയ്ക്കുനേരെ വെടിയുതിർത്തത്. ജയിലിലെത്തിയ മാർപാപ്പ അഗ്ജയുടെ കരം പിടിച്ച് പ്രാർത്ഥിച്ചു.

കമ്യൂണിസവുമായി സഭയ്ക്കുള്ള ചരിത്രപരമായ പൊരുത്തക്കേട് തെളിയിക്കുന്നതിന് ജോൺ പോൾ രണ്ടാമനെതിരെയുണ്ടായ വധശ്രമത്തെ അടിസ്ഥാനമാക്കി ഒരു കഥ പ്രചരിച്ചിരുന്നു. ഫ്രാൻസിൽ

ഫ്രാങ്സ്വാ മിത്തറാങ് പ്രസിഡന്റായി തിരഞ്ഞെടുക്കപ്പെട്ടതിന്റെ മൂന്നാം ദിവസമായിരുന്നു വത്തിക്കാനിൽ വധശ്രമം ഉണ്ടായത്. ഫ്രാൻസിൽ റോസാദലങ്ങൾ വിരിയുമ്പോൾ വത്തിക്കാനിൽ രക്തം ചൊരിയുമെന്ന് പതിനാറാം നൂറ്റാണ്ടിൽ ജ്യോതിശാസ്ത്രജ്ഞനായ നൊസ്ട്രാദമൂസ് പ്രവചിച്ചിട്ടുണ്ട്. ചുവന്ന റോസ് ആണ് മിത്തറാങ്ങിന്റെ സോഷ്യലിസ്റ്റ് പാർട്ടിയുടെ അടയാളം. നൊസ്ട്രാദമൂസ് മാത്രമല്ല ഫാത്തിമയിലെ രഹസ്യത്തിലും ഈ വെളിപ്പെടുത്തൽ ഉണ്ടായിരുന്നതായി പറയപ്പെടുന്നു. പോർച്ചുഗലിലെ ഫാത്തിമയിൽ കന്യകാമറിയം 1917 ൽ മൂന്ന് ഇടയക്കുഞ്ഞുങ്ങൾക്ക് പ്രത്യക്ഷയായി വെളിപ്പെടുത്തിയ മൂന്ന് രഹസ്യങ്ങളിൽ ഒന്ന് 1981 ൽ മാർപാപ്പയുടെ നേർക്ക് നടക്കാനിരുന്ന വധശ്രമത്തെക്കുറിച്ചുള്ള മുന്നറിയിപ്പാണെന്ന് വിശ്വസിക്കപ്പെടുന്നു. മറ്റ് രണ്ട് രഹസ്യങ്ങൾ നരകത്തിന്റെ ദർശനവും രണ്ടാം ലോകയുദ്ധത്തെക്കുറിച്ചുള്ള മുന്നറിയിപ്പുമായിരുന്നു. വർഷങ്ങളോളം രഹസ്യമായി സൂക്ഷിച്ച മാർപാപ്പയെ സംബന്ധിച്ച കാര്യം മൂന്ന് കുഞ്ഞിടയരിൽ ഒരാളായ ലൂസി 1957 ൽ വത്തിക്കാനെ എഴുതി അറിയിക്കുകയായിരുന്നു.

അത്ര വിശുദ്ധമല്ലാത്ത സഭ

ഫ്രാൻസിസ് പാപ്പയെക്കുറിച്ച് നൊസ്ട്രാദമൂസ് എന്തെങ്കിലും പ്രവചനം നടത്തിയിട്ടുള്ളതായി വാർത്ത വന്നിട്ടില്ല. എങ്കിലും അദ്ദേഹത്തെക്കുറിച്ച് പല വിധത്തിലുള്ള ആശങ്കകളും പലരും പങ്ക് വയ്ക്കുന്നു. ദൈവത്തിന്റെ ഭവനം പുതുക്കിപ്പണിയുകയെന്ന ദൗത്യം ഏറ്റെടുത്തിട്ടുള്ള ഫ്രാൻസിസ് ബാഹ്യമായ സൗന്ദര്യവല്ക്കരണത്തിൽ വിശ്വസിക്കുന്നില്ല. മൗലികമായ മാറ്റങ്ങൾ തന്നെയാണ് അദ്ദേഹം സഭയിൽ വരുത്തിക്കൊണ്ടിരിക്കുന്നത്. പത്രോസിന്റെ പടവിനെ കാത്തിരിക്കുന്ന ഹിമാനികൾ അഗോചരമായിരിക്കാം; പക്ഷേ, അവയെ മുൻകൂട്ടി കാണുന്നതിനുള്ള സവിശേഷമായ സിദ്ധി ഫ്രാൻസിസ് എന്ന കപ്പിത്താനുണ്ട്. എന്താണ് വേണ്ടതെന്ന് അദ്ദേഹത്തിനറിയാം. അത് എങ്ങനെയാണ് നടത്തേണ്ടതെന്നും അദ്ദേഹത്തിനറിയാം. വിശുദ്ധമായ സഭ വിശുദ്ധരുടേതു മാത്രമല്ലെന്ന ബോദ്ധ്യം അദ്ദേഹത്തിനുണ്ട്.

വത്തിക്കാനിൽനിന്ന് 7.500 മൈൽ അകലെയാണ് ബ്യൂണസ് ഐറിസ്. അകലെയായിരിക്കുമ്പോഴും അദ്ദേഹം എല്ലാം അറിഞ്ഞുകൊണ്ടിരുന്നു. അനുചരവൃന്ദവും ഔപചാരികതയും ഇല്ലാത്തതിനാൽ ബെർഗോളിയോ എല്ലാം മറയില്ലാതെ കാണുകയും കേൾക്കുകയും ചെയ്തു. വത്തിക്കാൻ രേഖകൾ ചോർത്തിയ വത്തിലീക്സ് എന്ന ഉരുൾപൊട്ടലിലും അദ്ദേഹം ചകിതനായില്ല. പാപികളെക്കൊണ്ട് നിറഞ്ഞതാണ് സഭ എന്ന ബോദ്ധ്യം അദ്ദേഹത്തിനുണ്ട്. പ്രലോഭനങ്ങൾക്ക് വശംവദരാകുന്നവരാണ് ഏറെയും എവിടെയും ഉള്ളത്. അഴിമതിയിൽ വത്തിക്കാൻ അപവാദമല്ല. ഡാൻ ബ്രൗണിന്റെ *ഡാവിഞ്ചി കോഡിൽ*നിന്ന് ലഭിക്കുന്ന വത്തിക്കാന്റെ ചിത്രം പൂർണ്ണമായും സാങ്കല്പികമല്ല. ഏറ്റവും ചെറിയ

രാഷ്ട്രം അഴിമതിയിൽ അത്ര ചെറുതല്ല.

റോമാ സാമ്രാജ്യത്തിന്റെ പതനകാരണങ്ങളിലൊന്നായി ഗിബ്ബൺ ചൂണ്ടിക്കാണിക്കുന്ന അഴിമതിയുടെ പൈതൃകം വത്തിക്കാനുകൂടി അവകാശപ്പെട്ടതാണ്. സഭാഭരണത്തിൽ വികേന്ദ്രീകരണം മാത്രമല്ല സുതാര്യതയും ഉറപ്പു വരുത്തുന്നതിന് ഫ്രാൻസിസ് മാർപാപ്പ പ്രതിജ്ഞാബദ്ധനാണ്. വാക്കും പ്രവൃത്തിയും തമ്മിലുള്ള അന്തരം വിശ്വാസ്യതയുടെ തകർച്ചയ്ക്ക് കാരണമാകുമെന്ന് മാർപാപ്പ പുരോഹിതന്മാരെ ഓർമ്മിപ്പിച്ചു. ജീവിതസാക്ഷ്യത്തിലൂടെയല്ലാതെ യേശുവിന്റെ സുവിശേഷം പ്രഘോഷിക്കാനാവില്ല. വാക്കുകൾകൊണ്ട് മാത്രമല്ല സ്വന്തം സാക്ഷ്യംകൊണ്ടും സ്വന്തം ജീവിതംകൊണ്ടും സുവിശേഷം പ്രസംഗിക്കണമെന്ന് അസീസിയിലെ ഫ്രാൻസിസ് പറഞ്ഞിട്ടുള്ളത് ഫ്രാൻസിസ് മാർപാപ്പ എല്ലാവരെയും ഓർമ്മപ്പെടുത്തുന്നു.

ബെനഡിക്ടിന്റെ പിൻഗാമിയെ കണ്ടെത്തുന്നതിനുള്ള അനൗപചാരികൂടിയാലോചനകളിൽ സഭയുടെ പുനരുജ്ജീവനം കർദ്ദിനാൾമാരുടെ പ്രധാനവിഷയമായിരുന്നു. രണ്ടാം വത്തിക്കാൻ സുനഹദോസിന്റെ പ്രബോധനങ്ങളിലേക്ക് തിരിച്ചുപോകാനുള്ള വഴികളെക്കുറിച്ചാണ് അവർ ആലോചിച്ചത്. ഭരണകേന്ദ്രമായ ക്യൂറിയയെ സമകാലികയാഥാർത്ഥ്യങ്ങളുമായി പൊരുത്തപ്പെടുത്തി നവീകരിക്കുകയെന്നത് അവരുടെ ലക്ഷ്യമായി.

ശ്രദ്ധിക്കുക, തീരുമാനിക്കുക, നടപ്പാക്കുക എന്നതാണ് ജസ്യൂട്ട് പാപ്പയുടെ നയം. ക്യൂറിയയുടെ കാര്യക്ഷമമായ പ്രവർത്തനത്തിനുവേണ്ടി എട്ട് കർദ്ദിനാൾമാരുടെ സംഘം രൂപീകരിക്കപ്പെട്ടു. മാർപാപ്പയുടെ ജി8 എന്നാണ് ഈ കൗൺസിൽ അറിയപ്പെടുന്നത്. വ്യത്യസ്തമായ അഭിപ്രായങ്ങൾ ഉള്ളവരാണ് ഈ എട്ടു പേർ. ഉപജാപകരെയും സ്തുതിപാഠകരെയും ഒഴിവാക്കുന്നതിൽ ഫ്രാൻസിസ് പാപ്പയ്ക്ക് പ്രത്യേകമായ ശ്രദ്ധയുണ്ട്. വത്തിക്കാൻ മാഫിയയെ സമർത്ഥമായി നിർവ്വീര്യമാക്കിയപ്പോഴും മാർപാപ്പ ആരെയും അപമാനിച്ചില്ല. സ്റ്റേറ്റ് സെക്രട്ടറിയായിരുന്ന കാർഡിനൽ തർഗ്ഗീസിയോ ബെർടോണിനെ സാവകാശം അദ്ദേഹം നീക്കം ചെയ്തപ്പോൾ ആർക്കും ഒരു പ്രയാസവും ഉണ്ടായില്ല. യൂഗോ ഷാവേസിന്റെ കാലത്ത് വെനസ്വേലയിൽ വത്തിക്കാൻ പ്രതിനിധിയായിരുന്ന പിയട്രോ പരോലിൻ എന്ന ഇറ്റാലിയൻ കർദ്ദിനാളാണ് പുതിയ സ്റ്റേറ്റ് സെക്രട്ടറിയായി നിയമിതനായത്. അൻപത്തിയെട്ട് വയസ്സുള്ള പരോലിന് പ്രായത്തിന്റെ ആനുകൂല്യം മാത്രമല്ല ഉണ്ടായിരുന്നത്. പ്രവൃത്തിയിലും സമീപനത്തിലും ഫ്രാൻസിസ് പാപ്പയുമായി നല്ല സാമ്യമുള്ള ആളാണ് പരോലിൻ. ബ്യൂണസ് ഐറിസിൽ ആർച്ച്ബിഷപ്പായിരുന്ന കാലം മുതൽ ബെർഗോളിയോയ്ക്ക് പരിചയമുള്ളയാളാണ് പരോലിൻ.

പാപികൾ പങ്കിലമാക്കുന്ന സഭയെ എപ്രകാരമാണ് ഫ്രാൻസിസ് പവിത്രീകരിക്കുന്നത്?

കൊട്ടിയൂരിൽ പ്രായപൂർത്തിയാകാത്ത പെൺകുട്ടിയെ ഗർഭിണിയാ

ക്കിയ വികാരി പിടിയിലായപ്പോൾ ഇടവകക്കാർ പ്രതിഷേധിച്ചു. അവരെ സമാശ്വസിപ്പിക്കാനെത്തിയ ബിഷപ്പിനോട് ഒരു ചോദ്യമുണ്ടായി. കേസും ശിക്ഷയും എല്ലാം കഴിഞ്ഞെത്തുമ്പോൾ പാപിയായ വൈദികനെ സഭ സ്വീകരിക്കുമോ? അത് അപ്പോൾ നോക്കാമെന്ന ബിഷപ്പിന്റെ മറുപടി വിശ്വാസികളെ തൃപ്തരാക്കിയില്ല. ഈ ചോദ്യം ഫ്രാൻസിസ് മാർപാപ്പയോട് ആയിരുന്നുവെങ്കിൽ അദ്ദേഹം ശരിയായ ഉത്തരം നല്കുമായിരുന്നു.

വൈദികരുടെ ലൈംഗികമായ അത്യാചാരങ്ങൾ സഭയുടെ പ്രതിഛായയെ ഗുരുതരമായി ബാധിക്കുന്ന വിഷയമാണ്. ഈ വിഷയത്തിൽ നിർദ്ദാക്ഷിണ്യം നടപടിയുണ്ടാകുമെന്ന് അദ്ദേഹം വൈദികർക്ക് മുന്നറിയിപ്പും വിശ്വാസികൾക്ക് ഉറപ്പും നല്കി. വൈദികർ കുട്ടികളെ ലൈംഗികമായി ഉപയോഗിക്കുന്നതിന്റെ കഥകൾ ലോകത്തിന്റെ നാനാഭാഗത്തുനിന്നും ധാരാളമായി കേൾക്കുന്നുണ്ട്. ഇക്കാര്യത്തിൽ ഒട്ടും വിട്ടുവീഴ്ചയില്ലാത്ത നിലപാട് എന്ന നയം ജോൺ പോൾ രണ്ടാമൻ തുടങ്ങിവച്ചതാണ്. പീഡിതരോട് മാപ്പ് ചോദിച്ചുകൊണ്ട് ബെനഡിക്ട് പതിനാറാമൻ സീറോ ടോളറൻസ് എന്ന നിലപാട് ശക്തിപ്പെടുത്തി. ബാലപീഡനക്കേസുകൾ വെളിപ്പെടുമ്പോൾ ആരോപണവിധേയരാകുന്ന വൈദികരെ സിവിൽ അധികാരികൾക്ക് ഏല്പിച്ചുകൊടുക്കണമെന്നതാണ് ഇക്കാര്യത്തിൽ വത്തിക്കാന്റെ നിർദ്ദേശം. യുവപുരോഹിതന്മാരോടുള്ള "അനുചിതമായ പെരുമാറ്റ"ത്തിന്റെ പേരിൽ കോൺക്ലേവിൽനിന്ന് വിട്ടുനില്ക്കേണ്ടിവന്ന സ്കോട്ടിഷ് കാർഡിനൽ കീത്ത് ഒ'ബ്രയനെ ഫ്രാൻസിസ് പാപ്പ പദവിയിൽനിന്ന് നീക്കം ചെയ്തു. സ്കോട്ലണ്ടിനു പുറത്തേക്ക് പ്രാർത്ഥനയ്ക്കും പ്രായശ്ചിത്തത്തിനുമായി അദ്ദേഹത്തെ അയച്ചു. ഭാവി? അത് പിന്നീട് തീരുമാനിക്കും.

കുട്ടികളോടുള്ള വൈദികരുടെ ലൈംഗികമായ അതിക്രമങ്ങളുടെ പേരിൽ ലോകത്തോട് മാപ്പ് ചോദിച്ച മാർപാപ്പ ഈ വിഷയം കൈകാര്യം ചെയ്യുന്നതിന് ഒരു ഉന്നതാധികാരസമിതിയെ നിയോഗിച്ചു. വൈദികരുടെ പിഴ ഏറ്റെടുക്കുകയും അവർക്കുവേണ്ടി മാപ്പ് ചോദിക്കുകയും ചെയ്യുന്നതിൽ മാത്രമായി വത്തിക്കാന്റെ പ്രതിരോധം പരിമിതപ്പെടുന്നില്ല. നടപടികൾ സത്വരം ഉണ്ടാകുന്നു. വൈദികരും കന്യാസ്ത്രീകളുമായി ഒൻപത് ലക്ഷം പേർ പ്രവർത്തിക്കുന്ന സഭയാണ് കത്തോലിക്കാ സഭ. റോമൻ കാര്യാലയത്തിൽ ഇവരുടെ കാര്യങ്ങൾ നോക്കുന്ന ചുമതലക്കാരനായി ഫ്രാൻസിസ്കൻ സുപ്പീരിയർ ജോസ് റൊഡ്രീഗ്സ് കർബലോയെ നിയമിച്ചതും ഒരു സൂചനയായിരുന്നു. കത്തോലിക്കാ സഭയിൽ ഫ്രാൻസിസ് പത്രോസിന്റെ പിൻഗാമിയായിരിക്കുന്നതുപോലെ ഫ്രാൻസിസ്കൻ സഭയിൽ കർബലോ അസീസിയിലെ വിശുദ്ധ ഫ്രാൻസിസിന്റെ പിൻഗാമിയാണ്.

ഫ്രാൻസിസ് ഇഫക്ട്

ഫ്രാൻസിസ് പാപ്പയുടെ സമീപനങ്ങൾക്കും നടപടികൾക്കും വ്യാപകമായ സ്വീകാര്യതയുണ്ടെങ്കിലും അപശബ്ദങ്ങൾ ഇല്ലാതില്ല. പത്രോസിന്റെ പിൻഗാമിയുടെ അനിഷേദ്ധ്യമായ അധീശത്വത്തിന് ഫ്രാൻസിസിന്റെ ജനകീയതയും അനൗപചാരികത്വവും ഇടിവ് വരുത്തുന്നതായി യാഥാസ്ഥിതികർക്ക് പരാതിയുണ്ട്. പക്ഷേ, ആടുകളെ ആകർഷിക്കുന്ന ഇടയനാണ് ഫ്രാൻസിസ് എല്ലാ ബുധനാഴ്ചയും അദ്ദേഹത്തിന്റെ ദർശനത്തിനുവേണ്ടി സെന്റ് പീറ്റേഴ്സ് ചത്വരത്തിലേക്ക് ഒഴുകിയെത്തുന്ന പതിനായിരങ്ങൾ റോമിൽ സൃഷ്ടിക്കുന്ന ഗതാഗതക്കുരുക്ക് ചെറുതല്ല. ഞായറാഴ്ചകളിൽ അദ്ദേഹം നേതൃത്വം നല്കുന്ന മദ്ധ്യാഹ്നപ്രാർത്ഥനയിൽ പങ്കെടുക്കുന്നവരുടെ അവസ്ഥയും ഇതുതന്നെ. സമ്മേളിക്കുന്ന വിശ്വാസികളുടെയും വിശ്വാസികളല്ലാത്ത സന്ദർശകരുടെയും എണ്ണം പതിവുള്ള കാൽ ലക്ഷത്തിൽനിന്ന് ലക്ഷത്തിലേക്ക് ഉയർന്നിരിക്കുന്നു. അപ്പോസ്തലിക് പാലസിന്റെ മൂന്നാം നിലയിലുള്ള പേപ്പൽ അപ്പാർട്ട്മെന്റിന്റെ ജാലകത്തിലൂടെയാണ് ഞായറാഴ്ച അദ്ദേഹം ജനങ്ങളെ കാണുന്നത്. എല്ലാവർക്കും ശുഭദിനം ആശംസിക്കുന്ന പാപ്പയുടെ അനൗപചാരികതയെ ജനകീയതയുടെ പരിവേഷം സൃഷ്ടിക്കുന്നതിനുള്ള ബോധപൂർവ്വമായ പരിശ്രമമായി കാണുന്നവരുണ്ട്. ജനങ്ങൾക്കൊപ്പമായതുകൊണ്ടാണ് ജനകീയനെന്ന തോന്നലുണ്ടാകുന്നതെന്ന് അദ്ദേഹം പറയുന്നു. മാറ്റങ്ങളോട് എതിർപ്പുണ്ടാകുന്നത് സ്വാഭാവികമാണ്. പക്ഷേ, ഫ്രാൻസിസ് ഇഫക്ട് ആഗോളവ്യാപകമായി സഭയെ സജീവമാക്കിയിരിക്കുന്നു.

ഇങ്ങനെയൊരു പാപ്പയ്ക്ക് വത്തിക്കാനിൽ ദീർഘകാലം വാഴാൻ കഴിയുമോ എന്ന ചോദ്യം പലരുടെയും മനസ്സിലുണ്ട്. ഒന്നുകിൽ ബെനഡിക്ട് പതിനാറാമനെപ്പോലെ അപ്രതീക്ഷിതമായ രാജിക്ക് അദ്ദേഹം നിർബ്ബന്ധിതനാകും. അല്ലെങ്കിൽ ജോൺ പോൾ ഒന്നാമന് സംഭവിച്ചതുപോലെ സംഭവിക്കാൻ പാടില്ലാത്തത് സംഭവിക്കും. മാർപാപ്പയായി തിരഞ്ഞെടുക്കപ്പെട്ടതിന്റെ മുപ്പത്തിമൂന്നാമത്തെ ദിവസം അദ്ദേഹം മരിച്ചു. വത്തിക്കാനിലെ ഉപജാപകസംഘം അദ്ദേഹത്തെ വിഷം. കൊടുത്ത് കൊല്ലുകയായിരുന്നു എന്ന് സംശയിച്ചവരും സംശയിക്കുന്നവരും ഉണ്ട്. ജോൺ പതിന്നാലാമൻ വധിക്കപ്പെട്ടത് 984 ൽ ആയിരുന്നു. അതിൽപ്പിന്നെ മാർപാപ്പാമാർക്കെതിരെ ആക്രമണമുണ്ടായിട്ടുണ്ട്; ജീവഹാനി സംഭവിച്ചിട്ടില്ല.

അടുപ്പമുള്ളവർ അപകടസാദ്ധ്യതയെക്കുറിച്ച് മുന്നറിയിപ്പ് നല്കിയപ്പോൾ ഫ്രാൻസിസ് പാപ്പ ചോദിച്ചു: " അതെങ്ങനെയായിരിക്കും? ചായയിൽ വിഷം കലർത്തിയായിരിക്കുമോ അവരത് സാധിക്കുന്നത്?"

ആറാം നൂറ്റാണ്ടിൽ സെന്റ് ബെനഡിക്ടിനെ വീഞ്ഞിൽ വിഷം കലർത്തി കൊല്ലാൻ ചില സന്ന്യാസിമാർ ശ്രമിച്ചപ്പോൾ ഉണ്ടായ അനുഭവം ഒരു മോൺസിഞ്ഞോർ ഓർമ്മിച്ചെടുത്തു. വിഷപാനീയത്തെ

ആശീർവ്വദിച്ച ബെനഡിക്ട് ചുണ്ടോടടുപ്പിച്ച ചഷകം ആയിരം കഷണങ്ങളായി പൊട്ടിച്ചിതറി.

ലോകത്തിന് പൊതുവെ സ്വീകാര്യനാകുമ്പോഴും ചില വിഭാഗങ്ങൾക്ക് താൻ അനഭിമതനാകുന്നുണ്ടെന്ന തിരിച്ചറിവ് ഫ്രാൻസിസിനുണ്ട്. ആരെയും വിധിക്കാൻ തയ്യാറാകാത്ത പാപ്പ ചിലരെ വിധിക്കുകയും തിരുത്തുകയും ചെയ്യുന്നുണ്ട്. കരുണയുള്ള പാപ്പ ചില സന്ദർഭങ്ങളിൽ കാർക്കശ്യം കാണിക്കുന്നു. ദരിദ്രമായ സഭയെക്കുറിച്ചും കളങ്കമില്ലാത്ത വൈദികരെക്കുറിച്ചും പാപ്പ സംസാരിക്കുന്നത് സഭാധികാരികൾക്കെതിരെയുള്ള കുറ്റാരോപണത്തിന്റെ ശബ്ദത്തിലാണെന്ന് മനസ്സിലാക്കേണ്ടവർ മനസ്സിലാക്കുന്നുണ്ട്. പൗരോഹിത്യത്തിന്റെ ആഡംബരങ്ങൾക്കുനേരെയാണ് പാപ്പ വിരൽ ചൂണ്ടുന്നത്.

പുരോഹിതർ മാത്രമല്ല ഫ്രാൻസിസിന്റെ വിമർശകർ. "അങ്ങയുടെ ആർദ്രത എന്നെ ഭയപ്പെടുത്തുന്നു എന്ന ശീർഷകത്തിൽ *ഇൽ ഫോഗ്ളിയോ* എന്ന യാഥാസ്ഥിതിക പത്രത്തിന്റെ എഡിറ്റർ ഗ്യൂലിയാനോ ഫെറാറ മാർപാപ്പയ്ക്ക് ഒരു തുറന്ന കത്തെഴുതി. മാർപാപ്പ ആയതിനുശേഷം വിശ്വാസികൾക്കായുള്ള ആദ്യബലിയിൽ ആർദ്രതയെ ഭയപ്പെടരുതെന്ന സന്ദേശമായിരുന്നു ഫ്രാൻസിസ് നല്കിയത്. അതിനെ പരാമർശിച്ചാണ് ഫെറാറ തന്റെ തുറന്ന കത്തിന് ആ ശീർഷകം നല്കിയത്. അധികാരത്തിന്റെ വിനിയോഗവും അതിന്റെ അടിസ്ഥാനത്തിലുള്ള വിധിയും ദൈവികമായ കാരുണ്യത്തിന്റെ ഭാഗമാണെന്നാണ് ഫെറാറി വാദിച്ചത്. ഫ്രാൻസിസിന്റെ നിലപാടുകളെ അടിസ്ഥാനമാക്കിയുള്ള വിമർശമാണ് ഫെറാറി നടത്തിയത്. ഗർഭഛിദ്രത്തിന് എതിരായ നിലപാടുള്ള ഫെറാറി അക്കാര്യത്തിൽ മാർപാപ്പയുടെ നിലപാടിന് വ്യക്തതയില്ലെന്ന് ആരോപിച്ചു. ഗർഭധാരണത്തിന്റെ ആദ്യ തൊണ്ണൂറു ദിവസങ്ങൾക്കകമാണെങ്കിൽ ഗർഭഛിദ്രത്തിന് അനുമതിയുള്ള രാജ്യമാണ് ഇറ്റലി. ഗർഭഛിദ്രത്തിനെതിരെ ശക്തമായ നിലപാട് സ്വീകരിച്ചിട്ടുള്ള ബെർഗോളിയോ മാർപാപ്പയെന്ന നിലയിൽ ശക്തമായി സംസാരിക്കുന്നില്ലെന്ന ആക്ഷേപമാണ് ഫെറാറിക്കുള്ളത്. ഗർഭഛിദ്രം മാത്രമല്ല സ്വവർഗ്ഗാനുരാഗവും ശക്തമായി അപലപിക്കപ്പെടുകയും നിയന്ത്രിക്കപ്പെടുകയും വേണമെന്ന അഭിപ്രായം ഫെറാറിയെപ്പോലെ യാഥാസ്ഥിതികരായ പാരമ്പര്യവാദികൾക്കുണ്ട്. ബ്യൂണസ് ഐറിസിലെ ആർച്ച്ബിഷപ്പെന്ന നിലയിൽ സൈദ്ധാന്തികവും ധാർമ്മികവുമായ വിഷയങ്ങളിൽ ബെർഗോളിയോ സ്വീകരിച്ച നിലപാടുകളിലെ കാർക്കശ്യം റോമിലെ ബിഷപ്പെന്ന നിലയിൽ കാണുന്നില്ലെന്നതാണ് അവരുടെ പരാതി. ചത്വരത്തിലെ ശുഭാശംസ ആദരണീയമായ ദൈവശാസ്ത്രമായി അവർ കാണുന്നില്ല. ബെത്‌ലഹേമിലെ ശുഭാശംസയിൽനിന്നാണ് ക്രൈസ്തവ ദൈവവിജ്ഞാനീയം അപ്പാടെ രൂപപ്പെട്ടതെന്ന കാര്യം അവർ മറക്കുന്നു.

സഭയുടെ നിലപാട് വ്യക്തമാണെന്നിരിക്കെ ഇത്തരം കാര്യങ്ങൾ കൂടെക്കൂടെ ആവർത്തിക്കേണ്ടതില്ലെന്ന നിലപാടാണ് ഫ്രാൻസിസിന്റേത്.

"എന്നാലും അങ്ങയുടെ നിലപാടെന്താണ്?" റിയോ ഡി ജനീറോയിൽ ലോക യുവദിനാഘോഷം കഴിഞ്ഞ് മടങ്ങുമ്പോൾ മാർപാപ്പയോട് ബ്രസീലിയൻ പത്രപ്രവർത്തക പട്രീഷ്യ സോർഗ്ഗൻ ആൽവെസ് ചോദിച്ചു.

"സഭയുടെ നിലപാട് തന്നെയാണ് എന്റെ നിലപാട്. ഞാൻ സഭയുടെ മകനാണ്."

സമ്പന്നമായ സഭയെ പാപ്പരാക്കാൻ ശ്രമിക്കുന്ന പോപ്പ് എന്ന ആക്ഷേപം ഫ്രാൻസിസിനെതിരെയുണ്ട്. അപ്രമാദിത്വവും ദൈവികത്വവും അവകാശപ്പെട്ടിരുന്ന അദൃശ്യനായ മാർപാപ്പയെ ജനകീയനാക്കി ആ പദവിയുടെ മൂല്യശോഷണത്തിന് ഫ്രാൻസിസ് കാരണക്കാരനായി എന്ന വിമർശമുണ്ട്. ഹബേമൂസ് പാപ്പാം പ്രഖ്യാപനത്തിനൊപ്പം സെന്റ് പീറ്റേഴസ് ബസിലിക്കയുടെ ബാൽക്കണിയിൽ പോപ്പിന്റെ പരമ്പരാഗതമായ വേഷഭൂഷകൾ ഒഴിവാക്കി പ്രത്യക്ഷപ്പെട്ടതുമുതൽ ബെർഗോളിയോ പലരുടെയും നോട്ടപ്പുള്ളിയാണ്. മാർപാപ്പയുടെ സ്വർണ്ണക്കുരിശിനു പകരം ബിഷപ്പിന്റെ വെള്ളിക്കുരിശ് ധരിക്കുകയും സ്വയം റോമിന്റെ ബിഷപ് എന്നുമാത്രം വിശേഷിപ്പിക്കുകയും ചെയ്യുന്ന ഫ്രാൻസിസിനെ സംശയദൃഷ്ടികളോടെയാണ് പലരും വീക്ഷിക്കുന്നത്. അപ്പോസ്തലിക് പാലസിലെ പ്രൗഢമായ പേപ്പൽ വസതി ഉപേക്ഷിച്ച് കാസ സാന്ത മർത്തയിൽ നാല്പതോളം വൈദികർക്കൊപ്പം താമസിക്കുന്ന പാപ്പ പലർക്കും അസൗകര്യമാണ്. ചില അസൗകര്യങ്ങൾ ഒഴിവാക്കേണ്ടതാണ്. കാസ സാന്ത മർത്ത ഇന്ന് സ്വിസ് ഗാർഡുകളുടെ വലയത്തിൽ അതീവസുരക്ഷാമേഖലയായി. മാർപാപ്പയുടെ സുരക്ഷിതത്വത്തിന് മാർപാപ്പതന്നെ ഭീഷണിയാകുന്ന അവസ്ഥ.

ബെനഡിക്ടിനെപ്പോലെ പണ്ഡിതനായ പാപ്പയായി ഫ്രാൻസിസിനെ വത്തിക്കാൻ നിരീക്ഷകർ കണക്കാക്കുന്നില്ല. ഫ്രാൻസിസിന്റെ അക്കാദമിക് പശ്ചാത്തലം ശരിയായി മനസ്സിലാക്കാത്തതുകൊണ്ടാണ് ഈ വിമർശമുണ്ടാകുന്നത്. പാണ്ഡിത്യം അംഗീകരിക്കപ്പെടുന്ന രീതിയിൽ പണ്ഡിതോചിതമായ സംസാരമല്ല ഫ്രാൻസിസിന്റേത്. അദ്ദേഹം സാധാരണക്കാരോട് അവരുടെ ഭാഷയിൽ ഹൃദ്യമായി സംസാരിക്കുന്നു. ബൗദ്ധികമായി താഴ്ന്ന അവസ്ഥയിൽ പറഞ്ഞ കാര്യങ്ങളുടെ ആവർത്തനമാണ് ഫ്രാൻസിസ് നടത്തിക്കൊണ്ടിരിക്കുന്നതെന്ന ആക്ഷേപമുണ്ട്. യേശുവിന്റെ പ്രബോധനരീതി ഇപ്രകാരമായിരുന്നുവെന്ന് വിമർശകർ ഓർക്കുന്നില്ല. പാണ്ഡിത്യത്തിന്റെ മൂശയിൽ വാർത്തെടുക്കുന്ന ലളിതമായ ചിന്തകളാണ് ഫ്രാൻസിസ് അറിവിന്റെ ഗർവ്വില്ലാതെ അവതരിപ്പിക്കുന്നത്. പണ്ഡിതന് ജനകീയനാകാൻ കഴിയില്ലെന്ന പൊതുധാരണയിൽനിന്നാണ് ജനകീയൻ പണ്ഡിതനാവില്ലെന്ന നിലപാടുണ്ടാകുന്നത്.

സഭയിൽനിന്നുതന്നെയാണ് മാർപാപ്പയ്ക്കെതിരെ വിമർശമുണ്ടാകുന്നത്. പുറത്ത് ആരാധകരും അകത്ത് വിമർശകരും ഏറെയുണ്ട്. മാറ്റം

ആഗ്രഹിക്കുന്നവരെപ്പോലെതന്നെ മാറ്റം ആഗ്രഹിക്കാത്തവരുമുണ്ടാകും. ഭൂമിയുടെ അങ്ങേപ്പാതിയിൽനിന്നെത്തിയ പാപ്പ കത്തോലിക്കാ സഭയ്ക്കു പുറത്താണ് കൂടുതൽ സ്വീകാര്യനായിരിക്കുന്നത്. വിശുദ്ധ നാടിനുവേണ്ടി വത്തിക്കാനിൽ നടന്ന പ്രാർത്ഥനയിൽ ഇസ്രയേൽ പ്രസിഡന്റ് ഷിമോൺ പെരെസും പലസ്തീൻ പ്രസിഡന്റ് മഹമൂദ് അബ്ബാസും ഒരുമിച്ച് പങ്കെടുത്തത് പാലങ്ങൾ പണിയാൻ പ്രാഗത്ഭ്യമുള്ള പാപ്പയുടെ നയതന്ത്രപരമായ വിജയമായി.

സാഹോദര്യത്തിന്റെ സന്ദേശവുമായി 2017 ൽ ഈജിപ്തിലേക്ക് മാർപാപ്പ നടത്തിയ യാത്ര ശ്രദ്ധേയമായി. ഇസ്ലാമിനോട് ബെനഡിക്ട് പാപ്പ സ്വീകരിച്ച നിലപാടായിരുന്നില്ല ഫ്രാൻസിസിന്റേത്. കോപ്റ്റിക് ക്രൈസ്തവർക്കുനേരെ അക്രമങ്ങൾ വർദ്ധിക്കുന്ന പശ്ചാത്തലത്തിലാണ് ഐക്യത്തിന്റെയും സാഹോദര്യത്തിന്റെയും സന്ദേശവുമായി ഫ്രാൻസിസ് ഈജിപ്തിലെത്തിയത്. സമാധാനത്തിന്റെ പാത പിന്തുടരണമെന്നും ദൈവത്തിന്റെ പേരിൽ കലാപം നടത്തുന്നത് അവസാനിപ്പിക്കണമെന്നും മുസ്ലിം-ക്രിസ്ത്യൻ സംയുക്ത സമ്മേളനത്തിൽ സംസാരിക്കവേ മാർപാപ്പ ആഹ്വാനം ചെയ്തു. ഇസ്ലാമിക പണ്ഡിതനും സർക്കാർ ഉടമസ്ഥതയിലുള്ള അൽ അസ്ഹർ യൂണിവേഴ്സിറ്റിയിലെ ഗ്രാൻഡ് മുഫ്തിയുമായ ഇമാം ശൈഖ് അഹ്മദ് അൽ ത്വയ്യീബുമായി കൂടിക്കാഴ്ച നടത്തിയതിനുശേഷമാണ് ഈജിപ്ത് പ്രസിഡന്റ് അബ്ദുൽ ഫത്താഹ് അൽസീസിയെയും കോപ്റ്റിക് സഭാമേധാവി പോപ് തവാദ്രോസ് രണ്ടാമനെയും മാർപാപ്പ കണ്ടത്. ഉത്തര കൈറോയിലെ ക്രൈസ്തവ ദേവാലയങ്ങളിൽ ഓശാന ചടങ്ങിനിടെ ഐ എസ് ഭീകരാക്രമണങ്ങളിൽ 45 പേർ കൊല്ലപ്പെട്ടതിന്റെ ദു:ഖാർത്തമായ പശ്ചാത്തലത്തിലായിരുന്നു മാർപാപ്പയുടെ ഈജിപ്ത് സന്ദർശനം. പതിനേഴ് വർഷത്തെ ഇടവേളയ്ക്കുശേഷമുള്ള ഈജിപ്തിലെ പേപ്പൽ സന്ദർശനമായിരുന്നു അത്. 2013 ൽ അബ്ദുൽ ഫത്താഹ് അൽസീസി ഈജിപ്തിൽ അധികാരം പിടിച്ചതിൽപ്പിന്നെ ക്രൈസ്തവർക്കുനേരെയുള്ള ആക്രമണങ്ങൾ വലിയ തോതിൽ വർദ്ധിച്ചിട്ടുണ്ട്. ആറ് മാസത്തിനുള്ളിൽ നൂറ്റിഇരുപതിലധികം ക്രൈസ്തവർ കൊല്ലപ്പെട്ടു.

അസ്ഹർ യൂണിവേഴ്സിറ്റിയിലെ സമാധാന സമ്മേളനത്തിൽ ഫ്രാൻസിസ് നടത്തിയ പ്രഭാഷണം വത്തിക്കാനിലെ അദ്ദേഹത്തിന്റെ ഈസ്റ്റർ സന്ദേശത്തിന്റെ തുടർച്ചയായിരുന്നു. സിറിയയിലെ അഭയാർത്ഥികൾക്കുനേരെ അന്തർദ്ദേശീയസമൂഹം പുലർത്തുന്ന മൗനത്തെ മാർപാപ്പ അപലപിച്ചു. തീവ്രവാദത്തിന്റെ കാരണങ്ങളിലേക്കും ഭീകരതയോടുള്ള സമീപനത്തിൽ ലോകസമൂഹം പുലർത്തുന്ന ഇരട്ടത്താപ്പിലെ നീതികേടിലേക്കും ലോകത്തിന്റെ ശ്രദ്ധ ക്ഷണിച്ച മാർപാപ്പ പ്രസംഗം അവസാനിപ്പിച്ചത് ലോകസമാധാനത്തിന് അബ്രഹാമിക് മതസമൂഹങ്ങളുടെ സഹകരണത്തിനുള്ള ആഹ്വാനത്തോടെയായിരുന്നു. അബ്രഹാമിനെ പൂർവ്വപിതാവായി കാണുന്ന യഹൂദരും ക്രിസ്ത്യാനി

കളും മുസ്ലീങ്ങളും ഒരുമിച്ചാൽ ഈ ഭൂമിയിൽ ദൈവരാജ്യം സ്ഥാപിതമാകും. ദാരിദ്ര്യത്തിന്റെയും ചൂഷണത്തിന്റെയും സാഹചര്യങ്ങൾ ഒഴിവാക്കാൻ ശ്രമിക്കാത്ത ലോകത്തെ മാർപാപ്പ കുറ്റപ്പെടുത്തി. ഈ അവസ്ഥയിൽ തീവ്രവാദം വേഗത്തിൽ വേര് പിടിക്കും. ദൈവനാമത്തിൽ അരങ്ങേറുന്ന ഭീകരാക്രമണങ്ങൾ വിശുദ്ധിയുടെ യുദ്ധങ്ങളല്ല; ദൈവദൂഷണങ്ങളാണ്. ഭീകരവാദംപോലെതന്നെ അപകടകരമാണ് വംശീയവാദവും ഭൂരിപക്ഷമേധാവിത്തവാദവും എന്ന കാര്യവും മാർപാപ്പ ചൂണ്ടിക്കാട്ടി.

യു എസും ഉത്തര കൊറിയയും തമ്മിലുള്ള സംഘർഷം ലോക സമാധാനത്തിന് ഭീഷണിയാകുന്ന തലത്തിലേക്ക് വളരുന്നതിനെക്കുറിച്ച് ഈജിപ്തിൽനിന്നുള്ള മടക്കയാത്രയിൽ വിമാനത്തിൽ മാദ്ധ്യമപ്രവർത്തകരോട് സംസാരിക്കവെ മാർപാപ്പ മുന്നറിയിപ്പ് നല്കി. നയതന്ത്ര തലത്തിൽ പ്രശ്നം പരിഹരിക്കപ്പെടണം. ഐക്യരാഷ്ട്രസംഘടനയ്ക്കും നോർവെ തുടങ്ങിയ രാജ്യങ്ങൾക്കും വിഷയത്തിൽ ഇടപെടാൻ കഴിയണം. ഏതെങ്കിലും സാഹചര്യത്തിൽ സംഘർഷം മൂർച്ഛിക്കുകയും യുദ്ധം പൊട്ടിപ്പുറപ്പെടുകയും ചെയ്താൽ മാനവകുലത്തിലെ വലിയൊരു ഭാഗം ഭൂമിയിൽനിന്ന് അപ്രത്യക്ഷമാകുമെന്ന് അദ്ദേഹം പറഞ്ഞു.

വിദേശയാത്രയ്ക്കുശേഷമുള്ള മടക്കയാത്രയിൽ വിമാനത്തിൽ മാദ്ധ്യമപ്രവർത്തകരുമായി പ്രധാനപ്പെട്ട വിഷയങ്ങളെക്കുറിച്ച് സംസാരിക്കുന്ന രീതി ഫ്രാൻസിസ് മാർപാപ്പയ്ക്കുണ്ട്.

വത്തിലീക്സ് കണ്ടതും കാണാത്തതും

മാർപാപ്പയ്ക്കു ചേർന്ന രൂപമാണ് ബെർഗോളിയോയുടേത്. ജോൺ ഇരുപത്തിമൂന്നാമനെപ്പോലെയും ജോൺ പോൾ രണ്ടാമനെപ്പോലെയും ആരും ഇഷ്ടപ്പെട്ടുപോകുന്ന രൂപമാണത്. ദീപ്തവും പ്രസന്നവുമായ സൗമ്യതയ്ക്കു പിന്നിൽ അദൃശ്യമായ കരുത്തുണ്ട്. കരുത്തിൽ പൊതിഞ്ഞ തന്ത്രങ്ങളുണ്ട്. കൊടുങ്കാറ്റിൽ ഉലയുമ്പോഴും അതേക്കുറിച്ച് ആരെയും അറിയിക്കാതെ പത്രോസിന്റെ നൗകയുടെ സമർത്ഥനായ അമരക്കാരനാകാൻ അദ്ദേഹത്തിന് കഴിയുന്നത് ഇക്കാരണത്താലാണ്. വത്തിക്കാനിൽ അഴിമതിയും അഴിഞ്ഞാട്ടവും അതിരുവിടുന്നതായി കുറ്റപ്പെടുത്തിക്കൊണ്ട് അപ്രതീക്ഷിതവും ധീരവുമായ നടപടികൾ പൊടുന്നനെ ആരംഭിക്കാൻ മാർപാപ്പയ്ക്ക് കഴിഞ്ഞത് കരുത്തും തന്ത്രവും അദ്ദേഹത്തിന് അന്യമല്ലാതിരുന്നതുകൊണ്ടാണ്.

അരമനയിലെ രഹസ്യങ്ങൾ പണ്ടേ അങ്ങാടിപ്പാട്ടായിരുന്നെങ്കിലും വത്തിലീക്സ് എന്നറിയപ്പെടുന്ന രേഖാചോർച്ചയോടെയാണ് മൂടിവയ്ക്കാൻ കഴിയാത്ത അവസ്ഥയിലേക്ക് കാര്യങ്ങൾ എത്തിയത്. അഴിമതിയും സ്വവർഗ്ഗരതിയും മാത്രമല്ല കാര്യാലയത്തിലെ പ്രമുഖർ അത്തരം കാര്യങ്ങളുടെ പേരിൽ ബ്ലാക്ക്മെയ്ലിങ്ങിനു വിധേയരാകുന്നതിന്റെയും കഥകൾ പുറത്തുവന്നു. സാധാരണ സർക്കാർ ഇടപാടുകളിൽ കാണുന്നതുപോലെ ദർഘാസിലും കരാറിലും തിരിമറി നടത്തി വത്തിക്കാന് വലിയ തോതിൽ നഷ്ടങ്ങൾ വരുത്തിയ സംഭവങ്ങൾ വെളിച്ചത്തായി. ഇത്തരം അപവാദങ്ങൾ പരസ്യപ്പെടുത്തി പ്രസിദ്ധമായ ജൂലിയൻ അസാൻജിന്റെ വിക്കിലീക്സിനെ അനുകരിച്ചാണ് വത്തിലീക്സ് എന്ന പേരുണ്ടായത്. വത്തിക്കാനിലെ അധികാര വടംവലികളുടെയും ദുർവ്യയത്തിന്റെയും കഥകൾ അനാവരണം ചെയ്യുന്ന രേഖകളാണ് ഇറ്റാലി

യൻ മാദ്ധ്യമപ്രവർത്തകർക്ക് ചോർന്നു കിട്ടിയത്. ബെനഡിക്ട് പതിനാറാമന് വധഭീഷണിയുണ്ടെന്ന 2012 ലെ വാർത്തയും *ബെനഡിക്ട് പതിനാറാമന്റെ രഹസ്യരേഖകൾ* എന്ന പേരിൽ പത്രപ്രവർത്തകനായ ജിയാൻലൂഗി നുസി പ്രസിദ്ധപ്പെടുത്തിയ പുസ്തകവുമാണ് വത്തിക്കാനിലെ ഇരുട്ടുവീണ ഇടങ്ങളിലേക്ക് പൊടുന്നനെ ലോകശ്രദ്ധ തിരിയാൻ കാരണമായത്. മാർപാപ്പയും അദ്ദേഹത്തിന്റെ സെക്രട്ടറിയും തമ്മിലുള്ള കത്തിടപാടുകളുടെയും മറ്റ് അനുബന്ധരേഖകളുടെയും അടിസ്ഥാനത്തിലുള്ളതാണ് നുസിയുടെ പുസ്തകം. ഉംബർട്ടോ എക്കോ ജീവിച്ചിരുന്നെങ്കിൽ റോസിന് മറ്റൊരു പേര് നല്കി ഉദ്വേഗജനകമായ ഒരു പുസ്തകം പുറത്തുവരുമായിരുന്നു. *ഡാവിഞ്ചി കോഡിലും* മറ്റു പുസ്തകങ്ങളിലും ഡാൻ ബ്രൌൺ വിവരിക്കുന്ന കാര്യങ്ങൾ സാങ്കല്പികമല്ലെന്ന തിരിച്ചറിവും വത്തിലീക്സിനു ശേഷമുണ്ടായി.

വത്തിലീക്സിനെക്കുറിച്ച് വത്തിക്കാൻ പൊലീസും വത്തിക്കാൻ കാര്യാലയവും വെവ്വേറെ അന്വേഷണം നടത്തി. ചോർന്ന രേഖകളിലെ ഉള്ളടക്കത്തേക്കാൾ വത്തിക്കാന് ഉൽക്കണ്ഠയുണ്ടായത് അവ ചോർന്നുവെന്ന വസ്തുതയിലായിരുന്നു. 2007 മുതൽ മാർപാപ്പയുടെ പരിചാരകനായി പ്രവർത്തിക്കുന്ന പൗലോ ഗബ്രിയേൽ ആണ് രേഖകൾ ചോർത്തി നുസിക്ക് നല്കിയതെന്ന് തെളിഞ്ഞു. 2012 മെയ് 23 ന് ഗബ്രിയേൽ അറസ്റ്റിലായി. ഔദ്യോഗികരേഖകൾ പലതും അയാളുടെ അപ്പാർട്ട്മെന്റിൽനിന്ന് കണ്ടെടുത്തു. രഹസ്യരേഖകളും ഔദ്യോഗികരേഖകളും അപഹരിച്ച് പരസ്യപ്പെടുത്തിയെന്ന കുറ്റത്തിന് ഗബ്രിയേലിനെ പതിനെട്ട് മാസത്തെ ജയിൽശിക്ഷയ്ക്ക് വിധിച്ചു. ഇറ്റാലിയൻ ജയിലിലേക്ക് അയക്കാതെ അയാളെ വത്തിക്കാനിലെ ജയിലിൽത്തന്നെ പാർപ്പിച്ചു. 2012 ഡിസംബർ 22 ന് ബെനഡിക്ട് പാപ്പ ജയിലിലെത്തി അയാളെ കാണുകയും തെറ്റ് മാപ്പാക്കി ജയിൽമോചിതനാക്കുകയും ചെയ്തു. വത്തിക്കാന്റെ രക്ഷയ്ക്കുവേണ്ടിയായിരുന്നു തന്റെ പ്രവൃത്തി എന്നായിരുന്നു ഗബ്രിയേലിന്റെ വിശദീകരണം. വത്തിലീക്സിന്റെ രണ്ടാം ഭാഗത്തിൽ പ്രമുഖ പങ്ക് വഹിച്ച സ്പാനിഷ് മോൺസിഞ്ഞോർ ഏയ്ഞ്ചൽ ലുസിയോ വലേജേ ബാൾഡോയ്ക്ക് ഫ്രാൻസിസ് പാപ്പ മാപ്പ് നല്കി നാട്ടിലേക്കയച്ചു. രേഖകൾ ചോർത്തിയതിന് 18 മാസത്തെ തടവുശിക്ഷയ്ക്കായിരുന്നു മോൺസിഞ്ഞോർ വിധിക്കപ്പെട്ടത്. ശിക്ഷാകാലത്തിന്റെ പകുതി മോൺസിഞ്ഞോർ ജയിലിൽ കിടന്നു.

വത്തിലീക്സ് അനാവരണം ചെയ്ത സ്തോഭജനകമായ അവസ്ഥയിലാണ് ബെനഡിക്ട് പാപ്പയുടെ രാജിയും ഫ്രാൻസിസ് പാപ്പയുടെ തിരഞ്ഞെടുപ്പും ഉണ്ടായത്. സുതാര്യത ലവലേശമില്ലാതെ തിരിമറികൾക്ക് വഴി തുറന്നിട്ടിരിക്കുന്ന സംവിധാനം നന്നാക്കുന്നതിനു സഹായകമായ സാമ്പത്തികക്രമീകരണ റിപ്പോർട്ടാണ് പുതിയ പാപ്പയ്ക്ക് ഓഡിറ്റർമാർ നല്കിയത്. സുപ്രധാനപദവികൾ വഹിക്കുന്ന കർദ്ദിനാൾമാരുടെ യോഗത്തിൽ അവരെ നിശിതമായി കുറ്റപ്പെടുത്തിക്കൊണ്ട്

ഫ്രാൻസിസ് പാപ്പ നടത്തിയ ശാസനയുടെ ശബ്ദരേഖ രഹസ്യമായി പുറത്തുവന്നു. ധനവിനിയോഗത്തിന് ബാധകമായ വ്യവസ്ഥകൾ കർശനമായി പാലിക്കണമെന്ന് മാർപാപ്പ ഉത്തരവിട്ടു.

രാജകുമാരന്മാരുടെ ആഡംബരം

മാർപാപ്പയുടെ ലാളിത്യം കർദ്ദിനാൾമാർക്ക് ബാധകമല്ല. സഭയുടെ രാജകുമാരന്മാർ എന്നാണ് അവർ അറിയപ്പെടുന്നത്. അവർ രാജകീയമായിത്തന്നെയാണ് ജീവിക്കുന്നത്. റോമിന്റെ കേന്ദ്രപ്രദേശങ്ങളിൽ അന്യാദൃശമായ ആഡംബരങ്ങളിൽ അവർ ജീവിതം ആസ്വദിക്കുന്നു. സ്റ്റേറ്റ് സെക്രട്ടറിയായിരുന്ന കാർഡിനൽ തർഗ്ഗീസിയോ ബെർടോണിന്റെ കൊട്ടാരസദൃശമായ അപ്പാർട്ട്മെന്റിലെ കാര്യങ്ങൾ നോക്കുന്നത് ഒരു കന്യാസ്ത്രീയാണ്. പരിചാരികയോ കുടുംബിനിയോ ആകാം ആ കന്യാസ്ത്രീ. ഫാദർ റോബിൻ വടക്കുഞ്ചേരിയെപ്പോലുള്ളവർ മാതൃകയാക്കുന്നത് ഇത്തരക്കാരെയാണ്. മാർപാപ്പ ഫിയറ്റ് കാറിൽ സഞ്ചരിക്കുമ്പോൾ റോമിലെ ഗതാഗതക്കുരുക്കിൽ കുടുങ്ങാതിരിക്കാൻ ബെർടോൺ ഹെലികോപ്ടറിൽ സഞ്ചരിക്കുന്നു. നല്ല കാര്യങ്ങൾക്കായി ചെലവാക്കുന്നതിന് വിശ്വാസികൾ സമാഹരിച്ച് വത്തിക്കാനിലേക്കയക്കുന്ന പണത്തിന്റെ 67 ശതമാനവും ഉദ്യോഗസ്ഥവൃന്ദത്തിന്റെ ആഡംബരങ്ങൾക്കുവേണ്ടി ധൂർത്തടിക്കുന്നു.

ആരോപണങ്ങളും വെളിപ്പെടുത്തലുകളും ഫ്രാൻസിസിനെ അധീരനാക്കുന്നില്ല. നിലപാടുകളിൽ കാർക്കശ്യമുള്ള ബെനഡിക്ട് ആക്ഷേപങ്ങൾക്കു മുന്നിൽ പിന്മാറി. സൗമ്യനായ അർജന്റീനിയൻ പോപ്പ് ഒന്നും വിട്ടുകൊടുക്കാൻ തയ്യാറല്ല. അറുനൂറ് വർഷത്തിനിടയിലെ ആദ്യത്തെ പേപ്പൽ രാജിയായിരുന്നു ബെനഡിക്ടിന്റേത്. വത്തിക്കാനിലെ വിശുദ്ധമായ അധോലോകത്തിന്റെ സമ്മർദ്ദത്തിനു പിന്നിൽ പിടിച്ചു നില്ക്കാൻ കഴിയാതെയുള്ള രാജിയായിരുന്നു അത്. വൈദികപ്രമുഖർക്കുവേണ്ടിയുള്ള രതിസുഖകേന്ദ്രങ്ങൾ റോമിലെ വത്തിക്കാൻ വക കെട്ടിടങ്ങളിൽ നിർബ്ബാധം പ്രവർത്തിക്കുന്നു. ഭോജനശാലകൾക്കൊപ്പം ഭോഗശാലകളുണ്ട്. അവിടെ കുടിച്ചും കൂത്താടിയും അർമാദിക്കുന്ന മോൺസിഞ്ഞോർമാരെയും കർദ്ദിനാൾമാരെയും സ്വാധീനിക്കാനും വശംവദരാക്കാനും എളുപ്പമാണ്. ഇത്തരം കർദ്ദിനാൾമാർ ഉൾപ്പെട്ട തിരുസംഘമാണ് മാർപാപ്പയെ തിരഞ്ഞെടുക്കുന്നത്. യുവവൈദികരുമായി ബന്ധപ്പെട്ട സദാചാരപരമായ അനൗചിത്യങ്ങളുടെ പേരിൽ ബ്രിട്ടനിലെ കാർഡിനൽ കീത്ത് ഒബ്രയന് കോൺക്ലേവിൽനിന്ന് വിട്ടുനില്ക്കേണ്ടി വന്നുവെന്നതും ശ്രദ്ധേയമാണ്. *ഒബ്സർവർ* പുറത്തുവിട്ട വിവരങ്ങളുടെ അടിസ്ഥാനത്തിൽ ഒബ്രയൻ രാജിവച്ചു. സ്വവർഗ്ഗരതിയും ലിംഗസമത്വവും ചർച്ചാവിഷയമാകുന്ന കാലത്താണ് കത്തോലിക്കാ സഭയിൽ ഈ വിഷയങ്ങളെ അടിസ്ഥാനമാക്കി അപവാദങ്ങളുണ്ടാകുന്നത്. കർദ്ദിനാൾമാർ പരസ്യമായി പറയുന്നതല്ല രഹസ്യത്തിൽ ചെയ്യുന്നത്.

വത്തിലീക്സ് പരസ്യമാക്കിയ വിവരങ്ങൾക്കൊപ്പം ശ്രദ്ധേയമായി വത്തിലീക്സിനോടുള്ള വത്തിക്കാന്റെ പ്രതികരണം. ഫ്രാൻസിസ് പാപ്പയുടെ സാമ്പത്തിക പരിഷ്കരണ സമിതിയിലെ അംഗങ്ങളായ രണ്ടു പേർ രേഖകൾ ചോർത്തിയെന്ന ആരോപണത്തിൽ അറസ്റ്റിലായി. കരുത്തനായ മോൺസിഞ്ഞോർ ലൂസിയോ ഏഞ്ചൽ വലേജോ ബാൾഡ അവരിലൊരാളാണ്. ബെനഡിക്ട് പാപ്പയുടെ പരിചാരകൻ പൗലോ ഗബ്രിയേൽ മാർപാപ്പയുടെ കൈവശമുള്ള കത്തുകളും രേഖകളും ചോർത്തിയതാണ് ആദ്യത്തെ വത്തിലീക്സ്. ആ രേഖകളെ അടിസ്ഥാനമാക്കിയാണ് ജിയാൻല്യൂഗി നുസിയും എമിലിയാനോ ഫിറ്റിപാൾഡിയും ചേർന്ന് *സുവ സനിറ്റ* എന്ന പുസ്തകമെഴുതിയത്. പിന്നീട് *വിയാ ക്രൂസിസ്* (ദേവാലയത്തിലെ വ്യാപാരികൾ) എന്ന പേരിൽ നുസിയും *അവാരിസിയ* (ആർത്തി) എന്ന പേരിൽ ഫിറ്റിപാൾഡിയും ഓരോ പുസ്തകം കൂടി എഴുതി.

വത്തിലീക്സിന്റെ തുടക്കത്തിൽ നിസ്സഹായനായ പാപ്പയെ ആണ് ലോകം കണ്ടത്. രഹസ്യമായി സൂക്ഷിക്കേണ്ട രേഖകൾ പരിചാരകൻ അപഹരിച്ച് പരസ്യമാക്കിയപ്പോൾ ഒന്നും ചെയ്യാൻ കഴിയാതിരുന്ന പാപ്പ. വത്തിക്കാനുമായി ഏറെക്കാലത്തെ ഭരണപരമായ പരിചയം ഉണ്ടായിരുന്നിട്ടും ബെനഡിക്ട് നിസ്സഹായനായി. ആ നിസ്സഹായതയിൽനിന്നാണ് 2013 ൽ അദ്ദേഹത്തിന്റെ രാജിയുണ്ടായത്. പക്ഷേ, വത്തിലീക്സിന്റെ തുടർച്ചയായി വീണ്ടും പുസ്തകങ്ങൾ ഇറങ്ങിയപ്പോൾ വത്തിക്കാൻ കരുത്ത് കാട്ടി. അറസ്റ്റിലായ മോൺസിഞ്ഞോർ ബാൾഡ വത്തിക്കാനിലെ പ്രീഫെഷ്വർ ഫോർ ഇക്കണോമിക് അഫയേഴ്സിലെ രണ്ടാം സ്ഥാനക്കാരനും ഓപസ് ദേയി എന്ന ശക്തമായ യാഥാസ്ഥിതിക സംഘടനയിലെ അംഗവുമായിരുന്നു. സാമ്പത്തികകാര്യങ്ങളുടെ പുന:ക്രമീകരണത്തിനായി ഫ്രാൻസിസ് പാപ്പ നിയോഗിച്ച എട്ടംഗ കമ്മിറ്റിയിലെ പ്രധാനപ്പെട്ട ആൾ കൂടിയായിരുന്നു മോൺസിഞ്ഞോർ ബാൾഡ. അദ്ദേഹത്തോടൊപ്പം അറസ്റ്റിലായ ഫ്രാൻസെസ്ക ഇമാകൊളാറ്റ എന്ന യുവതിയും ഈ കമ്മിറ്റിയുമായി ബന്ധപ്പെട്ട് പ്രധാനപ്പെട്ട ഉത്തരവാദിത്വം വഹിക്കുന്ന വ്യക്തിയായിരുന്നു. ഫ്രാൻസെസ്കയുടെ പിതാവ് ഈജിപ്ഷ്യനും മാതാവ് ഇറ്റാലിയനുമാണ്. പ്രലോഭനീയമായ രീതിയിൽ സ്വന്തം ചിത്രങ്ങളെടുത്ത് ഓൺലൈനിൽ പോസ്റ്റ് ചെയ്ത് രസിക്കുന്ന ഫ്രാൻസെസ്ക ഫ്രാൻസിസ് പാപ്പയ്ക്കോ വത്തിക്കാനോ ചേർന്ന ആളായിരുന്നില്ല. ജോൺ ഇരുപത്തിമൂന്നാമനെയും ജോൺ പോളിനെയും വിശുദ്ധരായി നാമകരണം ചെയ്യുന്ന ആഘോഷമായ ദിവ്യബലി സെന്റ് പീറ്റേഴ്സ് ചത്വരത്തിൽ നടന്നുകൊണ്ടിരിക്കേ വത്തിക്കാനിലെ വൈദികശ്രേഷ്ഠർക്കും ഇറ്റാലിയൻ പൗരപ്രമുഖർക്കുമായി വത്തിക്കാൻ മന്ദിരത്തിന്റെ ടെറസിൽ ഷാംപെയ്ൻ പാർട്ടി സംഘടിപ്പിച്ചയാളാണ് ഫ്രാൻസെസ്ക. ഫ്രാൻസിസിന്റെ ദരിദ്രമായ സഭയിൽ ഫ്രാൻസെസ്കമാർ ഉണ്ടാകാൻ പാടില്ല. മോൺസിഞ്ഞോർ ബാൾഡയുടെ ശിപാർശയിൽ നിയമിതയായ ആളായിരു

ന്നിട്ടും അവൾ പിരിച്ചുവിടപ്പെട്ടു. പുനഃസംഘടിപ്പിക്കപ്പെട്ട സാമ്പത്തികകാര്യ സമിതിയിൽ ബാൾഡ ഉണ്ടായിരുന്നില്ല. വത്തിക്കാനിലെ ഓഡിറ്റർ ജനറൽ പദവി പ്രതീക്ഷിച്ചിരുന്ന ബാൾഡ ആകെ രോഷാകുലനായി. പ്രതികാരബുദ്ധിയോടെയാണ് അദ്ദേഹം കൈവശപ്പെടുത്താൻ കഴിഞ്ഞ രേഖകളത്രയും പത്രലേഖകർക്ക് കൈമാറിയത്.

വാട്ടർഗേറ്റ് രേഖകളും സമാനമായ സാഹചര്യത്തിലാണ് വാഷിങ്ടൺ പോസ്റ്റ് ലേഖകർക്ക് ലഭിച്ചത്. എഫ് ബി ഐ ഡയറക്ടർ സ്ഥാനം പ്രതീക്ഷിച്ചിരുന്ന മാർക് ഫെൽറ്റ് അത് ലഭിക്കാതെ വന്നപ്പോഴാണ് വാഷിങ്ടൺ പോസ്റ്റ് റിപ്പോർട്ടർമാരെ രഹസ്യത്തിൽ സഹായിക്കാൻ തയ്യാറായത്. മാർക് ഫെൽറ്റിന്റെ പേര് ഡീപ് ത്രോട്ട് എന്ന കള്ളപ്പേരിൽ വാഷിങ്ടൺ പോസ്റ്റ് രഹസ്യമായി സൂക്ഷിച്ചു. വലേജോ ബാൾഡയ്ക്ക് അത്ര ജാഗ്രത ഇല്ലാതിരുന്നതിനാൽ ജയിലിലായി. വത്തിക്കാൻ നിയമമനുസരിച്ച് രഹസ്യരേഖകളുടെ അനധികൃതമായ കൈമാറ്റം നാല് മുതൽ എട്ട് വർഷം വരെ ജയിൽശിക്ഷ കിട്ടാവുന്ന കുറ്റമാണ്.

വത്തിക്കാനിലെ അവിശ്വാസികൾ

ദൈവത്തിലും യേശുക്രിസ്തുവിലും വിശ്വാസമുള്ളവർ ചെയ്യാൻ മടിക്കുന്ന കാര്യങ്ങളാണ് വത്തിക്കാനിൽ കേട്ടത്. അത് ഫ്രാൻസിസ് പാപ്പയുടെയോ ബെനഡിക്ട് പാപ്പയുടെയോ കാലത്തെ പ്രത്യേകതയല്ലെന്ന് ഈ പുസ്തകത്തിൽ വിവരിച്ചിട്ടുള്ള സഭാചരിത്രത്തിൽനിന്ന് മനസ്സിലാകും. ദൈവവിശ്വാസത്തിന്റെ അടിസ്ഥാനത്തിൽ മാർക്സിസത്തോട് അസ്പൃശ്യത കാണിക്കുന്ന സഭയിൽ നാസ്തികനായ ഒരു പാപ്പയുടെ കഥ പ്രചാരത്തിലുണ്ട്. സിഫിലിസിൽനിന്ന് മുക്തി നേടിയ ലിയോ പത്താമൻ മാർപാപ്പ 1514 ൽ ഏഴ് കർദ്ദിനാൾമാരൊത്ത് കൃതജ്ഞതാബലി അർപ്പിക്കുമ്പോൾ നടത്തിയ പ്രസ്താവനയാണ് വിശ്വാസികളെ ഞെട്ടിച്ചത്. "നമുക്കും നമ്മുടെ മുൻഗാമികൾക്കും എത്ര പ്രയോജനപ്രദമായിത്തീർന്നിട്ടുണ്ട് ക്രിസ്തുവിനെ സംബന്ധിക്കുന്ന ഈ കെട്ടുകഥയെന്ന് നമുക്ക് നന്നായറിയാമല്ലോ" എന്ന് കാസ ഉയർത്തിക്കൊണ്ട് അദ്ദേഹം പറഞ്ഞതായാണ് കൂടെയുണ്ടായിരുന്ന കർദ്ദിനാൾ മാർ രേഖപ്പെടുത്തിയിട്ടുള്ളത്. ലിയോ പത്താമന്റെ പിൻഗാമിയായ പോൾ മൂന്നാമനും ക്രിസ്തു എന്ന യാഥാർത്ഥ്യത്തെ അംഗീകരിക്കാൻ തയ്യാറാകാതിരുന്ന ആളാണ്. ക്രിസ്ത്യാനികളെ വെറുത്തിരുന്നയാളാണ് 1443 ൽ പാപ്പയായ ജൂലിസ് രണ്ടാമൻ. സെന്റ് പോളും ഇതര അപ്പോസ്തലന്മാരും ചേർന്ന് രൂപപ്പെടുത്തിയ ദൈവശാസ്ത്രത്തിലെ സങ്കല്പനം മാത്രമാണ് യേശു എന്ന ചിന്തയ്ക്ക് വത്തിക്കാനിൽത്തന്നെ പ്രണേതാക്കൾ ഉണ്ടായിരുന്നുവെന്നാണ് ഇതൊക്കെ സൂചിപ്പിക്കുന്നത്. പതിമൂന്നാം നൂറ്റാണ്ടിലെ ബോണിഫസ് എട്ടാമനും പതിനഞ്ചാം നൂറ്റാണ്ടിലെ അലക്സാണ്ടർ ആറാമനും ഈ സംശയം ഉള്ളവരായിരുന്നു. മതത്തെയല്ലാതെ, ക്രിസ്തുവിനെ മാർക്സ് നിരാകരിച്ചിട്ടില്ല.

ഇപ്രകാരം ആഭിചാരത്തിന്റെയും വിശ്വാസരാഹിത്യത്തിന്റെയും ചരിത്രമുള്ള സഭയാണ് കത്തോലിക്കാ സഭ. വിശുദ്ധമായ ചരിത്രവും പാരമ്പര്യവും സഭയ്ക്കുണ്ടെന്ന കാര്യവും സ്മരിക്കേണ്ടതാണ്. സഭയുടെ നവീകരണത്തിന് അനുയോജ്യരായ പാപ്പമാർ ഉണ്ടാകുന്നുവെന്നതാണ് സഭയുടെ സൗഭാഗ്യം. സഭയുടെ സാമ്പത്തികകാര്യങ്ങളിലെ ക്രമക്കേടും പിടിപ്പുകേടും യൂദാസിൽനിന്നു തുടങ്ങുന്നു. മതപ്രവർത്തനങ്ങൾക്കായുള്ള ഇൻസ്റ്റിറ്റ്യൂട്ട് എന്നാണ് വത്തിക്കാൻ ബാങ്കിന്റെ ശരിയായ പേര്. ഐ ഒ ആർ എന്നാണ് അതിന്റെ ഇറ്റാലിയൻ അക്രോണിം. അപനിർമ്മാണത്തിൽ കുറഞ്ഞൊന്നും മതിയാവാതെ വരുന്ന അവസ്ഥയിലാണ് നവീകരണത്തിനുവേണ്ടി ഒരു പാപ്പ വത്തിക്കാനിലുണ്ടായത്. വത്തിക്കാൻ ബാങ്കിനെയും ലോക ബാങ്കിനെയും അന്താരാഷ്ട്ര നാണ്യനിധിയെയും ഒരുമിച്ചെതിർക്കേണ്ട അവസ്ഥയിലായി പോപ്പ് ഫ്രാൻസിസ്. വത്തിക്കാൻ സഭാവിരുദ്ധതയുടെ കേന്ദ്രമായി. പള്ളിയിൽനിന്ന് ഇറക്കപ്പെട്ട വണിക്കുകൾ തിരിച്ചെത്തി. ധനത്തിനെതിരെ സംസാരിച്ച യേശു ഏറ്റവും മികച്ച ധനാഗമമാർഗ്ഗമായി. വത്തിക്കാൻ മുതൽ പാപ്പാത്തിച്ചോല വരെ കുരിശ് പ്രയോജനമുള്ള പ്രതീകമായി. സാമ്രാജ്യത്വ അധിനിവേശത്തിലെന്നപോലെ കൈയേറ്റത്തിലും കുടിയേറ്റത്തിലും മുന്നിൽ സംവഹിക്കപ്പെടുന്നത് കുരിശാണ്. കുരിശിന്റെ വ്യാപാരവല്ക്കരണത്തെ ഫ്രാൻസിസ് പാപ്പ എതിർക്കുന്നു.

പ്രതിസന്ധികളിലൂടെ വികാസം പ്രാപിച്ചതാണ് ഫ്രാൻസിസ് പാപ്പയുടെ വ്യക്തിത്വം. പെറോണിസത്തിന്റെ പ്രതാപത്തിനുശേഷം രാഷ്ട്രീയമായും സാമൂഹികമായും സാമ്പത്തികമായും ദുർബ്ബലമായിത്തീർന്ന അർജന്റീനയിലാണ് ബെർഗോളിയോ ബിഷപ്പും കാർഡിനലുമായി പ്രവർത്തിച്ചത്. നിയമവാഴ്ച ഇല്ലാതാവുകയും ക്രോണി കാപ്പിറ്റലിസത്തിന്റെ ആധിപത്യത്തിൽ അഴിമതി സാർവ്വത്രികമാവുകയും ചെയ്ത അവസ്ഥ. അർജന്റീനയിലെ കത്തോലിക്കാ സഭയ്ക്ക് ഔദ്യോഗികമതത്തിന്റെ പ്രാമുഖ്യവും പ്രാധാന്യവുമുണ്ട്. വിശുദ്ധ റോമാ സാമ്രാജ്യകാലത്തെ മാർപാപ്പയെപ്പോലെ ബ്യൂണസ് ഐറിസിലെ കർദ്ദിനാളിന് ജീവിക്കാൻ കഴിയും. എന്നാൽ തത്ത്വങ്ങളിൽനിന്ന് വ്യതിചലിക്കാതെ സംശുദ്ധവും സത്യസന്ധവുമായ ജീവിതമാണ് ബെർഗോളിയോ നയിച്ചത്.

ഈ പശ്ചാത്തലത്തിൽ പുതിയ രീതിയും ശൈലിയുമായാണ് ബെർഗോളിയോ വത്തിക്കാനിലെത്തിയത്. തീരുമാനിക്കപ്പെട്ട അജണ്ടയുടെ കൃത്യമായ നടപ്പാക്കലല്ല ഫ്രാൻസിസ് പാപ്പയുടെ രീതി. പ്രസംഗത്തിൽ സന്ദർഭോചിതവും പ്രവൃത്തിയിൽ കാലോചിതവുമായ മാറ്റങ്ങൾ പൊടുന്നനെ വരുത്തിക്കൊണ്ടിരിക്കും. വ്യക്തിത്വത്തിന് അനുയോജ്യമായ സർഗ്ഗാത്മകതയാണ് ഇക്കാര്യത്തിൽ അദ്ദേഹം പ്രകടിപ്പിക്കുന്നത്. പരിശീലകനെ പൂർണ്ണമായും ആശ്രയിക്കാതെ ഫുട്ബോളിനെ കളിക്കാരുടെ കളിയാക്കുന്ന അർജന്റീനിയൻ രീതിയാണ് അർജന്റീനിയൻ പാപ്പ പി

ന്തുടരുന്നത്. കളിക്കളത്തിൽ പന്തിന്റെ മുന്നേറ്റമനുസരിച്ച് അടവുകൾ മാറുകയും തന്ത്രങ്ങൾ രൂപപ്പെടുകയും ചെയ്യും. കളത്തിലിറങ്ങുംമുമ്പ് കോച്ച് നല്കുന്ന നിർദ്ദേശങ്ങൾ പൂർണ്ണമായും പാലിക്കാൻ കഴിഞ്ഞെന്നു വരില്ല.

യുദ്ധക്കളത്തിൽ പ്രവർത്തിക്കുന്ന ആശുപത്രിയോടാണ് ഫ്രാൻസിസ് പാപ്പ തന്റെ സഭയെ സാദൃശ്യപ്പെടുത്തുന്നത്. സൗഖ്യദായകമായ പ്രവർത്തനം മാത്രമാണ് അവിടെയുണ്ടാകേണ്ടത്. ആ പ്രവർത്തനം സാർവ്വത്രികമാണ്; പക്ഷപാതപരമല്ല. സിദ്ധാന്തങ്ങളുടെ സങ്കീർണ്ണതകളിൽനിന്ന് മനുഷ്യത്വത്തിന്റെ ലാളിത്യത്തിലേക്ക് അദ്ദേഹം സഭയെ പരിവർത്തനം ചെയ്തു. 'ഇവാൻജലി ഗോഡിയം' (സുവിശേഷത്തിന്റെ ആഹ്ലാദം) എന്ന ചാക്രികലേഖനത്തിൽ ഈ ആശയമാണ് അദ്ദേഹം വികസിപ്പിച്ചത്. സ്വയം തീർത്ത സുരക്ഷിതത്വത്തിൽ ആരോഗ്യം ക്ഷയിച്ച് കഴിയുന്ന സഭയെ അല്ല ഫ്രാൻസിസിനു വേണ്ടത്. തെരുവിലെ അഴുക്കിലേക്കിറങ്ങി പോറലും മാലിന്യവും ഏല്ക്കുന്ന സഭയാണ് ഫ്രാൻസിസിന്റേത്. മോൺസിഞ്ഞോർ തുടങ്ങിയ ആലങ്കാരിക പദവികൾ നല്കി പുരോഹിതന്മാരെ മഹത്ത്വവല്കരിക്കുന്ന രീതി ഫ്രാൻസിസ് മന്ദീഭവിപ്പിച്ചു. പദവികളിലൂടെയല്ല ഇടയവൃത്തിയിലൂടെയാണ് പുരോഹിതർ ഉന്നതിയിലെത്തേണ്ടതെന്ന സന്ദേശം അദ്ദേഹം നല്കി. വിനയാന്വിതരും ദാരിദ്ര്യത്തെ ആശ്ലേഷിക്കുന്നവരുമായ നല്ല പുരോഹിതരിൽനിന്നുവേണം മെത്രാന്മാരെ കണ്ടെത്തേണ്ടതെന്ന് അദ്ദേഹം വത്തിക്കാൻ നയതന്ത്ര പ്രതിനിധികളെ ഓർമ്മിപ്പിച്ചു. കരുണയുടെ ആർദ്രതയായിരിക്കണം അവരുടെ അടിസ്ഥാന യോഗ്യത. ഫ്രാൻസിസിന്റെ ആർദ്രത ഉപവിയല്ല; നീതിയാണ്. സഭയാകുന്ന ദർപ്പണത്തിൽ പ്രതിഫലിക്കേണ്ടത് റോമല്ല, പാവങ്ങളാണ്.

പാവങ്ങളെ സഹായിക്കുന്നതിനായി ആംമൊണെർ എന്ന പേരിൽ ഒരു ഓഫീസ് എണ്ണൂറ് വർഷമായി വത്തിക്കാനിൽ പ്രവർത്തിക്കുന്നുണ്ട്. പ്രായമായ ഒരു പുരോഹിതന് വിശ്രമിക്കാനുള്ള ഓഫീസ് എന്നതിൽ ക്കവിഞ്ഞ പ്രാധാന്യം ആംമൊണെർക്കില്ലായിരുന്നു. എന്നാൽ ഫ്രാൻസിസ് പാപ്പ അൻപതുകാരനായ പോളിഷ് ആർച്ച്ബിഷപ് കോൺറാഡ് ക്രയെവ്സ്കിയെ ആംമൊണെറായി നിയമിച്ചു. വത്തിക്കാന്റെ പൂമുഖകാര്യാലയമാക്കി ആംമൊണെറെ മാറ്റാനായിരുന്നു നിർദ്ദേശം. സഹായം തേടിയെത്തുന്നവരെ സഹായിക്കുകയെന്നതല്ല, സഹായം ആവശ്യമുള്ളവരെ തേടിപ്പോവുകയാണ് വേണ്ടതെന്ന് മാർപാപ്പ പറഞ്ഞു. സഹായത്തിന്റെ തോതല്ല, മനോഭാവമാണ് പ്രധാനപ്പെട്ട കാര്യം. ബോട്ട് മറിഞ്ഞ് കരയ്ക്കെത്തിച്ച അഭയാർത്ഥികൾക്ക് ആംമൊണെർ 1,600 ഫോൺ കാർഡുകൾ വിതരണം ചെയ്തു. അതുകൊണ്ട് അവർക്ക് എറിട്രിയയിലെ കുടുംബാംഗങ്ങളെ വിളിക്കാൻ കഴിഞ്ഞു. സഹായം അഭ്യർത്ഥിച്ച് മാർപാപ്പയ്ക്ക് ലഭിക്കുന്ന കത്തുകൾ മാർപാപ്പയുടെ കുറിപ്പോടെ ആംമൊണെർക്ക് ലഭിക്കുന്നു. സാധാരണ വൈദികവേഷത്തിൽ മാർപാപ്പ തന്നെ

ഇടയ്ക്കിടെ വത്തിക്കാന് പുറത്തു കടന്ന് പാവങ്ങൾക്ക് ചെറിയ സഹായങ്ങൾ നല്കുന്നുണ്ടെന്ന് ക്രയെവ്സ്കി സൂചന നല്കിയെങ്കിലും വത്തിക്കാൻ നിഷേധിച്ചു.

ലോകത്തിലെ ഏറ്റവും സ്വാധീനശക്തിയുള്ള നൂറ് വ്യക്തികളിൽ ഒരാളായി അമേരിക്കയിലെ ടൈം മാഗസിൻ 2013 മുതൽ തുടർച്ചയായി എല്ലാ വർഷവും ഫ്രാൻസിസ് പാപ്പയെ തെരഞ്ഞെടുക്കുന്നുണ്ട്. സ്വന്തം കുറവുകൾ കണ്ടെത്തുന്നതിനും കുറവുകൾ ഉള്ളവരിലേക്ക് എത്തിച്ചേരുന്നതിനും സഭയെ പ്രാപ്തമാക്കിയെന്നതാണ് ഫ്രാൻസിസ് പാപ്പയുടെ നേട്ടം. ഒന്നാം നൂറ്റാണ്ടിൽ സ്ഥാപിതമായ ഒരു പദവി ഇരുപത്തിയൊന്നാം നൂറ്റാണ്ടിലും ലോകത്തെ സ്വാധീനിക്കുന്ന ഒന്നായി നിലനിർത്തുകയെന്നത് അത്ര എളുപ്പമുള്ള കാര്യമല്ല.

നന്മ നിറഞ്ഞവരെ മാത്രമല്ല *ടൈം* മാഗസിൻ സ്വാധീനശക്തികളായി കണ്ടെത്തുന്നത്. ഉദാഹരണത്തിന് 2017 ലെ ലിസ്റ്റിൽ യു എസ് പ്രസിഡന്റ് ഡൊണാൾഡ് ട്രംപ്, റഷ്യൻ പ്രസിഡന്റ് വ്ളാഡിമിർ പുട്ടിൻ, ഫിലിപ്പീൻ പ്രസിഡന്റ് റൊഡ്രീഗോ ഡുട്ടെർറ്റെ, ഉത്തര കൊറിയയിലെ കിം ജോങ് ഉൻ തുടങ്ങിയ പേരുകളും ഫ്രാൻസിസിനൊപ്പമുണ്ട്. ഫ്രാൻസിസിനുമുമ്പും പല പാപ്പാമാരെയും *ടൈം* മാഗസിൻ ആദരിച്ചിട്ടുണ്ട്. സഭയുടെ സമീപനങ്ങളിൽ മൗലികമായ മാറ്റങ്ങൾ വരുത്തിയ രണ്ടാം വത്തിക്കാൻ സുനഹദോസ് വിളിച്ചുചേർത്ത ജോൺ ഇരുപത്തിമൂന്നാമൻ പാപ്പയെ *ടൈം* 1962 ൽ വർഷപുരുഷനായി തെരഞ്ഞെടുത്തു. 1994 ൽ ആ പദവി ജോൺ പോൾ രണ്ടാമനു ലഭിച്ചു. ബെനഡിക്ട് പതിനാറാമനെ നൂറിലൊരാളായി മൂന്ന് വർഷം ഉൾപ്പെടുത്തി. ഫ്രാൻസിസ് പാപ്പയെ വർഷപുരുഷനായി 2013 ൽ *ടൈം* തെരഞ്ഞെടുത്തു. 1999 ൽ സ്വാധീനശക്തിയുള്ള നൂറു പേരുടെ ലിസ്റ്റ് തയ്യാറാക്കുന്ന രീതി ആരംഭിച്ചതിൽപ്പിന്നെ അഞ്ചു വർഷം തുടർച്ചയായി ഫ്രാൻസിസ് പാപ്പ ആ ലിസ്റ്റിലുണ്ട്. ബറാക് ഒബാമ പതിനൊന്ന് പ്രാവശ്യവും ഹിലരി ക്ലിന്റൺ പത്ത് പ്രാവശ്യവും ഓപ്ര വിൻഫ്രി ഒൻപത് പ്രാവശ്യവും ആംഗല മെർക്കൽ എട്ട് പ്രാവശ്യവും വ്ളാഡിമിർ പുട്ടിൻ ആറ് പ്രാവശ്യവും ഈ ലിസ്റ്റിൽ വന്നിട്ടുണ്ട്.

ഫ്രാൻസിസിന്റെ പേപ്പസിയുടെ തുടക്കത്തിൽത്തന്നെയാണ് 2013 ലെ വർഷപുരുഷനായി *ടൈം* മാഗസിൻ അദ്ദേഹത്തെ തെരഞ്ഞെടുത്തത്. അതിന് ചൂണ്ടിക്കാണിക്കപ്പെട്ട കാരണങ്ങൾ ഇവയാണ്:

ഒന്ന്: മാർപാപ്പയായി തെരഞ്ഞെടുക്കപ്പെട്ട് രണ്ടാഴ്ചയായപ്പോഴായിരുന്നു അക്കൊല്ലത്തെ പെസഹ വ്യാഴം. റോമിലെ ഒരു ജയിലിലെത്തി പന്ത്രണ്ട് തടവുകാരുടെ പാദങ്ങൾ മാർപാപ്പ കഴുകി ചുംബിച്ചു. പന്ത്രണ്ടിൽ രണ്ടു പേർ സ്ത്രീകളായിരുന്നു. അവരിലൊരാൾ മുസ്ലീം. മതാന്തരസൗഹാർദ്ദം, സഭാശുശ്രൂഷയിൽ സ്ത്രീകൾക്കു നല്കേണ്ടതായ പങ്കാളിത്തം എന്നിങ്ങനെ ചില സന്ദേശങ്ങൾ ഫ്രാൻസിസ് പാപ്പയുടെ അഭൂതപൂർവ്വമായ നടപടിയിൽ ഉണ്ടായിരുന്നു. മുസ്ലിം സഹോദരങ്ങൾ

ക്ക് ഈദ് സന്ദേശം നല്കുന്നതിനും മാർപാപ്പ തയ്യാറായി. 1991 ൽ ജോൺ പോൾ മാർപാപ്പ ഇപ്രകാരം ഈദ് സന്ദേശം നല്കിയിട്ടുണ്ട്.

രണ്ട്: പേപ്പൽ അപ്പാർട്ട്മെന്റിലെ ആഡംബര ജീവിതം ഉപേക്ഷിച്ച് ഇതരവൈദികർക്കൊപ്പം പൊതുമന്ദിരത്തിൽ താമസിക്കുന്ന പാപ്പ ലാളിത്യത്തിന്റെ പ്രതീകമായി. രാഷ്ട്രത്തലവന്റെ ആഡംബര കാർ ഉപേക്ഷിച്ച് 16,000 ഡോളർ മുഖവിലയുള്ള ഫോർഡ് ഫോക്കസിലാണ് ഫ്രാൻസിസ് യാത്ര ചെയ്യുന്നത്. മാർപാപ്പയുടെ പകിട്ടേറിയ വേഷഭൂഷകൾക്കു പകരം ലളിതമായ ശുഭ്രവസ്ത്രമാണ് ഫ്രാൻസിസ് ഉപയോഗിക്കുന്നത്.

മൂന്ന്: ലോക യുവദിനത്തിൽ പങ്കെടുത്ത ഫ്രാൻസിസ് യുവജനങ്ങളുടെ ആവേശമായി. ഒരു റോക് സ്റ്റാറിനു ലഭിക്കുന്ന സ്വീകാര്യതയാണ് അദ്ദേഹത്തിനുണ്ടായത്. ആയിരക്കണക്കിന് ചെറുപ്പക്കാരുടെ ഇടയിലൂടെ കാറിൽ സഞ്ചരിച്ച് അവരുടെ സ്നേഹാഭിവാദ്യങ്ങൾ സ്വീകരിച്ച പാപ്പ അവരിലൊരാളായി മാറി.

നാല്: ഭിന്നലിംഗക്കാരോടും സ്വവർഗ്ഗാനുരാഗികളോടുമുള്ള സഭയുടെ നിലപാടിൽ ഫ്രാൻസിസ് മാറ്റം വരുത്തി. ദൈവത്തെ അവർ അന്വേഷിക്കുന്നുവെങ്കിൽ അവരെ വിധിക്കാൻ ഞാനാര് എന്ന പ്രസിദ്ധമായിത്തീർന്ന ചോദ്യം അദ്ദേഹം ചോദിച്ചു. സഭ ഏവർക്കും അഭയമാകണമെന്ന നിലപാട് അദ്ദേഹം മുന്നോട്ടുവച്ചു.

അഞ്ച്: ജനകീയനായ പാപ്പ ജനങ്ങൾക്കൊപ്പമായിരിക്കാൻ ഇഷ്ടപ്പെടുന്നു. സങ്കടങ്ങൾ കേൾക്കുന്നതിനും പരിഹാരമുണ്ടാക്കുന്നതിനും അദ്ദേഹം സദാ സന്നദ്ധനാണ്. പോപ്പിന് കത്തയക്കുന്നവർ ചിലപ്പോൾ അദ്ദേഹം നേരിട്ട് ഫോണിൽ വിളിക്കുമ്പോൾ അത്ഭുതപ്പെടും. "ഇറ്റീസ് ദ് പോപ്പ്" എന്നാണ് ഫ്രാൻസിസ് ഫോണിൽ ആദ്യം പറയുക.

ആറ്: എല്ലാ രാഷ്ട്രീയകാര്യങ്ങളിലും മാർപാപ്പ അഭിപ്രായം പറയാറില്ല. എന്നാൽ ചില കാര്യങ്ങളിൽ പറയാതിരിക്കാനാവില്ല. സിറിയയിൽ അമേരിക്കയുടെ ആക്രമണം ഉണ്ടായേക്കുമെന്ന ഘട്ടത്തിൽ ഫ്രാൻസിസ് യുദ്ധത്തിനെതിരെയും സമാധാനത്തിനുവേണ്ടിയും സംസാരിച്ചു. സിറിയയുടെ രാസായുധപ്രയോഗത്തെ അദ്ദേഹം അപലപിച്ചു.

ഉള്ളവരും ഇല്ലാത്തവരും തമ്മിലുള്ള അന്തരം വർദ്ധിപ്പിക്കുന്ന വ്യവസ്ഥിതിക്കെതിരെ മാർപാപ്പ ശക്തമായി പ്രതികരിച്ചു. സമ്പത്ത് എന്ന വിഗ്രഹത്തെയും മുതലാളിത്തമെന്ന ഏകാധിപത്യത്തെയും മാർപാപ്പ വിമർശിച്ചു. ഭരണകൂടങ്ങളുടെ ക്ഷേമസങ്കല്പങ്ങൾക്കുപരി അസമത്വത്തിനു കാരണമാകുന്ന ഘടനാപരമായ വൈകല്യങ്ങൾ തിരുത്തപ്പെടണം. ലോകം കാണുന്ന ഏറ്റവും വലിയ അശ്ലീലക്കാഴ്ചയാണ് വിശപ്പ്. മനുഷ്യാവകാശദിനമായ ഡിസംബർ പത്തിന് വിശപ്പിനെതിരെയുള്ള ആഗോള പ്രാർത്ഥനായജ്ഞത്തിനു മാർപാപ്പ നേതൃത്വം നല്കി.

എഴ്: നാസ്തികർക്കുകൂടി അവകാശപ്പെട്ടതാണ് സ്വർഗ്ഗരാജ്യം എന്ന പ്രസ്താവന മാർപാപ്പയ്ക്ക് ചേർന്നതായിരുന്നില്ല. രക്ഷ സഭയിലൂടെ

മാത്രം എന്നതായിരുന്നു കത്തോലിക്കാ സഭയുടെ പ്രബോധനം. എന്നാൽ ഫ്രാൻസിസ് പാപ്പ അത് മാറ്റിപ്പറഞ്ഞു. വിശ്വാസികളുമായി കലഹിക്കാതെ അപ്രകാരം ഒരു പ്രസ്താവന നടത്താൻ ഫ്രാൻസിസ് പാപ്പയ്ക്കു മാത്രമേ കഴിയൂ. ദൈവത്തിൽ വിശ്വസിക്കാത്തവർക്ക് സ്വന്തം മന:സാക്ഷിയുടെ കല്പനകൾ അനുസരിച്ച് ജീവിക്കാം. ദൈവത്തിന്റെ കൃപയ്ക്കും കരുണയ്ക്കും അതിരില്ലാത്തതിനാൽ അവ അവിശ്വാസികൾക്കുകൂടി അവകാശപ്പെട്ടതാണ്.

എട്ട്: ദൈവം എല്ലാവർക്കുമെന്നപോലെ മാർപാപ്പയും എല്ലാവർക്കും അവകാശപ്പെട്ടതാണ്. പാവങ്ങൾക്കും അശരണർക്കും ഒപ്പമായിരിക്കണം മാർപാപ്പ. സെന്റ് പീറ്റേഴ്സ് സ്ക്വയറിൽ രോഗികളെയും ശാരീരിക വൈകല്യമുള്ളവരെയും ആശ്ലേഷിക്കുകയും ആശ്വസിപ്പിക്കുകയും ചെയ്യുന്ന പാപ്പയുടെ ദൃശ്യം ഹൃദയാവർജ്ജകമായിരുന്നു. ഫ്രാൻസിസ് എന്ന പേര് അദ്ദേഹം അന്വർത്ഥമാക്കി. ദീർഘമായ പ്രസംഗത്തെ ഹ്രസ്വമായ പ്രവൃത്തിയിലേക്ക് അദ്ദേഹം പരാവർത്തനം ചെയ്തു.

ഒൻപത്: നവീകരണം മുഖ്യ അജണ്ടയായി സ്വീകരിച്ച പാപ്പയാണ് ഫ്രാൻസിസ്. സ്വകാര്യവും ഔദ്യോഗികവുമായ വിവരങ്ങളുടെ ചോർച്ചയും ലൈംഗിക അപവാദങ്ങളും സാമ്പത്തിക ക്രമക്കേടുകളും കൊണ്ട് വിരൂപമായ ഒരു സഭയുടെ സാരഥ്യമാണ് 2013 ൽ ഫ്രാൻസിസ് ഏറ്റെടുത്തത്. വത്തിക്കാൻ ബാങ്കിന്റെ പ്രവർത്തനം അദ്ദേഹം സുതാര്യമാക്കി. ഏൺസ്റ്റ് ആൻഡ് യങ് എന്ന അന്താരാഷ്ട്ര അക്കൗണ്ടിങ് സ്ഥാപനത്തിന്റെ സേവനംതന്നെ ഇക്കാര്യത്തിൽ ലഭ്യമാക്കി. അഴിമതിക്കെതിരെ വിട്ടുവീഴ്ചയില്ലാതെ പ്രതികരിച്ചു. അഴിമതിയിലും ആഡംബരത്തിലും ആറാടിയിരുന്ന രാജകുമാരന്മാർ ജയിലിലോ പുറത്തോ ആയി. കുട്ടികളെ ലൈംഗികമായി പീഡിപ്പിക്കുന്ന വൈദികർക്ക് കർശനമായ താക്കീത് ലഭിച്ചു. പരാതികളെക്കുറിച്ച് അന്വേഷിക്കാൻ കമ്മീഷനെ നിയമിച്ചു. ക്ഷമിക്കുന്ന പാപ്പ ചില കാര്യങ്ങൾ ക്ഷമിക്കാൻ തയ്യാറല്ല.

പത്ത്: അഭൂതപൂർവ്വവും അത്ഭുതകരവുമായ രീതിയിൽ ലോകത്തെ ആകർഷിച്ച ആധുനികനായ പാപ്പയാണ് ഫ്രാൻസിസ്. സ്നേഹവും സഹാനുഭൂതിയുമാണ് അദ്ദേഹത്തിന്റെ വാക്കിലും പ്രവൃത്തിയിലും നിറഞ്ഞുനില്ക്കുന്നത്. ഇതര മതങ്ങളിൽ വിശ്വസിക്കുന്നവർക്കും മതങ്ങളിൽ വിശ്വസിക്കാത്തവർക്കും ഒരുപോലെ പ്രിയംകരനാണ് ഫ്രാൻസിസ് പാപ്പ. *ടൈം* മാഗസിൻ മാത്രമല്ല ടിറ്ററും ഏറ്റവും സ്വാധീനശക്തിയുള്ള വ്യക്തിയായി ഫ്രാൻസിസ് പാപ്പയെ തെരഞ്ഞെടുത്തു. ഫെയ്സ്ബുക്കിൽ ഏറ്റവും കൂടുതൽ സംസാരിക്കപ്പെടുന്ന വ്യക്തിയും അദ്ദേഹം തന്നെ.

ഹ്യൂമനിസ്റ്റ് പോപ്പ്

ജോൺ ഇരുപത്തിമൂന്നാമൻ പാപ്പ തുടക്കമിട്ട സഭാനവീകരണയജ്ഞത്തിന്റെ വിജയം പാശ്ചാത്യ നാഗരികതയ്ക്ക് മുതൽക്കൂട്ടാകുമെന്ന്

ആർണോൾഡ് ടോയിൻബീ 1972 ൽ എ *സ്റ്റഡി ഓഫ് ഹിസ്റ്ററി* എന്ന ഗ്രന്ഥത്തിൽ എഴുതി. ടോയിൻബീയുടെ പ്രതീക്ഷ യാഥാർത്ഥ്യമാകുന്നതിന് ഫ്രാൻസിസ് പാപ്പയുടെ കാലംവരെ കാത്തിരിക്കേണ്ടി വന്നു. ജോൺ ഇരുപത്തിമൂന്നാമനെപ്പോലെ ക്രിസ്റ്റ്യൻ ഹ്യൂമനിസമാണ് ഫ്രാൻസിസ് പാപ്പയെയും ലോകത്തിന് പ്രിയങ്കരനാക്കുന്നത്. 1963 ൽ അന്തരിച്ച ജോൺ ഇരുപത്തിമൂന്നാമനുശേഷം പൊതുസമൂഹത്തിന് പ്രിയംകരരും സഭയ്ക്ക് പ്രയോജനം ചെയ്തിട്ടുള്ളവരുമായ പാപ്പമാർ ഉണ്ടായിട്ടുണ്ട്. എന്നാൽ ക്രിസ്തുവിന്റെ ഭൂമിയിലെ പ്രതിനിധി എന്ന വിശേഷണത്തിന് അനുയോജ്യമായി നല്ല ഇടയനായി ഫ്രാൻസിസ് തന്നെത്തന്നെ ലോകസമക്ഷം അവതരിപ്പിച്ചു.

നല്ല കമ്യൂണിക്കേറ്ററാണ് ഫ്രാൻസിസ് പാപ്പ. സൈദ്ധാന്തിക സങ്കീർണ്ണതകളുടെ ദുർഗ്രഹതയില്ലാതെ അദ്ദേഹത്തിന് ആരോടും സംസാരിക്കാൻ കഴിയും. ചേരിയിലെ അശരണർ മുതൽ രാഷ്ട്രത്തലവന്മാർവരെ അദ്ദേഹത്തിന് ശ്രോതാക്കളായുണ്ട്. ദൈവം പ്രത്യക്ഷപ്പെട്ടാലും മാർപാപ്പ പൊതുഇടങ്ങളിലും ജനസമക്ഷത്തിലും പ്രത്യക്ഷപ്പെടാതിരുന്ന കാലമുണ്ടായിരുന്നു. ഫ്രാൻസിസ് ആരോടും എവിടെയും സംസാരിക്കും. ജപ്പാനിൽനിന്ന് റോം സന്ദർശിക്കാനെത്തിയ ഇരുനൂറ് സ്കൂൾ വിദ്യാർത്ഥികളുടെ മുന്നിൽ പൊടുന്നനെ പ്രത്യക്ഷപ്പെട്ട് അവരെ അമ്പരപ്പിച്ചയാളാണ് ഫ്രാൻസിസ് പാപ്പ.

കാരുണ്യത്തിന്റെ വാക്കുകളാണ് ഫ്രാൻസിസ് പാപ്പയുടേത്. അത് നീതിയുടെ ഉറപ്പും സമാധാനത്തിന്റെ പ്രത്യാശയുമാണ്. *ടൈം* മാഗസിൻ അദ്ദേഹത്തെ വർഷപുരുഷനായി തെരഞ്ഞെടുത്തത് അദ്ദേഹത്തിന്റെ പേപ്പസിയുടെ ഒൻപതാം മാസമായിരുന്നു. ലോകത്തിനു നല്കിയ പ്രതീക്ഷയുടെയും പ്രചോദനത്തിന്റെയും പേരിലായിരുന്നു ആ ബഹുമതി അദ്ദേഹത്തിന് നല്കിയത്. സെപ്റ്റജനേറിയൻ സൂപ്പർ-സ്റ്റാർ എന്ന വിശേഷണം മാത്രം മാർപാപ്പയ്ക്ക് സ്വീകാര്യമായില്ല. ചിരിക്കുകയും കരയുകയും ശാന്തമായി ഉറങ്ങുകയും സുഹൃത്തുക്കൾക്കൊപ്പം കഴിയുകയും ചെയ്യുന്ന തന്നെ സൂപ്പർമാൻ ആക്കരുതെന്ന് അദ്ദേഹം പറഞ്ഞു.

ടൈം മാഗസിന്റെ വാർഷിക തെരഞ്ഞെടുപ്പ് പ്രസിദ്ധമാണ്. 2014 ലെ പുതുവത്സരത്തലേന്ന് ബി ബി സിയോട് സംസാരിക്കവെ ആംഗ്ലിക്കൻ സഭയുടെ അദ്ധ്യക്ഷനും കാന്റർബറി ആർച്ച്ബിഷപ്പുമായ ജസ്റ്റിൻ വെൽബി ആ വർഷത്തെ പ്രമുഖവ്യക്തിയായി കണ്ടത് ഫ്രാൻസിസ് പാപ്പയെ ആയിരുന്നു. ലോകത്തെ സ്വാധീനിക്കുകയും സാർവ്വത്രികസഭയ്ക്ക് ദിശാബോധം നല്കുകയും ചെയ്യത്തക്ക രീതിയിൽ അസാധാരണമായ കാര്യങ്ങൾ ചെയ്യുന്ന അസാധാരണനായ വ്യക്തി എന്നാണ് അദ്ദേഹം മാർപാപ്പയെ വിശേഷിപ്പിച്ചത്.

ഫ്രാൻസിസ് പാപ്പയുടെ വ്യക്തിത്വത്തിൽ ആകൃഷ്ടരാകുന്ന രാഷ്ട്രനേതാക്കളിൽ ജർമ്മൻ ചാൻസലർ ആംഗല മെർക്കൽ ഉൾപ്പെടുന്നു. ലൂഥറൻ സഭാംഗമാണ് മെർക്കൽ. ഇറ്റലിയുടെ തെക്കൻ തീരത്ത്

എത്തിപ്പെട്ട ആഫ്രിക്കൻ അഭയാർത്ഥികളോട് മാർപാപ്പ പ്രകടിപ്പിച്ച സഹാനുഭൂതി തന്നെ വല്ലാതെ സ്പർശിച്ചുവെന്ന് മെർക്കൽ പറഞ്ഞു.

എന്നാൽ ഫ്രാൻസിസ് പാപ്പയ്ക്ക് ലഭിക്കാവുന്ന ഏറ്റവും വികാരഭരിതമായ സ്തുതി ഒരു അജ്ഞാതനിൽനിന്നുണ്ടായതാണ്. ഫ്രാൻസിസ് പാപ്പയെക്കുറിച്ച് എന്തു പറയുന്നുവെന്ന ഒരു ടി വി റിപ്പോർട്ടറുടെ ചോദ്യത്തിന് "എന്റെ സങ്കല്പത്തിലുള്ള യേശു" എന്നായിരുന്നു അയാളുടെ ഉത്തരം. റിപ്പോർട്ടർ അടുത്ത ചോദ്യം ചോദിക്കുംമുമ്പ് അയാൾ ആൾക്കൂട്ടത്തിൽ അപ്രത്യക്ഷനായി. ഫ്രാൻസിസ് പാപ്പയിൽ ലോകം ദർശിക്കുന്നത് എന്തെന്ന് അജ്ഞാതനായ ആ ആരാധകന്റെ വാക്കുകളിൽ നിന്ന് വ്യക്തമാകുന്നു.

സ്വതന്ത്ര വിപണിയുടെ സ്വർണ്ണക്കാളയെ തൊലിയുരിക്കുന്ന ഫ്രാൻസിസിന്റെ മുതലാളിത്തത്തെയും യുദ്ധത്തെയും ബന്ധപ്പെടുത്തിയുള്ള വർത്തമാനത്തിൽ മാർക്സിന്റെയും ചിലപ്പോൾ ലെനിന്റെയും ശബ്ദം പ്രതിധ്വനിക്കുന്നുണ്ടോ എന്ന് തോന്നിയേക്കാം. എന്നാൽ അർജന്റീനിയൻ പോപ്പിന്റെ രാഷ്ട്രീയപശ്ചാത്തലം പെറോണിസമാണ്. ഇന്ത്യക്ക് ഗാന്ധിസമെന്നപോലെയാണ് അർജന്റീനയ്ക്ക് പെറോണിസം. പെറോണിസ്റ്റുകളിൽ ചിലർ മാർക്സിസ്റ്റായി. അക്കൂട്ടത്തിൽ ബെർഗോളിയോ ഉൾപ്പെടുന്നില്ല.

ഭൗതികവാദത്തിലധിഷ്ഠിതമായ മാർക്സിസത്തിലോ ഭൗതികതയിൽ അധിഷ്ഠിതമായ മുതലാളിത്തത്തിലോ ഫ്രാൻസിസ് വിശ്വസിക്കുന്നില്ല. അദ്ദേഹത്തിന്റെ ചിന്താധാര ക്രിസ്റ്റ്യൻ ഹ്യൂമനിസമാണ്. ഏത് നടപടിയും സാധാരണ മനുഷ്യരെ എപ്രകാരം ബാധിക്കുമെന്ന ഗാന്ധിയൻ സമീപനത്തിന്റെ ക്രൈസ്തവമായ ആവിഷ്കാരമാണ് ഫ്രാൻസിസിന്റെ ക്രിസ്റ്റ്യൻ ഹ്യൂമനിസം. അതുകൊണ്ടാണ് സ്വവർഗ്ഗാനുരാഗം, വിവാഹം തുടങ്ങിയ വിഷയങ്ങളിൽ പരസ്പര വിരുദ്ധമെന്ന് തോന്നുന്ന നിലപാടുകളിൽ അദ്ദേഹം എത്തിച്ചേരുന്നത്. വിധിക്കാൻ ഞാനാര് എന്ന അനുകമ്പ നിറഞ്ഞ സമീപനം സ്വവർഗ്ഗാനുരാഗികളോട് മുമ്പൊരു മാർപാപ്പയും കാണിച്ചിട്ടില്ല. അതേസമയം സ്വവർഗ്ഗദമ്പതികൾ കുഞ്ഞിനെ ദത്തെടുക്കുന്നതിനോട് മാർപാപ്പ വിയോജിക്കുന്നു. പ്രകൃതിക്ക് അനുരോധമായി മാതാപിതാക്കൾക്കൊപ്പം വളരുന്നതിനുള്ള കുഞ്ഞുങ്ങളുടെ അവകാശം ദത്തെടുക്കപ്പെടുന്ന അവസ്ഥയിലും നിഷേധിക്കരുതെന്ന് അദ്ദേഹം പറയുന്നു. ജീവന്റെ പാവനത എന്ന സഭാസമീപനത്തോട് ചേർന്നു നില്ക്കുമ്പോഴും ഗർഭച്ഛിദ്രം, ദയാവധം എന്നീ വിഷയങ്ങളിൽ തന്റെ മുൻഗാമികളേക്കാൾ ഉദാരമായ സമീപനം ഫ്രാൻസിസ് കാണിക്കുന്നുണ്ട്. മാർക്സിസ്റ്റുകളും നിരീശ്വരവാദികളും ഉൾപ്പെടെ എല്ലാ വിയോജിപ്പുകളുമായും യോജിച്ചുപോകുന്നതിനുള്ള അദ്ദേഹത്തിന്റെ കഴിവാണ് ഇവിടെ പ്രകടമാകുന്നത്. കൊള്ളുന്നതിനും കൊടുക്കുന്നതിനും അദ്ദേഹം തയ്യാറാണ്.

ഫ്രാൻസിസ് പാപ്പ മുൻഗാമിയായ ബെനഡിക്ട് പാപ്പയേക്കാൾ

വ്യത്യസ്തനാകുന്നത് വ്യക്തിത്വംകൊണ്ടും വാക്കുകൾകൊണ്ടുമാണ്. സമീപനങ്ങളിൽ ജോൺ പോൾ രണ്ടാമനുമായാണ് ഫ്രാൻസിസിന് കൂടുതൽ സാമ്യമുള്ളത്. സഞ്ചാരിയായിരുന്നു ജോൺ പോൾ. സഞ്ചാരങ്ങൾ ആഗോളസഭയുമായി മാത്രമല്ല ലോകവുമായും അദ്ദേഹത്തെ അടുപ്പിച്ചു. ഫ്രാൻസിസിനും ആ ഗുണമുണ്ട്. ജോൺ പോളിനെപ്പോലെ ഫ്രാൻസിസും ജനങ്ങളുമായി അനായാസം സംവദിക്കുന്നു. ജോൺ പോളിന്റെ മാദ്ധ്യമം റേഡിയോ ആയിരുന്നെങ്കിൽ ഫ്രാൻസിസിന്റെ മാദ്ധ്യമം ടിറ്ററാണ്.

മതത്തെക്കുറിച്ചും ദൈവശാസ്ത്രത്തെക്കുറിച്ചും ഫ്രാൻസിസ് സംസാരിക്കുന്നത് പാണ്ഡിത്യഗർവ്വും ചട്ടങ്ങളുടെ സങ്കീർണ്ണതകളും ഇല്ലാതെ വിനയത്തോടെയാണ്. സഭ അറിയുന്നതും പറയുന്നതുമാണ് ശരി എന്ന ഭാവം അദ്ദേഹത്തിനില്ല. മാർപാപ്പയുടെ അപ്രമാദിത്വം എന്ന സിദ്ധാന്തത്തെ അദ്ദേഹം നിരാകരിക്കുന്നില്ല. എന്നാൽ അദ്ദേഹത്തിന്റെ ആധികാരികത ആ സിദ്ധാന്തത്തെ അടിസ്ഥാനമാക്കിയുള്ളതല്ല. ലൈംഗികസദാചാരം ഉൾപ്പെടെയുള്ള വിഷയങ്ങളിൽ അഭിപ്രായം സ്വരൂപിക്കുന്നതിനുള്ള ശ്രമമാണ് അദ്ദേഹം നടത്തുന്നത്. സദാചാരത്തെയും ധാർമ്മികതയെയും സംബന്ധിക്കുന്ന വിഷയങ്ങളിൽ വത്തിക്കാന്റെ പാരമ്പര്യ ജ്ഞാനമല്ല, സഭാവിശ്വാസികളുടെ സജീവമായ അനുഭവസാക്ഷ്യവും മാർപാപ്പ കണക്കിലെടുക്കുന്നു.

വാർത്തകൾ സൃഷ്ടിക്കാതിരിക്കുമ്പോഴും കത്തോലിക്കാ സഭയുടെ ആഗോളസാന്നിദ്ധ്യവും സ്വാധീനവും പ്രകടമാണ്. ഐക്യരാഷ്ട്ര സഭയിൽ അംഗത്വമില്ലാത്ത അംഗമാണ് പരിശുദ്ധ സിംഹാസനം എന്നറിയപ്പെടുന്ന മാർപാപ്പയുടെ ഔദ്യോഗിക പദവി. ആഗോളരാഷ്ട്രീയത്തെ മാർപാപ്പയുടെ വാക്കുകളും വത്തിക്കാന്റെ നിലപാടുകളും ഗാഢമായി സ്വാധീനിക്കുന്നു. കത്തോലിക്കാ സഭയ്ക്കു പുറത്തും മാർപാപ്പയുടെ വാക്കുകൾ അനുരണനം സൃഷ്ടിക്കുന്നു. ആധുനികലോകവുമായി ബന്ധം നഷ്ടപ്പെട്ട സഭയുടെ പ്രബോധനങ്ങൾ വിശ്വാസികൾ ശ്രദ്ധിക്കാതായ ഘട്ടത്തിലാണ് ഫ്രാൻസിസിന്റെ വരവ്. ഇപ്പോൾ സഭയുടെ വാക്കുകൾ ലോകം ശ്രദ്ധിച്ചു തുടങ്ങി.

ദാരിദ്ര്യം, യുദ്ധം, സഭാനേതൃത്വത്തിൽ സ്ത്രീകളുടെ പങ്ക്, ലൈംഗിക സദാചാരം എന്നിങ്ങനെ ഇരുപതാം നൂറ്റാണ്ടിൽ സഭ നേരിട്ട പ്രശ്നങ്ങളെല്ലാം ഈ നൂറ്റാണ്ടിലും നിലനില്ക്കുന്നു. മനുഷ്യജീവിതത്തെ നവീകരിക്കുകയോ പരിഷ്കരിക്കുകയോ ചെയ്യാൻ പര്യാപ്തമായ സാങ്കേതികവിദ്യയുടെ വളർച്ചയും വികാസവും സഭ നേരിടുന്ന പുതിയ വെല്ലുവിളിയാണ്. ഔഷധങ്ങൾ, നാനോ ടെക്നോളജി, പുതിയ ചികിത്സാക്രമങ്ങൾ എന്നിങ്ങനെ അൻപതോ നൂറോ വർഷം മുമ്പ് സഭ നേരിട്ടിട്ടില്ലാത്ത വിഷയങ്ങൾ സഭയ്ക്ക് ഇപ്പോൾ കൈകാര്യം ചെയ്യേണ്ടിവരുന്നു. ഡി എൻ എ എഡിറ്റ് ചെയ്ത് മാരകമായ രോഗങ്ങളെ ഇല്ലാതാക്കാനും ശിരസ്സ് മാറ്റിവയ്ക്കാനുമുള്ള പരീക്ഷണങ്ങൾ വിജയത്തിലേക്കടുക്കു

മ്പോൾ പുതിയ പ്രഹേളികകൾ ഉണ്ടാകുന്നു. മനുഷ്യൻ എന്നാലെന്ത് എന്ന ചോദ്യത്തിന് ദൈവശാസ്ത്രത്തിന്റെയും ധാർമ്മികതയുടെയും തലങ്ങളിൽ ഉത്തരം കണ്ടെത്താൻ ശ്രമിക്കുന്ന സഭയ്ക്ക് ഈ വിഷയങ്ങളിൽനിന്ന് ഒഴിയാനാവില്ല. ദൈവത്തിന്റെ സാദൃശ്യത്തിൽ സൃഷ്ടിക്കപ്പെട്ടുവെന്ന് കരുതപ്പെടുന്ന മനുഷ്യന്റെ പദവി സഭയ്ക്ക് പ്രധാനപ്പെട്ടതാണ്. മനുഷ്യന്റെ ശരീരവും മസ്തിഷ്കവും ശാസ്ത്രത്തിന്റെ പരീക്ഷണങ്ങൾക്ക് കൂടുതലായി വിധേയമാകുമ്പോൾ മതം ഉത്തരം കണ്ടെത്തേണ്ടതായ പുതിയ ചോദ്യങ്ങൾ ഉയരും. ശാസ്ത്രത്തിന്റെ പുതിയ കണ്ടെത്തലുകളോടും സിദ്ധാന്തങ്ങളോടും മുഖം തിരിഞ്ഞുനിന്നിരുന്ന പഴയ കാലത്തല്ല സഭ ഇന്ന് ജീവിക്കുന്നത്. നിഷേധാത്മകമായ അവഗണനയുടെയും അടിച്ചമർത്തലിന്റെയും കാലം കഴിഞ്ഞു. സർഗ്ഗാത്മകമായ പ്രതികരണത്തിന്റെ കാലമാണിത്.

ഇടതുപക്ഷ മാർപാപ്പ

പോപ്പ് ഫ്രാൻസിസിനെ ഇടതുപക്ഷ പോപ്പ് എന്ന് വിശേഷിപ്പിക്കുന്നവരുണ്ട്. ഒരു പടികൂടി കടന്ന് കമ്യൂണിസ്റ്റ് പോപ്പെന്നും മാർക്സിസ്റ്റ് പോപ്പെന്നും അദ്ദേഹത്തെ മനസ്സിലാക്കിയിട്ടുള്ളവരുമുണ്ട്. കത്തോലിക്കാ സഭയിലെ ഏതു വൈദികനും ഈ വിശേഷണങ്ങൾ കേട്ടാൽ ഉടൻ നിഷേധിക്കും. ചരിത്രത്തിലെ ആദ്യത്തെ കമ്യൂണിസ്റ്റ് യേശുവായിരുന്നു എന്ന് കേൾക്കുമ്പോഴുള്ള അസ്കൃത മാർപാപ്പയുടെ കാര്യത്തിലും അവർക്കുണ്ടാകുന്നത് സ്വാഭാവികമാണ്. മാർപാപ്പയും ഈ വിശേഷണങ്ങൾ അംഗീകരിക്കുന്നില്ല. എന്നാൽ അങ്ങനെ വിശേഷിപ്പിക്കപ്പെടുന്നതിൽ ആക്ഷേപകരമായി ഒന്നും അദ്ദേഹം കാണുന്നില്ല.

കമ്യൂണിസത്തോടുള്ള സഭയുടെ വിയോജിപ്പ് പ്രസിദ്ധമാണ്. വിശ്വാസസംബന്ധിയായ വിയോജിപ്പ് മാത്രമല്ല സഭയും കമ്യൂണിസവും തമ്മിലുള്ളത്. സാമ്പത്തികവും സാമൂഹികവും രാഷ്ട്രീയവുമായ കാരണങ്ങൾ കൂടി അതിനു പിന്നിലുണ്ട്. ദൈവവിശ്വാസമെന്നത് ഒരു മറ മാത്രമാണ്. വിശ്വാസത്തിന്റെ കാര്യത്തിൽ സഭയ്ക്ക് വിട്ടുവീഴ്ചയില്ല. സ്വന്തം നിലപാടിൽ ഉറച്ചുനിന്നുകൊണ്ടുതന്നെ നിരീശ്വരവാദികളും കമ്യൂണിസ്റ്റുകാരുമായി ആരോഗ്യകരമായ സംവാദം ആകാമെന്ന് പോൾ മാർപാപ്പ പറഞ്ഞു. 1964 ആഗസ്ത് ആറിന് പ്രസിദ്ധീകരിച്ച 'എക്ലീസിയം സുവാം' എന്ന ലേഖനത്തിലാണ് തന്റെ മുൻഗാമികളുടേതിൽനിന്ന് വ്യത്യസ്തമായ നിലപാട് പോൾ മാർപാപ്പ സ്വീകരിച്ചത്.

1965 ൽ വിയന്നയിലെ കാർഡിനൽ കോനിഗ് അദ്ധ്യക്ഷനായി അവിശ്വാസികൾക്കുവേണ്ടി ഒരു സെക്രട്ടേറിയറ്റ് സ്ഥാപിതമായി. കമ്യൂണിസ്റ്റ് രാജ്യങ്ങളുമായി നല്ല ബന്ധം പുലർത്തിയിരുന്ന ആളാണ് കാർഡിനൽ കോനിഗ്. അക്കൊല്ലം നവംബറിൽ ലാറ്റിൻ അമേരിക്കയിൽനിന്നുള്ള

ബിഷപ്പുമാരുമായി സംസാരിക്കവെ ലാറ്റിൻ അമേരിക്കയിലെ സാമൂഹിക സാമ്പത്തിക മണ്ഡലങ്ങളിൽ മാർക്സിസ്റ്റ് നിരീശ്വരത്വത്തിന്റെ നുഴഞ്ഞുകയറ്റത്തിനെതിരെ ജാഗ്രത പാലിക്കുന്നതിനുള്ള നിർദ്ദേശമാണ് മാർപാപ്പ നല്കിയത്. പോൾ ആറാമനും സഭയിലെ പ്രബലമായ ഒരു വിഭാഗവും അനുഭവിച്ച പ്രതിസന്ധി തന്നെയാണ് പോൾ ആറാമന്റെ പ്രബോധനങ്ങളിൽനിന്ന് വൈദികവിദ്യാർത്ഥിയും അദ്ധ്യാപകനുമായിരുന്ന കാലത്ത് ആശയപരമായ വ്യക്തത തേടിക്കൊണ്ടിരുന്ന ഫ്രാൻസിസ് പാപ്പയ്ക്കുമുള്ളത്.

വിമോചന ദൈവശാസ്ത്രം

വിമോചന ദൈവശാസ്ത്രം അഥവാ ലിബറേഷൻ തിയോളജി കത്തോലിക്കാസഭയുടെ ആധുനികചരിത്രത്തിലെ പ്രധാനപ്പെട്ട നാഴികക്കല്ലാണ്. വിശ്വാസത്തെ സംബന്ധിക്കുന്ന വിഷയങ്ങളിൽ ക്ലാസിക്കൽ തിയോളജി വ്യക്തത വരുത്തുമ്പോൾ ലിബറേഷൻ തിയോളജി ലോകത്തിന്റെ സമഗ്രമായ പരിവർത്തനം ലക്ഷ്യമാക്കുന്നു. തത്ത്വശാസ്ത്രം ലോകത്തെ മനസ്സിലാക്കാനല്ല മാറ്റാനാണ് ശ്രമിക്കേണ്ടതെന്ന് കാൾ മാർക്സ് പറഞ്ഞു. വിമോചന ദൈവശാസ്ത്രത്തിന്റെ പ്രണേതാക്കളും ദൈവശാസ്ത്രത്തെ മാറ്റത്തിനുള്ള ഉപകരണമായാണ് കണ്ടത്.

ദരിദ്രർ എപ്പോഴും നിങ്ങളോടുകൂടെയുണ്ടെന്ന് ബഥാനിയായിലെ ശിമയോന്റെ ഭവനത്തിൽവച്ച് യേശു ശിഷ്യന്മാരോട് പറഞ്ഞു. പക്ഷേ, അവർ എപ്പോഴും അവഗണിക്കപ്പെടുന്നു. ദരിദ്രരുടെ ദുരിതങ്ങൾ ക്ലാസിക്കൽ തിയോളജി പഠനവിഷയമാക്കുന്നില്ല. ദരിദ്രരുടെ ജീവിതാവസ്ഥയിൽനിന്നും അനുഭവങ്ങളിൽനിന്നുമാണ് ലിബറേഷൻ തിയോളജി രൂപപ്പെട്ടത്. ക്ലാസിക്കൽ തിയോളജിയിൽ ബലി പ്രധാനപ്പെട്ടതാകുമ്പോൾ ലിബറേഷൻ തിയോളജിയിൽ കരുണ പ്രധാനപ്പെട്ടതാകുന്നു. ദരിദ്രർക്ക് ദൈവരാജ്യം വാഗ്ദാനംചെയ്ത യേശു കരുണയ്ക്കാണ് ബലിയേക്കാൾ പ്രാധാന്യം നല്കിയത്.

ദൈവരാജ്യത്തെക്കുറിച്ചുള്ള യേശുവിന്റെ പ്രബോധനം സദ്ജീവിതത്തിനായി വ്യക്തികൾക്കു നല്കുന്ന ആഹ്വാനം മാത്രമായി ക്ലാസിക്കൽ തിയോളജിസ്റ്റുകൾ വ്യാഖ്യാനിച്ചു. അത് ആത്മീയവാദമാണ്. എന്നാൽ ലിബറേഷൻ തിയോളജി കീഴ്പെടുത്തലിനു കാരണമാകുന്ന സാമൂഹികശക്തികൾക്കെതിരെയുള്ള പോരാട്ടത്തിനുള്ള ആഹ്വാനമായി യേശുവിന്റെ വാക്കുകളെ വ്യാഖ്യാനിച്ചു. ദരിദ്രരെ മറക്കുന്ന സമ്പന്നന് സ്വർഗ്ഗരാജ്യം നിഷേധിക്കുന്ന യേശു സമാധാനമല്ല വാളാണ് താൻ കൊണ്ടുവന്നിരിക്കുന്നതെന്നു പറഞ്ഞു. വാളിനു പകരം തോക്കേന്തിയ യുവവൈദികരെയാണ് ലിബറേഷൻ തിയോളജിയുടെ ബാനറിൽ ലോകം കണ്ടത്.

ലിബറേഷൻ തിയോളജി ലാറ്റിൻ അമേരിക്കയുമായി ബന്ധപ്പെട്ടിരിക്കുന്നു. 1968 ൽ കൊളംബിയയിലെ മെഡലിനിൽ സമ്മേളിച്ച ലാറ്റിൻ

അമേരിക്കൻ ബിഷപ്പുമാരുടെ സമ്മേളനത്തിലാണ് ഈ ആശയം സജീവമായത്. 'നീതിയും സമാധാനവും' എന്ന പേരിൽ സമാഹൃതമായ സമ്മേളനരേഖകളിൽ വിമോചന ദൈവശാസ്ത്രം എന്ന ആശയം തുടിച്ചുനിന്നു. നവകൊളോണിയലിസവും സാമ്രാജ്യത്വവും ലാറ്റിൻ അമേരിക്കയിൽ സൃഷ്ടിക്കുന്ന അനീതികൾ മെത്രാന്മാരുടെ ചർച്ചയ്ക്കു വിഷയമായി. ദൈവരാജ്യത്തിന്റെ തുടക്കം ഈ ഭൂമിയിൽത്തന്നെയാണെന്നും അടിമത്തത്തിൽനിന്നും അടിച്ചമർത്തലിൽനിന്നുമുള്ള വിമോചനമാണ് രക്ഷയുടെ ആദ്യപടിയെന്നും ബോദ്ധ്യമുണ്ടായി. യേശു വാഗ്ദാനംചെയ്ത സമാശ്വാസവും മാർക്സ് വിഭാവനചെയ്ത വിമോചനവും ഈ ഭൂമിയിൽത്തന്നെയാണ് സാദ്ധ്യമാക്കേണ്ടതെന്ന അപകടകരമായ ചിന്തയാണ് വിമോചന ദൈവശാസ്ത്രം അവതരിപ്പിച്ചത്. സുവിശേഷത്തിലെ ഓരോ തത്ത്വവും സന്ദർഭവും ദാരിദ്ര്യത്തിന്റെ അനുഭവത്തിൽ മെത്രാന്മാർ പുനർവ്യാഖ്യാനം ചെയ്തു. ദൈവത്തിന്റെ സ്വയം വെളിപ്പെടുത്തലും അതിനോടുള്ള മനുഷ്യന്റെ പ്രതികരണവും ചരിത്രത്തിന്റെ തുടർന്നുകൊണ്ടിരിക്കുന്ന പ്രക്രിയയായി അവർ കണ്ടു. യേശുവിൽ പ്രകാശിതമാകുന്ന ദൈവം ഗ്രീക്ക് ദേവരാജാവായ സെയൂസല്ല. സ്നേഹമൂർത്തിയായ ദൈവത്തെയാണ് യേശു അവതരിപ്പിച്ചത്.

ക്രൈസ്തവ പദാവലിയിൽ സുപരിചിതമായ രക്ഷ എന്ന പദത്തിനു പകരം വിമോചനം എന്ന വിപ്ലവകരമായ പദമാണ് മെത്രാന്മാർ സ്വീകരിച്ചത്. നീതിപൂർവ്വകമായ സമൂഹത്തിനുവേണ്ടി കൂട്ടായി പൊരുതുന്നതിനുള്ള ഉത്തരവാദിത്വത്തിന്റെ ഓർമ്മപ്പെടുത്തലായിരുന്നു വിമോചനം എന്ന പദം. എ തിയോളജി ഓഫ് ലിബറേഷൻ എന്ന പേരിൽ പെറുവിയൻ പുരോഹിതനായ ഗുസ്താവോ ഗുട്ടിയേറസ് 1971 ൽ പ്രസിദ്ധീകരിച്ച ഗ്രന്ഥം വിമോചന ദൈവശാസ്ത്രത്തിന്റെ ആധികാരികരേഖയായി. സുവിശേഷവല്ക്കരണം എന്ന പദത്തിന് ദരിദ്രരെ അറിയുക എന്ന അർത്ഥമുണ്ടായി. ദാരിദ്ര്യത്തിന്റെ അരൂപിയിൽ ദരിദ്രരുമായി ഐക്യദാർഢ്യം പ്രകടിപ്പിക്കുന്ന സഭയെ ആണ് അവർ വിഭാവന ചെയ്തത്.

ഈ ഘട്ടമെത്തിയപ്പോൾ മാർക്സിസം തുറന്നിട്ട വഴിയിലൂടെ സഭ സഞ്ചരിക്കുന്നുവോ എന്ന സന്ദേഹമുണ്ടായി. മാർക്സിയൻ ദർശനത്തിന്റെ കാതലായ വൈരുദ്ധ്യാത്മകവാദം സഭ സ്വീകരിച്ചതായി ആരും കുറ്റപ്പെടുത്തിയില്ല. ആത്മീയവാദത്തിന് വിരുദ്ധമായ ഭൗതികവാദത്തിലേക്ക് സഭയ്ക്ക് നീങ്ങാൻ കഴിയില്ല. എന്നാൽ മാർക്സിസ്റ്റ് അപഗ്രഥനരീതി ലാറ്റിൻ അമേരിക്കൻ സഭ സ്വീകരിക്കുന്നതായി 1980 ൽ എഴുതിയ പ്രസിദ്ധമായ കത്തിൽ ജസ്യൂട്ട് ജനറൽ ഫാദർ അരുപെ കുറ്റപ്പെടുത്തി. ഗുസ്താവോ ഗുട്ടിയേറസ് ഈ ആക്ഷേപത്തെ നിരാകരിച്ചു. മാക്സ് വെബറായാലും കാൾ മാർക്സായാലും സാമൂഹ്യശാസ്ത്രത്തിൽ ഉദയം ചെയ്യുന്ന പുതുചിന്തകൾ സഭയ്ക്ക് പഠിക്കാതിരിക്കാനാവില്ലെന്നായിരുന്നു അദ്ദേഹത്തിന്റെ മറുപടി.

എന്നാൽ അപ്രകാരം അനായാസമായി പറഞ്ഞവസാനിപ്പിക്കാൻ

കഴിയുന്നതായിരുന്നില്ല വിമോചന ദൈവശാസ്ത്രത്തിലെ മാർക്സിയൻ സ്വാധീനം. ദൈവത്തിലുള്ള അവിശ്വാസമൊഴികെ മറ്റ് മാർക്സിയൻ ആശയങ്ങൾ സഭയ്ക്ക് സ്വീകാര്യമാകുന്നുവെന്ന തോന്നലുണ്ടായി. വിപ്ലവത്തിന്റെ പാതയിൽ ദൈവവിശ്വാസം പ്രസക്തമായ വിഷയമല്ലെന്ന് മാർക്സ്തന്നെ പറഞ്ഞിട്ടുള്ള സ്ഥിതിക്ക് സഭയും കമ്യൂണിസവും തമ്മിലുള്ള അകല്ച്ചയും ഇടർച്ചയും ഇല്ലാതാവുകയാണോ? ദരിദ്രരായ വിശ്വാസികളോട് കുർബ്ബാനമദ്ധ്യേ പുരോഹിതർ നടത്തുന്ന പ്രഭാഷണങ്ങളിൽ വിപ്ലവത്തിന്റെ സന്ദേശം ഇടകലരുന്നതായി യാഥാസ്ഥിതികർ കണ്ടു. ലാറ്റിൻ അമേരിക്കയിലെ വലതുപക്ഷ ഭരണകൂടങ്ങളും വിമോചന ദൈവശാസ്ത്രത്തിൽ പതിയിരിക്കുന്ന അപകടം കണ്ടു. ക്യൂബയിലും അതിനുശേഷം ചിലിയിലുംനിന്ന് പ്രസരിക്കുന്ന ചുവന്ന വെളിച്ചം ലാറ്റിൻ അമേരിക്കയിലാകെ എത്തുന്നുവോ എന്ന ആശങ്ക വ്യാപകമായി.

വത്തിക്കാൻ സുനഹദോസിനുശേഷം കത്തോലിക്കാ സഭയിൽ സംഭവിച്ച വ്യതിയാനങ്ങൾക്കനുസൃതമാണ് തങ്ങളുടെ നിലപാടെന്ന വാദം വിമോചന ദൈവശാസ്ത്രത്തിന്റെ വക്താക്കൾ മുന്നോട്ടുവച്ചു. നീതിയിലധിഷ്ഠിതമായ സാമൂഹികപരിവർത്തനത്തിനുള്ള ആഹ്വാനമാണ് സുവിശേഷമെന്നും അതേറ്റെടുക്കുകയെന്നത് ഓരോ വിശ്വാസിയുടെയും ധർമ്മമാണെന്നും വിശദീകരണമുണ്ടായി. സഭയുടെ മുൻഗണനയിൽ പാവങ്ങളെ കൊണ്ടുവരണം എന്ന ആഹ്വാനത്തോടെ 1979 ൽ പ്യൂബ്ലയിൽ നടന്ന ലാറ്റിൻ അമേരിക്കൻ ബിഷപ്പുമാരുടെ സമ്മേളനം പുതിയ നയപ്രഖ്യാപനം നടത്തിയപ്പോൾ വത്തിക്കാന് വിമോചന ദൈവശാസ്ത്രത്തെ അവഗണിക്കാൻ കഴിയാതായി.

വിമോചന ദൈവശാസ്ത്രത്തെ ഉൾക്കൊള്ളാൻ പ്രാപ്തിയുള്ള മാർപാപ്പയായിരുന്നു അന്ന് വത്തിക്കാനിൽ ഉണ്ടായിരുന്നത് – ജോൺ പോൾ രണ്ടാമൻ. പക്ഷേ, പോളണ്ടിൽനിന്നെത്തിയ പാപ്പയ്ക്ക് കമ്യൂണിസവുമായി പൊരുത്തപ്പെടാൻ കഴിയുമായിരുന്നില്ല. പൂർവ്വയൂറോപ്പിൽ കമ്യൂണിസത്തിന്റെ തകർച്ചയ്ക്ക് ആക്കം കൂട്ടിയത് പോളിഷ് പാപ്പയാണെന്ന സംശയവുമുണ്ടായി. ജോൺ പോളിന്റെ സഹായിയായിരുന്നു അദ്ദേഹത്തെ പിന്തുടർന്ന് ബെനഡിക്ട് പതിനാറാമൻ എന്ന പേരിൽ പാപ്പയായ കാർഡിനൽ ജോസഫ് റാറ്റ്സിംഗർ. ഇൻക്വിസിഷന്റെ കാലം കഴിഞ്ഞിരുന്നെങ്കിലും അതിന്റെ പിന്തുടർച്ചയായി 1908 ൽ രൂപീകൃതമായതാണ് കോൺഗ്രിഗേഷൻ ഓഫ് ഹോളി ഓഫീസ്. 1542 ൽ പോൾ മൂന്നാമൻ മാർപാപ്പ സ്ഥാപിച്ച കോൺഗ്രിഗേഷൻ ഫോർ യൂണിവേഴ്സൽ ഇൻക്വിസിഷനാണ് 1908 ൽ പത്താം പീയൂസ് മാർപാപ്പയുടെ കാലത്ത് ഹോളി ഓഫീസായത്. ഹോളി ഓഫീസ് പോൾ ആറാമൻ മാർപാപ്പയുടെ കാലത്ത് വിശ്വാസ തിരുസംഘമായി. സഭയിലെ ഒൻപത് തിരുസംഘങ്ങളിൽ ഏറ്റവും പഴക്കമുള്ളതും ഏറ്റവും പ്രധാനപ്പെട്ടതുമാണ് വിശ്വാസതിരുസംഘം. വിശ്വാസവും ധാർമ്മികതയും തെറ്റുകൂടാതെ നിലനിർ

ത്തുകയെന്ന ഭാരിച്ച ഉത്തരവാദിത്വമാണ് വിശ്വാസ തിരുസംഘത്തിനുള്ളത്. ഈ സംഘത്തിന്റെ പ്രീഫക്ടായി റാറ്റ്സിംഗറെയാണ് ജോൺ പോൾ നിയമിച്ചത്.

ബ്രസീലിൽനിന്നുള്ള സൗമ്യനായ ഫ്രാൻസിസ്കൻ പുരോഹിതനായിരുന്നു ലിയനാർഡോ ബോഫ്. വിമോചന ദൈവശാസ്ത്രത്തിൽ സഭയെ കുരുക്കുന്നതിനുള്ള കുതന്ത്രങ്ങൾ മെനയുന്നതിൽ പ്രധാനിയായി റാറ്റ്സിംഗർ കണ്ടെത്തിയത് ഒരിക്കൽ തന്റെ ശിഷ്യനായിരുന്ന ബോഫിനെയായിരുന്നു. *സഭ: കാരിസവും കരുത്തും* എന്ന പേരിൽ ബോഫ് എഴുതിയ പുസ്തകമാണ് ഓർത്തഡോക്സിയുടെ ഓവർഗിയറായ കാർഡിനലിനെ ചൊടിപ്പിച്ചത്. യേശുവിന്റെ സഭ അധികാരത്തിന്റെ വഴി ഉപേക്ഷിച്ച് ദരിദ്രരുടെ സവിധത്തിലേക്ക് വരണമെന്ന് ബോഫ് ഉദ്ഘോഷിച്ചു. സഭയുടെ അധികാരത്തെ ബോഫ് ചോദ്യം ചെയ്തില്ല. വികേന്ദ്രീകൃതമായ കെട്ടുറപ്പ് സഭയ്ക്കാവശ്യമാണെന്ന നിലപാടായിരുന്നു അദ്ദേഹത്തിന്റേത്. അതേസമയം പഴയ മതവിചാരണയുടെ പ്രതിക്കൂടുകൾ വത്തിക്കാനിൽ നിലനില്ക്കുന്നതായി അദ്ദേഹം കുറ്റപ്പെടുത്തി. ബോഫ് വിരൽ ചൂണ്ടുന്നത് തനിക്ക് നേരെയാണെന്ന് കാർഡിനൽ റാറ്റ്സിംഗർ ന്യായമായും സംശയിച്ചു.

സുശക്തമായ അധികാരകേന്ദ്രത്തിൽ വിശ്വസിച്ചിരുന്ന റാറ്റ്സിംഗർക്ക് ബോഫിന്റെ വികേന്ദ്രീകൃതമായ അധികാരശ്രേണിയെന്ന ആശയം അംഗീകരിക്കാൻ കഴിഞ്ഞില്ല. ബ്ലൂപ്രിന്റ് നഷ്ടപ്പെട്ട കൺസ്ട്രക്ഷൻ സൈറ്റിനോടാണ് റാറ്റ്സിംഗർ സഭയെ സാദൃശ്യപ്പെടുത്തിയത്. ഓരോരുത്തരും ഓരോന്ന് ചെയ്യുന്നു. ബോഫിനെ സംവാദത്തിനായി റാറ്റ്സിംഗർ റോമിലേക്ക് ക്ഷണിച്ചു. അത് ബ്രസീലിൽവച്ചാകാമെന്ന നിലപാടായിരുന്നു ബോഫിന്റേത്. ഒടുവിൽ 1984 സെപ്തംബറിൽ ഇരുവരും റോമിൽ കൂടിക്കണ്ടു. പക്ഷേ, അതിനുമുമ്പേ വിമോചന ദൈവശാസ്ത്രത്തെക്കുറിച്ച് സഭ നിലപാട് വ്യക്തമാക്കിയിരുന്നു. മാർക്സിസ്റ്റ് അപഗ്രഥനരീതികൾ വിമർശനബുദ്ധിയില്ലാതെ പ്രയോഗിക്കുന്നുവെന്നതായിരുന്നു വിമോചന ദൈവശാസ്ത്രജ്ഞർക്കെതിരെയുള്ള പ്രധാന ആക്ഷേപം. ബ്രസീലിലെ സാഹചര്യങ്ങൾ അറിയാതെയുള്ള അടിസ്ഥാനരഹിതമായ ആക്ഷേപമാണിതെന്ന് ബോഫ് തിരിച്ചടിച്ചു. ബ്രസീലിയൻ ബിഷപ്പ്സ് കോൺഫറൻസിന്റെ പ്രസിഡന്റ് ഉൾപ്പെടെയുള്ളവർ ബോഫിന്റെ രക്ഷയ്ക്കെത്തി. റോം സംവാദത്തിൽ തങ്ങൾ മൂന്നു പേരെക്കൂടി പങ്കെടുപ്പിക്കണമെന്ന് അവർ ആവശ്യപ്പെട്ടു. റാറ്റ്സിംഗർ ആദ്യം അതിന് തയ്യാറായില്ലെങ്കിലും രണ്ടാം വട്ട സംവാദത്തിൽ അവരെക്കൂടി പങ്കെടുപ്പിക്കാൻ തയ്യാറായി.

ദൈവശാസ്ത്രപരമായ സൈദ്ധാന്തികചർച്ചയേക്കാൾ ബ്രസീലിലെ സഭയുടെ ഭാവിയെ സംബന്ധിച്ച ആശങ്കയായി മാറി സംവാദം. ഏകാധിപതികൾക്ക് ഓശാന പാടുന്ന സഭ അല്ലാതായിക്കഴിഞ്ഞിരുന്നു ലാറ്റിൻ അമേരിക്കയിലെ സഭ. ദരിദ്രരെ സ്നേഹിക്കുന്ന യേശുവിന്റെ സുവി

ശേഷവുമായി വൈദികർ ചേരികളിലേക്ക് ഇറങ്ങി. ഭൂപ്രഭുക്കളും വ്യവസായപ്രമുഖരും അധികാരദല്ലാൾമാരും ചേർന്ന് ബന്ദിയാക്കിയിരുന്ന സഭ സ്വയം വിമോചിതമാവുകയായിരുന്നു. ഈ പശ്ചാത്തലം അറിയാതെ ബോഫിന്റെ പുസ്തകത്തിന്റെ ഫലപ്രദമായ വായന അസാദ്ധ്യമായിരുന്നു. അതുകൊണ്ട് സംവാദം വിചാരണയായി. ബോഫിന്റെ നിലപാടുകൾ അംഗീകരിക്കപ്പെട്ടില്ല. അനിശ്ചിതകാലത്തേക്ക് നിശബ്ദനായിരിക്കുന്നതിനുള്ള നിർദ്ദേശമാണ് ബോഫിനു ലഭിച്ചത്. സ്വന്തം ദൈവശാസ്ത്രവുമായി ഏകനായി നടക്കുന്നതിനേക്കാൾ സഭയ്ക്കൊപ്പം നടക്കാനാണ് താൻ ഇഷ്ടപ്പെടുന്നതെന്ന് വിനീതനായ ആ പുരോഹിതൻ പറഞ്ഞു. യഥാർത്ഥ മതവിചാരണയുടെ കാലത്തായിരുന്നുവെങ്കിൽ ബോഫിന്റെ അവസ്ഥ ഇതാകുമായിരുന്നില്ല. അലക്സാണ്ടർ ആറാമന്റെ കാലത്ത് സവൊനറോളയ്ക്ക് സംഭവിച്ചത് ജോൺ പോൾ രണ്ടാമന്റെ കാലമായതിനാൽ ലിയനാർഡോ ബോഫിനു സംഭവിച്ചില്ല. എന്നുമാത്രമല്ല, ബ്രസീലിലെ മുതിർന്ന ബിഷപ്പുമാരുടെ ഇടപെടലിനെത്തുടർന്ന് ബോഫിനെതിരെയുള്ള സംസാരവിലക്ക് ജോൺ പോൾ മാർപാപ്പ നീക്കുകയും ചെയ്തു. റാറ്റ്സിംഗറുടേതിൽനിന്ന് വ്യത്യസ്തമായ നിലപാടായിരുന്നു വിമോചന ദൈവശാസ്ത്രവിഷയത്തിൽ ജോൺ പോളിനുണ്ടായിരുന്നത്. നവീകരിച്ച രേഖ ഈ വിഷയത്തിൽ വത്തിക്കാൻ പ്രസിദ്ധപ്പെടുത്തി.

1986 ഏപ്രിൽ അഞ്ചിന് പ്രസിദ്ധീകരിച്ച രേഖയിൽ രണ്ട് കാര്യങ്ങൾ പ്രധാനമായി പറയുന്നു.

ഒന്ന്: അക്രമത്തിൽ അധിഷ്ഠിതമായ മാർക്സിസത്തെയും മാർക്സിസത്തിന്റെ വർഗ്ഗസമരസിദ്ധാന്തത്തെയും സഭ അംഗീകരിക്കുന്നില്ല.

രണ്ട്: വിമോചന ദൈവശാസ്ത്രത്തിന്റെ അടിസ്ഥാനതത്ത്വങ്ങളെ സഭ നിരാകരിക്കുന്നില്ല. എന്നാൽ അവശ്യം വേണ്ടതായ ചില തിരുത്തലുകൾ നടത്തും.

മനുഷ്യവിമോചനത്തിൽ വലിയ പുരോഗതി ഉണ്ടായതായി സഭ ചൂണ്ടിക്കാട്ടി. അടിമത്തം ഇല്ലാതായി. സമത്വം എന്ന ആശയത്തിന് വ്യാപകമായ അംഗീകാരമുണ്ടായി. വംശീയതയുടെ അപകടത്തെക്കുറിച്ച് ലോകത്തിന് കൂടുതൽ ബോദ്ധ്യമുണ്ടായിരിക്കുന്നു. അതേ സമയം വ്യവസായവല്ക്കരണം പുതിയ അടിമകളെ സൃഷ്ടിച്ചുകൊണ്ടിരിക്കുന്നു. തൊഴിലാളികളുടെ വിമോചനത്തിനുവേണ്ടിയുള്ള പ്രസ്ഥാനങ്ങൾ ഏകാധിപത്യങ്ങളായി മാറി ദാരിദ്ര്യത്തേക്കാൾ വലിയ വിനയായിരിക്കുന്നു. മാർക്സിസത്തെ പേരെടുത്തു പറയുന്നില്ലെങ്കിലും ദാരിദ്ര്യത്തിനു പരിഹാരമായുള്ള കൂട്ടായ പരിശ്രമങ്ങൾ സൃഷ്ടിക്കുന്ന അപകടത്തെക്കുറിച്ച് രേഖ മുന്നറിയിപ്പ് നല്കുന്നു. വ്യക്തികേന്ദ്രീകൃതമായ പ്രത്യയശാസ്ത്രങ്ങളും ദാരിദ്ര്യത്തിന് പരിഹാരമല്ല. വേണ്ടത് ജനതകളുടെ ഐക്യദാർഢ്യമാണ്. ദരിദ്രർ പരസ്പരം സൃഷ്ടിക്കുന്ന ഐക്യദാർഢ്യം പോലെയും തൊഴിലാളികൾ പരസ്പരം സൃഷ്ടിക്കുന്ന ഐക്യദാർഢ്യം

പോലെയും പ്രധാനപ്പെട്ടതാണ് സമ്പന്നരും ദരിദ്രരും തമ്മിലുള്ള ഐക്യദാർഢ്യം. ഈ ആശയം വികസിപ്പിച്ചാൽ അത് ചെന്നെത്തുക കമ്യൂണിസത്തിലേക്കായിരിക്കും എന്ന സത്യം വത്തിക്കാൻ അറിയുന്നില്ല.

ഈ പശ്ചാത്തലത്തിലാണ് വിമോചന ദൈവശാസ്ത്രത്തിന്റെ ഈറ്റില്ലത്തിൽനിന്ന് വിമോചന ദൈവശാസ്ത്രത്തെ സ്വീകരിക്കാത്ത ഒരാൾ മാർപാപ്പയായത്.

വ്യത്യസ്തനായ പാപ്പ

സമീപനങ്ങളാണ് ഫ്രാൻസിസിനെ വ്യത്യസ്തനാക്കുന്നത്. കാർഡിനൽ ബെർഗോളിയോ ആയിരുന്നപ്പോഴും അതിനുമുമ്പ് പാദ്രെ ജോർജ് ആയിരുന്നപ്പോഴും അദ്ദേഹം അങ്ങനെയായിരുന്നു.

ഒരു ദിവസം. സമയം ആറു മണി. താൻ കൈപ്പടയിലെഴുതിയ കുറിപ്പ് കമ്പ്യൂട്ടറിലേക്ക് പകർത്താൻ ഫ്രാൻസിസ് പാപ്പയ്ക്ക് ആരെയും കിട്ടിയില്ല. ശൂന്യമായ ഓഫീസ് മുറികളിൽ കയറിയിറങ്ങിയ പാപ്പ അവിടെ കത്തിക്കിടന്നിരുന്ന വിളക്കുകൾ ഒന്നൊന്നായി അണച്ചു. കുറേയായപ്പോൾ അദ്ദേഹം ക്ഷോഭത്തോടെ പറഞ്ഞു: ഈ പാഴ്ചെലവ് ലാറ്റിൻ അമേരിക്കയിലെ ഒരു വൈദികന് ഒരു മാസത്തെ ചെലവിനു മതിയാകും.

ബ്യൂണസ് ഐറിസിലെ മെട്രോപ്പൊളിറ്റൻ ക്യൂറിയയുടെ മൂന്നാം നിലയിൽ താമസിക്കുമ്പോൾ കൊടിയ ശൈത്യകാലത്തും കെട്ടിടത്തിൽ തനിച്ചാണെങ്കിൽ ബെർഗോളിയോ സെൻട്രൽ ഹീറ്റിങ് സംവിധാനം ഉപയോഗിച്ചിരുന്നില്ല. ഒരു ഇലക്ട്രിക് സ്പേസ് ഹീറ്റർ അദ്ദേഹത്തിനു മതിയാകുമായിരുന്നു.

വിളക്കുകൾ തെളിക്കുന്ന പാപ്പ വിളക്കുകൾ അണയ്ക്കുന്ന ചിത്രം ആവർജ്ജകമായ സന്ദേശമാണ് ലോകത്തിനു നല്കിയത്. ദരിദ്രർക്കുവേണ്ടി ദരിദ്രമായ സഭ എന്ന ആശയം വത്തിക്കാനെ ത്രസിപ്പിച്ചു. സ്വർണ്ണമാലകളും രത്നം പതിച്ച പൊൻകുരിശുകളും നിലവറകളിലേക്ക് പിൻവാങ്ങി. പകരം വെള്ളിക്കുരിശുകളും വെള്ളിമോതിരങ്ങളും വത്തിക്കാനിൽ പൊടുന്നനെ ഫാഷനായി.

പേപ്പൽ വസതി വിട്ട് കാസ സാന്ത മർത്തയിൽ താമസിക്കുന്നതിനുള്ള തീരുമാനംതന്നെ വിപ്ലവകരമായ പ്രകടനപത്രികയായി. കൊട്ടാരം വിട്ട് തെരുവിലേക്കിറങ്ങുന്ന സിദ്ധാർത്ഥനെയാണ് ലോകം കണ്ടത്. രാഷ്ട്രത്തലവന്റെ വത്തിക്കാൻ നമ്പർ പ്ളേറ്റുള്ള ആഡംബര മെഴ്സിഡസ് ബെൻസ് ഷെഡ്ഡിലായി. ഇടതുപക്ഷ പോപ്പിന് ഒരു നീല ഫോർഡ് ഫോക്കസ് മതിയാകും. കാസ്റ്റൽ ഗാണ്ടോൾഫോയിലേക്കുള്ള യാത്രയിലും അദ്ദേഹത്തിന് ഹെലികോപ്ടർ ആവശ്യമില്ല. വത്തിക്കാനിലെ ഒട്ടുമിക്ക സൗകര്യങ്ങളും ധൂർത്തെന്ന് വിശേഷിപ്പിച്ച് അദ്ദേഹം നിരാകരിച്ചു.

വത്തിക്കാൻ സിറ്റി സ്റ്റേറ്റിൽ ഭരണമാറ്റം നടക്കുമ്പോൾ ഉദ്യോ

ഗസ്ഥർക്ക് പ്രത്യേകമായ ബോണസ് കൊടുക്കുന്ന ഏർപ്പാടുണ്ടായിരുന്നു. അവരുടെ അധികജോലിക്കുള്ള പ്രതിഫലമാണത്. 2005 ൽ ജോൺ പോളിന്റെ മരണത്തെത്തുടർന്ന് 1,300 ഡോളറും ബെനഡിക്ടിന്റെ സ്ഥാനാരോഹണത്തെ തുടർന്ന് 671 ഡോളറും ഓരോരുത്തർക്കും ലഭിച്ചു. മൂവായിരത്തോളം വരുന്ന ജീവനക്കാർക്കായി എൺപത് ലക്ഷം ഡോളറാണ് ഈയിനത്തിൽ അന്ന് ചെലവായത്. ഈ ഏർപ്പാട് ഫ്രാൻസിസ് പാപ്പ വേണ്ടെന്നുവച്ചു. ആ പണം അദ്ദേഹം കാരുണ്യപ്രവൃത്തികൾക്കായി മാറ്റി.

നല്കിക്കൊണ്ടിരിക്കുന്നത് വേണ്ടെന്നു വയ്ക്കാൻ ഒരു ഭരണാധികാരിക്കും കഴിയില്ല. പക്ഷേ, ഫ്രാൻസിസ് പാപ്പ വ്യത്യസ്തനാണ്. അഴിമതിക്കും സാമ്പത്തികമായ ക്രമക്കേടുകൾക്കും വിളിപ്പെട്ട സ്ഥാപനമാണ് വത്തിക്കാൻ ബാങ്ക്. എഴുനൂറു കോടി യൂറോയുടെ ആസ്തിയും ഇരുപതിനായിരത്തോളം അക്കൗണ്ടുകളുമാണ് വത്തിക്കാൻ ബാങ്കിനുള്ളത്. ജറുസലേമിലെ ദേവാലയത്തിൽ വണിക്കുകൾക്കെതിരെ ചാട്ടയെടുത്ത യേശുവിനെ ഓർത്താൽ വത്തിക്കാൻ ബാങ്ക് ഏത് മാർപാപ്പയ്ക്കും ലിക്വിഡേറ്റ് ചെയ്യേണ്ടിവരും. സ്വിസ് ബാങ്കിൽനിന്ന് വ്യത്യസ്തമായി വത്തിക്കാൻ ബാങ്ക് സുതാര്യമായിരിക്കണം. അഞ്ച് കർദ്ദിനാൾമാരാണ് ബാങ്കിന്റെ മേൽനോട്ടക്കമ്മിറ്റിയിൽ ഉണ്ടായിരുന്നത്. ഇടപെടലിന്റെ ആദ്യപടിയായി അവർക്കുള്ള ബോണസ് മാർപാപ്പ റദ്ദാക്കി. ഓരോരുത്തർക്കും കിട്ടിയിരുന്നത് പ്രതിവർഷം 33,550 ഡോളറായിരുന്നു. തുകയുടെ വലിപ്പമല്ല അത് നല്കുന്ന സന്ദേശമാണ് പ്രധാനം. ആദ്ധ്യാത്മികതയുടെ വഴികൾ വ്യത്യസ്തമായിരിക്കണം.

വത്തിക്കാൻ ബാങ്കിനെക്കുറിച്ച് പഠിക്കാൻ മാർപാപ്പ ഒരു കമ്മീഷനെ നിയമിച്ചു. അതിനുമുമ്പേ റോമിലെ പ്രോസിക്യൂട്ടറുടെ ഓഫീസും ബാങ്കിനെക്കുറിച്ച് അന്വേഷണം ആരംഭിച്ചിരുന്നു. പേപ്പൽ കമ്മീഷനെ നിയമിച്ച് രണ്ടാം ദിവസം ഒരു മോൺസിഞ്ഞോർ ഉൾപ്പെടെ മൂന്നു പേരെ സാമ്പത്തിക ക്രമക്കേടുകളുടെ പേരിൽ ഇറ്റാലിയൻ ഫിനാൻഷ്യൽ പൊലീസ് അറസ്റ്റ് ചെയ്ത് റെജീന ചേളി ജയിലിൽ അടച്ചു. തടവിലായ മോൺസിഞ്ഞോർ നുൺസിയോ സ്കരാനോ അറിയപ്പെട്ടിരുന്നത് ഡോൺ ഫൈവ് ഹൺഡ്രഡ് എന്നായിരുന്നു. അഞ്ഞൂറിന്റെ യൂറോ നോട്ടുകളോടുള്ള കമ്പമായിരുന്നു അദ്ദേഹത്തിന് അഞ്ഞൂറാൻ എന്ന പേര് നേടിക്കൊടുത്തത്. അദ്ദേഹവും രണ്ട് കൂട്ടാളികളും ചേർന്ന് സ്വിറ്റ്സർലണ്ടിൽനിന്ന് രണ്ട് കോടി ഡോളർ കടത്തിക്കൊണ്ടുവരുന്നതിനിടെയാണ് പൊലീസിന്റെ പിടിയിലായത്. വത്തിക്കാൻ ബാങ്കിന്റെ സൗകര്യങ്ങൾ ദുരുപയോഗിച്ചുകൊണ്ടുള്ള പണം കടത്താണ് നടന്നിരുന്നത്. യൂറോ എന്നതിന് പുസ്തകം എന്നായിരുന്നു മോൺസിഞ്ഞോർ ഉപയോഗിച്ചിരുന്ന കോഡ്. കൂടുതൽ പുസ്തകങ്ങൾ എത്തിക്കാൻ കഴിഞ്ഞാൽ അത്രയും നല്ലത് എന്നാണ് മൂവർ സംഘത്തിൽ ഉൾപ്പെട്ട മുൻ സീക്രട്ട് ഏജന്റിന് മോൺസിഞ്ഞോർ നല്കിയ സന്ദേശം. വത്തിക്കാൻ ബാങ്കിൽ

തലകൾ പലതു തെറിക്കാൻ മോൺസിഞ്ഞോർ സംഘത്തിന്റെ അറസ്റ്റ് കാരണമായി.

അർജന്റീനയിൽത്തന്നെ ബെർഗോളിയോയുടെ നിലപാടുകൾ പ്രസിദ്ധമായിരുന്നു. അഴിമതി പൂർണ്ണമായും ഒഴിവാക്കപ്പെടണം. ദാരിദ്ര്യം നിർമ്മാർജ്ജനം ചെയ്യപ്പെടണം. സാമൂഹികമായ അസമത്വം കുറയണം. നിയന്ത്രണങ്ങൾക്ക് വിധേയമാകാത്ത മുതലാളിത്തവും സ്റ്റേറ്റിസവും ഒരുപോലെ അപകടമാണെന്ന നിലപാടാണ് മാർപാപ്പയ്ക്കുള്ളത്. രസതന്ത്രം പഠിച്ചിട്ടുള്ള മാർപാപ്പയ്ക്ക് സാമ്പത്തികശാസ്ത്രത്തിന്റെ രസതന്ത്രവും പാവങ്ങളോടുള്ള പരിഗണനയുടെ അടിസ്ഥാനത്തിൽ വശമായിട്ടുണ്ട്. സ്ഥാനമേറ്റ് രണ്ടു മാസം പൂർത്തിയായപ്പോൾ നടത്തിയ പ്രസംഗത്തിൽ മുഖവും മാനവികമായ ലക്ഷ്യവും ഇല്ലാത്ത സമ്പദ്‌വ്യവസ്ഥയുടെ ഏകാധിപത്യത്തെ അദ്ദേഹം ശക്തമായ ഭാഷയിൽ അപലപിച്ചു. വിപണിയുടെ പരമാധികാരം സൃഷ്ടിക്കുന്ന അസമത്വവും അനിശ്ചിതത്വവും മാർപാപ്പയുടെ ഉൽക്കണ്ഠയ്ക്കു വിഷയമായി. നൈതികതയെ അടിസ്ഥാനമാക്കിയുള്ള സാമ്പത്തിക പരിഷ്കാരങ്ങൾക്കുള്ള ആഹ്വാനമാണ് മാർപാപ്പ നല്കിയത്. ഏതു പരിഷ്കാരവും ജനങ്ങളുടെ പൊതുനന്മയ്ക്ക് ഉതകുന്നതായിരിക്കണം.

മനുഷ്യൻ അനുപേക്ഷണീയൻ

ഉപയോഗത്തിനുശേഷം ഉപേക്ഷിക്കാവുന്ന വസ്തുവായി മനുഷ്യനെ കാണുന്ന മനുഷ്യത്വരഹിതമായ അവസ്ഥയെ മാർപാപ്പ അതിശക്തമായ ഭാഷയിൽ അപലപിക്കുന്നു. ഉള്ളവരും ഇല്ലാത്തവരും തമ്മിൽ വർദ്ധിച്ചുവരുന്ന അന്തരം മാർപാപ്പയെ അസ്വസ്ഥനാക്കുന്നു. ന്യൂനപക്ഷത്തിന്റെ സമ്പത്ത് വർദ്ധിക്കുകയും ഭൂരിപക്ഷത്തിന്റെ സമ്പത്ത് കുറയുകയും ചെയ്യുന്നു. വാൾ സ്ട്രീറ്റിലെ പ്രക്ഷോഭകാരികൾ ഉയർത്തിയ ഞങ്ങൾ തൊണ്ണൂറ്റിയൊൻപത് ശതമാനം എന്ന മുദ്രാവാക്യത്തിന്റെ അർത്ഥം ഇതായിരുന്നു. ഉള്ളത് ഇല്ലാത്തവനുമായി പങ്ക് വയ്ക്കാതിരിക്കുക എന്നതിന്റെ അർത്ഥം അവർക്കുള്ളത് അപഹരിക്കുന്നു എന്നാണ്. സെന്റ് ജോൺ ക്രിസോസ്റ്റത്തിന്റെ ഈ വാക്കുകൾ ഭരണാധിപന്മാരെ മാർപാപ്പ ഓർമ്മിപ്പിക്കുന്നു. ആവശ്യം ഔചിത്യപൂർവ്വം നിറവേറിക്കഴിഞ്ഞാൽ അവശേഷിക്കുന്നത് പാവങ്ങൾക്കുള്ളതാണെന്ന് ലിയോ പതിമൂന്നാമൻ പറഞ്ഞു. രണ്ട് വസ്ത്രമുണ്ടെങ്കിൽ ഒന്ന് ഒന്നും ഇല്ലാത്തവന് അവകാശപ്പെട്ടതാണെന്ന്

സെന്റ് അംബ്രോസ് പറഞ്ഞു. ഫ്രാൻസിസ് പാപ്പ ഇത്രയും കടുപ്പത്തിൽ സംസാരിച്ചിട്ടില്ലെങ്കിലും അദ്ദേഹം സംസാരിക്കുമ്പോൾ എവിടെയൊക്കെയോ അപകടമണികൾ മുഴങ്ങുന്നു. വത്തിക്കാനിലെ അമൂല്യമായ സഭാവസ്തുക്കൾ മാർപാപ്പ അന്യാധീനപ്പെടുത്തിയേക്കുമോ എന്ന ആശങ്ക വത്തിക്കാനിൽ പരന്നു.

ആശങ്കകൾക്ക് മാർപാപ്പതന്നെ വിശദീകരണം നല്കി. ബാങ്കു

കളിലെ നിക്ഷേപങ്ങളിൽ ഇടിവുണ്ടായാൽ അത് പ്രതിസന്ധി. ജനങ്ങൾ ആഹാരമില്ലാതെ മരിച്ചാൽ അത് കാര്യമാക്കേണ്ടതില്ല. കുട്ടികൾ വിശന്നുറങ്ങിയാൽ അത് വാർത്തയല്ല. പകരം അപവാദങ്ങളും വിവാദങ്ങളും വാർത്തയാകുന്നു. ഈ മനോഭാവമാണ് ഇന്നത്തെ പ്രതിസന്ധി. ഇതിൽ നിന്നാണ് ആശങ്കകൾ ഉണ്ടാകുന്നത്. ദരിദ്രർക്കുവേണ്ടി ആയിരിക്കേണ്ടതായ സഭയ്ക്ക് ഈ ആശങ്കകളുടെ മുന്നിൽ കീഴ്പെടാനാവില്ല. കൊൽക്കത്തയിലെ വിശുദ്ധ തെരേസയുടെ മിഷണറീസ് ഓഫ് ചാരിറ്റിയിലെ സഹോദരിമാർ തന്നെ സന്ദർശിച്ചപ്പോഴും മാർപാപ്പ ഈ വാക്കുകൾ ആവർത്തിച്ചു. എവ്വിധവും ലാഭം എന്ന അടിസ്ഥാനത്തിൽ കടിഞ്ഞാണില്ലാതെ കുതിക്കുന്ന മുതലാളിത്തത്തിനെതിരെയുള്ള പരസ്യമായ നിലപാടുകളാണ് ഫ്രാൻസിസ് പാപ്പയ്ക്ക് ഇടതുപക്ഷ മുഖം നല്കുന്നത്.

റോം ആസ്ഥാനമായി പ്രവർത്തിക്കുന്ന യു എൻ ഭക്ഷ്യ കാർഷിക സംഘടനയുടെ കണക്കനുസരിച്ച് ലോകജനസംഖ്യയുടെ എട്ടിലൊന്ന് ആവശ്യമായ ഭക്ഷണം കിട്ടാതെ അവശതയനുഭവിക്കുന്നു. കണക്കുകൂട്ടിയാൽ 87 കോടി. എല്ലാവർക്കും ആവശ്യമായതെല്ലാം ഈ ഭൂമിയിൽ ഉല്പാദിപ്പിക്കപ്പെടുന്നുണ്ടെന്ന് എഫ് എ ഒ സമ്മേളനത്തിൽ മാർപാപ്പ പറഞ്ഞു. എന്നിട്ടും ദശലക്ഷക്കണക്കിനാളുകൾ ഭക്ഷണമില്ലാതെ മരിക്കുന്നു. ഇതാണ് ഏറ്റവും വലിയ അപവാദം.

യുദ്ധത്തിനെതിരെയുള്ള മാർപാപ്പയുടെ നിലപാട് വ്യക്തമാണ്. മനുഷ്യരാശിയുടെ ആത്മഹത്യയെന്നാണ് യുദ്ധത്തെ അദ്ദേഹം വിശേഷിപ്പിക്കുന്നത്. ആയുധവ്യാപാരികൾ മരണവ്യാപാരികളാകുന്നു. ആസക്തിയുടെ പീഠത്തിൽ വിദ്വേഷത്തിന്റെ വിഗ്രഹങ്ങൾ പൂജിക്കപ്പെടുന്നു. മനുഷ്യന്റെ സ്വാർത്ഥമായ താല്പര്യങ്ങൾ അഭയാർത്ഥികളുടെ പെരുപ്പത്തിനു കാരണമാകുന്നു. ഭീകരാക്രമണങ്ങളെ ചാവേർ ഭ്രാന്തെന്ന് വിശേഷിപ്പിച്ച മാർപാപ്പ ദൈവത്തിന്റെ പേരിൽ കൊലപാതകങ്ങൾ അസാദ്ധ്യമാക്കണമെന്ന് ആഹ്വാനം ചെയ്തു. നൂറ്റിഎൺപതിലേറെ രാജ്യങ്ങളിലെ നയതന്ത്ര പ്രതിനിധികളോടു നടത്തിയ 2017 ലെ സ്റ്റേറ്റ് ഓഫ് ദ് വേൾഡ് എന്ന വാർഷികപ്രസംഗത്തിലാണ് എല്ലാ മതവിഭാഗങ്ങളോടുമായി മാർപാപ്പ ഈ ആഹ്വാനം നടത്തിയത്. ദാരിദ്ര്യമാണ് ഭീകരതയ്ക്ക് വിത്തു പാകുന്നത്. അതിനാൽ ദാരിദ്ര്യം ഉന്മൂലനം ചെയ്യണം. അധികാരത്തിനും ആധിപത്യത്തിനും വേണ്ടിയുള്ള അക്രമത്തിന് മതത്തെ ന്യായീകരണമായി ഉപയോഗിക്കരുത്.

2017 ജനുവരി 15 ന് ലോക പ്രവാസിദിനം കത്തോലിക്കാ സഭ ആചരിച്ചപ്പോൾ 'കുട്ടികളായ പ്രവാസികൾ – നിരാലംബർ, ശബ്ദമില്ലാത്തവർ' എന്നതായിരുന്നു വിഷയം. ക്രിസ്തുവില്ലാത്ത ക്രിസ്മസ് വേണ്ടെന്ന ക്രിസ്മസ് സന്ദേശവും അദ്ദേഹം നല്കി. ബേത്ലെഹേമിലെ യേശു വീടില്ലാത്തവനായിരുന്നു. പ്രാണരക്ഷാർത്ഥം ഈജിപ്തിലേക്ക് പലായനം ചെയ്ത യേശുവും മാതാപിതാക്കളും അഭയാർത്ഥികളായി

രുന്നു. അഭയാർത്ഥികളെ മറക്കാൻ സഭയ്ക്കാവില്ല. സിസിലിക്കു ചുറ്റുമുള്ള കടലിൽ എത്തിച്ചേരുന്ന ആഫ്രിക്കൻ അഭയാർത്ഥികളുടെ അവസ്ഥ ലോകത്തിന്റെ മന:സാക്ഷിയുടെ പ്രശ്നമാക്കാൻ മാർപാപ്പയ്ക്കു കഴിഞ്ഞു. ലാമ്പെദൂസ ദ്വീപിൽ ദു:ഖത്തിന്റെ കടൽ കടന്നെത്തിയ അഭയാർത്ഥികളെ കാണാൻ പ്രത്യാശയുടെ സന്ദേശവുമായെത്തിയ മാർപാപ്പയുടെ ചിത്രം ലോകത്തിനു കണ്ടില്ലെന്ന് നടിക്കാനായില്ല. നാല് മണിക്കൂർ നീണ്ട ആ യാത്ര ഫ്രാൻസിസ് പാപ്പയുടെ ആദ്യ വിദേശയാത്രയായിരുന്നു. അഭയാർത്ഥികളുടെ മകനായ ബെർഗോളിയോയ്ക്ക് ആ യാത്ര ഒഴിവാക്കാൻ കഴിയുമായിരുന്നില്ല. സിസിലിയുടെ തെക്ക് ആറായിരം പേർ അധിവസിക്കുന്ന ഇറ്റാലിയൻ ദ്വീപാണ് ലാമ്പെദൂസ. ഇറ്റലിയേക്കാൾ ആഫ്രിക്കയുമായാണ് ദ്വീപിനടുപ്പം. യൂറോപ്പിലേക്കുള്ള കവാടമായി ഈ ദ്വീപിനെ അഭയാർത്ഥികൾ കാണുന്നു. കഴിഞ്ഞ ഇരുപത്തിയഞ്ച് വർഷത്തിനിടയിൽ 25,000 പേർ അവിടെ ബോട്ട് തകർന്ന് കടലിൽ മുങ്ങി മരിച്ചിട്ടുണ്ട്.

തൊഴിലും അന്തസ്സും

ജീവിതം തേടുന്നവരാണ് അഭയാർത്ഥികൾ എന്ന് മാർപാപ്പ ലോകത്തെ ബോദ്ധ്യപ്പെടുത്തി. ജീവിക്കുന്നതിനുള്ള നിയോഗത്തോടെയാണ് ഓരോ മനുഷ്യനും ഭൂമിയിലേക്ക് വരുന്നത്. നെറ്റിയിലെ വിയർപ്പ് കൊണ്ടാണ് മനുഷ്യൻ ജീവിക്കേണ്ടത്. ഇവിടെയാണ് തൊഴിലിന്റെ മഹത്വം. അന്തസ്സുള്ള ജീവിതത്തിന് അന്തസ്സുള്ള തൊഴിൽ ആവശ്യമുണ്ട്.

പോപ് ഫ്രാൻസിസിന്റെ വാക്കുകൾ ലോകത്തിന്റെ മുഴുവൻ ശ്രദ്ധയും മെഡിറ്ററേനിയൻ കടലിന്റെ ശ്മശാനതീരങ്ങളിലേക്കെത്തിച്ചു. തൊഴിലിന്റെ മാഹാത്മ്യവും അന്തസ്സുള്ള ജീവിതത്തിന്റെ അനിവാര്യതയും മാർപാപ്പ ഉദ്ഘോഷിച്ചപ്പോൾ ആകൃഷ്ടരായത് കത്തോലിക്കർ മാത്രമായിരുന്നില്ല. സഭാവിശ്വാസത്തിനു പുറത്ത് മനുഷ്യാവകാശങ്ങൾക്കും സാമൂഹികനീതിക്കും വേണ്ടി പ്രവർത്തിക്കുന്ന സകലരെയും ആ വാക്കുകൾ ആകർഷിച്ചു. അതേസമയം ഇറ്റലിയിൽത്തന്നെ തീവ്രവലതുപക്ഷം അദ്ദേഹത്തിനെതിരെ പ്രതികരിച്ചു. വത്തിക്കാനിലിരുന്ന് ഇറ്റലിയുടെ വാതിലുകൾ തുറന്നിടാൻ എളുപ്പമാണെന്ന് നോർത്തേൺ ലീഗ് പാർട്ടിയുടെ നേതാവ് ക്രിസ്റ്റ്യാനോ പ്രതികരിച്ചു. ഇറ്റലിയിലെ മുൻപ്രധാനമന്ത്രി സിൽവിയോ ബർലുസ്കോണിയുടെ പീപ്പിൾ ഓഫ് ഫ്രീഡം പാർട്ടിക്കും ഇതേ അഭിപ്രായമായിരുന്നു. പല പ്രമുഖ പത്രങ്ങളും മാർപാപ്പയ്ക്ക് എതിരായ നിലപാടാണ് സ്വീകരിച്ചത്. മൂന്നാം ലോകത്തെ ജനതകളുടെ വിമോചനത്തിന്റെയും സമുദ്ധാരണത്തിന്റെയും ഉറപ്പാണ് ആഗോളീകരണവും സ്വതന്ത്രവിപണിയുമെന്ന ആവർത്തിക്കപ്പെടുന്ന പ്രചാരണം അവർ ഫ്രാൻസിസ് മാർപാപ്പയെ നിരന്തരം ഓർമ്മപ്പെടുത്തി.

ടൈം മാഗസിനും വാനിറ്റി ഫെയറും പേഴ്സൺ ഓഫ് ദ ഇയർ ആയി തിരഞ്ഞെടുക്കുകയും ലോകത്തിലെ ഒട്ടുമിക്ക പ്രസിദ്ധീകരണങ്ങളുടെയും കവർ പേജുകളെ അലങ്കരിക്കുകയും ചെയ്ത പോപ്പ് ഫ്രാൻസിസ് സാർവ്വത്രികമായി അഭിമതനായില്ല. മൂലധനത്തിന്റെ ഗഹ്വരങ്ങളിൽ അദ്ദേഹം അനഭിമതനായി. കഴിഞ്ഞ നൂറു വർഷമായി ചാക്രികലേഖനങ്ങളിലൂടെ സാമൂഹികനീതിയുടെ സന്ദേശം മാർപാപ്പമാർ പ്രചരിപ്പിക്കുന്നുണ്ടെങ്കിലും ധനാരാധനയ്ക്കെതിരായ പോപ്പ് ഫ്രാൻസിസിന്റെ നിലപാടുകൾ വാൾ സ്ട്രീറ്റ് അംഗീകരിച്ചില്ല. വ്യത്യസ്തനായ ആ ജസ്യൂട്ട് പാതിരിയെ ആർക്കും തിരിച്ചറിയാൻ കഴിഞ്ഞില്ലെന്നതാണ് വാസ്തവം. ലോകത്തിലെ ഏറ്റവും പ്രസിദ്ധമായ ധനമാസികയായ *ഫോർബ്സ്* 2013 മാർച്ചിൽ പ്രസിദ്ധീകരിച്ച ലേഖനത്തിന്റെ തലക്കെട്ട് ഇങ്ങനെയായിരുന്നു: ഫ്രാൻസിസ് പാപ്പയുടെ സാമ്പത്തികശാസ്ത്രം. സ്വതന്ത്രവിപണിയെക്കുറിച്ചുള്ള അദ്ദേഹത്തിന്റെ ഇടതുപക്ഷ ധാരണകൾ. വിപണിക്ക് മുഖമോ ലക്ഷ്യമോ ഇല്ലെന്ന് പാപ്പ കുറ്റപ്പെടുത്തുന്നു. ശരിയാണ്. ജെറി ബോയർ എഴുതി. എന്തെന്നാൽ വിപണിക്ക് ഒന്നല്ല ഏഴ് കോടി മുഖങ്ങളുണ്ട്. വിപണിക്ക് ഒരു ലക്ഷ്യമല്ല, ഏഴ് കോടി ലക്ഷ്യങ്ങളുണ്ട്.

പോപ് ഫ്രാൻസിസിന്റെ നിലപാടുകൾ ധനകേന്ദ്രങ്ങളിൽ മാത്രമല്ല, സഭാവേദികളിലും നന്നായി സ്വീകരിക്കപ്പെട്ടില്ല. ദരിദ്രമായ സഭ എന്ന ആശയം വിശ്വാസികളുടെ സംഭാവനയിൽ ഗണ്യമായ കുറവ് വരുത്തി. കാരുണ്യവർഷം വികേന്ദ്രീകൃതമായപ്പോൾ വത്തിക്കാനിലേക്കുള്ള തീർത്ഥാടകരുടെ എണ്ണം കുറഞ്ഞു. ജോൺ പോളിന്റെ നിഴൽ വീണപ്പോൾ ബർലിൻ ഭിത്തി തകർന്നതുപോലെ ഉത്തര-ദക്ഷിണ ലോകങ്ങളെ വേർതിരിക്കുന്ന ഭിത്തിയുടെ തകർച്ചയാണ് ഫ്രാൻസിസ് ലക്ഷ്യമാക്കുന്നത്. നിസ്സംഗതയുടെ ആഗോളീകരണത്തോടുള്ള എതിർപ്പാണ് ഫ്രാൻസിസിന്റെ ദരിദ്രമായ സഭ നടത്തിക്കൊണ്ടിരിക്കുന്നത്. സ്വാർത്ഥതയുടെ ശീതയുദ്ധത്തെയാണ് അദ്ദേഹം പ്രതിരോധിക്കുന്നത്.

പോപ് ഫ്രാൻസിസിനെ മാർക്സിസ്റ്റായി കാണുന്നവരുടെ എണ്ണം കൂടുതലുള്ളത് അമേരിക്കയിലാണ്. എട്ടു കോടി കത്തോലിക്കരുള്ള രാജ്യമാണ് അമേരിക്ക. ജോൺ പോൾ രണ്ടാമനെ ഹീറോ ആയി കണ്ട അമേരിക്കക്കാർ ഫ്രാൻസിസിനെ സംശയത്തോടെയാണ് വീക്ഷിക്കുന്നത്. മുതലാളിത്തത്തെയും ഇന്നത്തെ ആഗോള സാമ്പത്തിക വ്യവസ്ഥിതിയെയും നിശിതമായി വിമർശിച്ചുകൊണ്ട് അദ്ദേഹമിറക്കിയ ഇവാൻജലി ഗോഡിയം (സുവിശേഷത്തിന്റെ ആഹ്ലാദം) എന്ന ചാക്രികലേഖനം വിമർശകർക്ക് ന്യായീകരണത്തിനുള്ള തെളിവായി. എന്നാൽ സഭയുടെ സാമൂഹികപ്രബോധനത്തിൽ ഉൾപ്പെട്ടിട്ടില്ലാത്ത യാതൊന്നും താൻ പുതുതായി പറഞ്ഞിട്ടില്ലെന്ന് ലാ സ്റ്റാംപയ്ക്ക് അനുവദിച്ച അഭിമുഖത്തിൽ മാർപാപ്പ പറഞ്ഞു. തന്റെ സംഭാഷണം സാങ്കേതികമല്ലെന്നും ചുറ്റും കാണുന്ന കാര്യങ്ങളുടെ ഛായാഗ്രഹണം മാത്രമാണ് താൻ നടത്തു

ന്നതെന്നും അദ്ദേഹം കൂട്ടിച്ചേർത്തു. നിയന്ത്രിക്കപ്പെടാത്ത വിപണി സ്വാഭാവികമായ പ്രവർത്തനത്തിലൂടെ നീതിപൂർവ്വകമായ സംവിധാനം ഉറപ്പുവരുത്തുമെന്ന സിദ്ധാന്തത്തെ മാർപാപ്പ പൂർണ്ണമായും നിരാകരിക്കുന്നു. തുളുമ്പിത്താഴെ വീഴുന്നത് പാവങ്ങളുടെ ആവശ്യത്തിനു മതിയാകുമെന്ന സാമ്പത്തികശാസ്ത്രത്തോട് മാർപാപ്പയ്ക്ക് യോജിപ്പില്ല. നിറയുന്തോറും വികസിക്കുന്ന സ്വഭാവമാണ് മുതലാളിത്ത ചഷകത്തിനുള്ളതെന്ന് മാർപാപ്പ ചൂണ്ടിക്കാട്ടുന്നു. ധനികർക്കുവേണ്ടി നിറയുന്നതല്ലാതെ പാവങ്ങൾക്കുവേണ്ടി അത് തുളുമ്പുന്നില്ല. ആഗോളീകരണത്തോടുള്ള ഇടതുപക്ഷ വിയോജിപ്പുമായി മാർപാപ്പ സംഗമിക്കുന്നത് ഈ ഘട്ടത്തിലാണ്. ധനികന്റെ വിരുന്നുമേശയിൽനിന്ന് വീഴുന്ന അപ്പക്കഷണങ്ങൾക്കുവേണ്ടി കാത്തുകിടന്ന ലാസറിന്റെ കഥ യേശു പറയുന്നുണ്ട്. അതിന്റെ സാരം മനസ്സിലാക്കിയ മാർപാപ്പയ്ക്ക് മറ്റൊരു നിലപാട് സ്വീകരിക്കാനാവില്ല. ഇതിന്റെയർത്ഥം താനൊരു മാർക്സിസ്റ്റാണെന്നല്ല എന്ന് ഫ്രാൻസിസ് വിശദീകരിക്കുന്നു. എന്നാൽ അങ്ങനെ ആരെങ്കിലും വിളിച്ചാൽ തനിക്കതിൽ വിഷമമില്ലെന്നും അദ്ദേഹം കൂട്ടിച്ചേർത്തു. കാരണം നല്ലവരായ ധാരാളം മാർക്സിസ്റ്റുകാരെ അദ്ദേഹത്തിനറിയാം.

ധനത്തോടുള്ള വിപ്രതിപത്തി പല സന്ദർഭങ്ങളിലും ഫ്രാൻസിസ് മാർപാപ്പ പ്രകടിപ്പിച്ചിട്ടുണ്ട്. പത്രോസിന് ബാങ്ക് അക്കൗണ്ട് ഇല്ലായിരുന്നു എന്ന അദ്ദേഹത്തിന്റെ പ്രസ്താവന റോമൻ ക്യൂറിയയെ അക്ഷരാർത്ഥത്തിൽ ഞെട്ടിച്ചു. അഴിമതിയിലും അത്യാചാരങ്ങളിലും ആറാടുന്ന വത്തിക്കാൻ ബാങ്ക് അദ്ദേഹം ലിക്വിഡേറ്റ് ചെയ്യുമോ എന്ന ആശങ്കയുണ്ടായി. പത്രോസിന് ബാങ്ക് അക്കൗണ്ട് ഇല്ലായിരുന്നുവെങ്കിലും യേശുവിന് ഒരു മുതൽപ്പിടിക്കാരനുണ്ടായിരുന്നുവെന്ന് വത്തിക്കാനിൽ പലരും മാർപാപ്പയുടെ ശ്രദ്ധയിൽ പെടുത്തി. യൂദാസ് സ്കറിയോത്ത എന്നായിരുന്നു അയാളുടെ പേര്. മുപ്പത് വെള്ളിക്കാശിന് അയാൾ ഗുരുവിനെ ഒറ്റിക്കൊടുത്തുവെന്നത് ആരുടെ വാദത്തെയാണ് ന്യായീകരിക്കുക?

സാമ്പത്തികകാര്യങ്ങൾ ക്രമീകരിക്കുകയും സംശുദ്ധമാക്കുകയും ചെയ്യുകയെന്നത് ഫ്രാൻസിസ് മാർപാപ്പയുടെ അടിയന്തര അജണ്ടയായിരുന്നില്ല.

പക്ഷേ, മാറ്റിവയ്ക്കാൻ കഴിയാത്ത വിധം അതിന് അടിയന്തര പ്രാധാന്യമുണ്ടായി. പുരോഹിതന്മാരുടെ ലൈംഗികമായ അനാശാസ്യതകൾക്കൊപ്പം സാമ്പത്തികമായ അപവാദങ്ങളും സഭയുടെ ആഗോള പ്രതിഛായയെ ഉലയ്ക്കുന്നതായി മാർപാപ്പ കണ്ടു. വത്തിക്കാൻ ബാങ്ക് ഉൾപ്പെടെ വത്തിക്കാനിലെ മുഴുവൻ സാമ്പത്തികകാര്യങ്ങളും പഠിക്കാൻ മൂന്ന് കമ്മീഷനുകളെ അധികാരമേറ്റ് രണ്ട് മാസത്തിനുള്ളിൽ അദ്ദേഹത്തിന് നിയമിക്കേണ്ടി വന്നു. പല ബാങ്ക് അക്കൗണ്ടുകളും മരവിപ്പിച്ചു. വിശുദ്ധരുടെ നാമകരണപ്രക്രിയയുടെ ചുമതലയുള്ള പോസ്റ്റുലേറ്റർമാരുടെ അക്കൗണ്ടുകളാണ് ആദ്യം മരവിപ്പിച്ചത്. വിശുദ്ധപദവി

വത്തിക്കാനിലെ വലിയ ബിസിനസാണ്. പ്രക്രിയ ത്വരിതപ്പെടുത്തുന്നതിന് തല്പരകക്ഷികൾ വലിയ തോതിൽ പണം മുടക്കാൻ തയ്യാറാണ്. തങ്ങളുടെ വിഭാഗത്തിൽപ്പെട്ടയാൾക്ക് ലഭിക്കുന്ന വിശുദ്ധ പദവി ആ വിഭാഗത്തിന് വലിയ ധനാഗമമാർഗ്ഗമായിത്തീരും.

വിശുദ്ധ പദവി മാത്രമല്ല നിയമനങ്ങളും വത്തിക്കാനിൽ വില്പനയ്ക്കുണ്ട്. സഭയ്ക്ക് വലിയ തോതിൽ സംഭാവന നല്കുന്നവർ ആ സ്വാധീനം ഉപയോഗിച്ച് തങ്ങളുടെ നോമിനികളെ മെത്രാന്മാരാക്കും. ചവിട്ടുപടി വൃത്തിയാക്കേണ്ടത് മുകളിൽനിന്നാണെന്നറിയാവുന്ന പാപ്പ അവിടെനിന്നുതന്നെ കാര്യങ്ങൾ തുടങ്ങി. ശുദ്ധീകരണത്തിനും നവീകരണത്തിനും വേഗത പോരെന്ന് കരുതുന്നവരുണ്ട്. പ്രശ്നം പരിഹരിക്കാൻ കഴിയാതെ വരുമ്പോൾ കമ്മിറ്റി ഉണ്ടാകുന്നുവെന്ന് പൊതുവെ പറയുന്നത് വത്തിക്കാനിലും ശരിയാണ്. പക്ഷേ, അപ്രകാരം പ്രശ്നങ്ങളെ അവഗണിക്കുകയോ പരിഹരിക്കാതെ നീട്ടിക്കൊണ്ടുപോവുകയോ ചെയ്യുന്ന പ്രകൃതക്കാരനല്ല ഫ്രാൻസിസ് പാപ്പ.

മെത്രാൻ നിയമനത്തിൽ വത്തിക്കാനെ സഹായിക്കുന്നത് അതാത് രാജ്യത്തെ വത്തിക്കാന്റെ നയതന്ത്ര പ്രതിനിധികളാണ്. നുൺഷ്യോ എന്നാണിവർ അറിയപ്പെടുന്നത്. അധികാരമേറ്റയുടൻ തന്നെ കാണാനെത്തിയ നൂറിലേറെ നുൺഷ്യോമാർക്ക് ഫ്രാൻസിസ് പാപ്പ നല്കിയ നിർദ്ദേശങ്ങൾ ഭരണരംഗത്തെ മാറ്റത്തിന്റെ സൂചനയായി. മെത്രാൻ നിയമനത്തിനുള്ള ശിപാർശ നല്കുമ്പോൾ പണ്ഡിതരെയല്ല തനിക്കാവശ്യം എന്ന് മാർപാപ്പ പറഞ്ഞു. പണ്ഡിതർ സർവ്വകലാശാലകളിൽ പഠിപ്പിക്കട്ടെ. ദയയും സൗമ്യതയുമുള്ള ഇടയരെയാണ് മെത്രാന്മാരായി ആവശ്യമുള്ളത്. സഭയുടെ രാജകുമാരന്മാർ എന്ന് വിശേഷിപ്പിക്കപ്പെടുന്നുണ്ടെങ്കിലും അവർ രാജകുമാരന്മാരാകരുത്. സ്ഥാനമോഹികൾ പോലുമാകരുത്. ദാരിദ്ര്യത്തിന്റെ അരൂപിയിൽ നല്ല പിതാക്കന്മാരും സഹോദരന്മാരും ആകാൻ കഴിയുന്നവരാണ് മെത്രാൻ പദവിയിലെത്തേണ്ടത്.

അധികാരം ആധിപത്യമല്ല

അധികാരത്തെക്കുറിച്ച് വ്യത്യസ്തമായ കാഴ്ചപ്പാടാണ് ഫ്രാൻസിസ് മാർപാപ്പയ്ക്കുള്ളത്. അധികാരം ശുശ്രൂഷയാണ്. അധികാരം ആധിപത്യമാകുന്നതിനെ മാർപാപ്പ വെറുക്കുന്നു. പ്രതിസന്ധിയിൽ കണ്ടെത്തുകയോ കാണപ്പെടുകയോ ചെയ്യുന്ന രക്ഷകൻ ശരിയായ രക്ഷകൻ ആകണമെന്നില്ലെന്ന് അദ്ദേഹം ജനതകളെ ഓർമ്മിപ്പിക്കുന്നു. പ്രതിസന്ധി – രാഷ്ട്രീയമായാലും സാമ്പത്തികമായാലും – ഭയവും സംശയവും സൃഷ്ടിക്കുന്നു. എവിടെ നിന്നെങ്കിലും രക്ഷ വന്നിരുന്നെങ്കിൽ എന്നാഗ്രഹിക്കുന്ന ജനത വ്യക്തിപ്രഭാവത്തോടെ കടന്നുവരുന്ന മുതലെടുപ്പുകാരനെ രക്ഷകനായി കാണുന്നു. ഇത് വലിയ അപകടത്തിനു കാരണമാകുമെന്ന് മാർപാപ്പ മുന്നറിയിപ്പ് നല്കുന്നു. 1933 ൽ ജർമ്മനിയിൽ രക്ഷകവേഷത്തിലെത്തിയ ഹിറ്റ്ലർ എപ്രകാരമാണ് ലോകത്തിനു

മുഴുവൻ അപകടമായി മാറിയതെന്ന് മാർപാപ്പ പറയുന്നതിൽ വലിയ അർത്ഥങ്ങളുണ്ട്. ജാഗ്രതയുടെ അഭാവത്തിൽ അപകടം ആവർത്തിക്കും. ഡൊണാൾഡ് ട്രംപ് അമേരിക്കയിൽ പ്രസിഡന്റായി അധികാരമേറ്റയുടൻ ഒരു സ്പാനിഷ് പത്രത്തിനു നല്കിയ അഭിമുഖത്തിൽ കാത്തിരുന്നു കാണാം എന്നാണ് മാർപാപ്പ നടത്തിയ അഭിപ്രായപ്രകടനം. ആരെയും മുൻകൂട്ടി വിധിക്കുന്നത് ശരിയല്ലെന്ന നിലപാടുള്ള മാർപാപ്പ തിരഞ്ഞെടുക്കപ്പെടുന്നതിനുമുമ്പുതന്നെ ട്രംപിന്റെ ചില അഭിപ്രായങ്ങളോടും നിലപാടുകളോടും വിയോജിപ്പ് പ്രകടിപ്പിച്ചിട്ടുണ്ട്. കുടിയേറ്റവും കാലാവസ്ഥാവ്യതിയാനവും മുതൽ ഒട്ടേറെ വിഷയങ്ങളിൽ ഇരുവരും വിഭിന്നധ്രുവങ്ങളിലാണ്. അഭയാർത്ഥികളോടും വിദേശികളോടുമുള്ള ട്രംപിന്റെ നയം മാർപാപ്പയ്ക്ക് സ്വീകാര്യമല്ല. കമ്പിവേലികളും വൻമതിലുകളും പണിയുന്ന മനോഭാവത്തെ മാർപാപ്പ നിരാകരിക്കുന്നു. അഭയാർത്ഥികളെ തടയാൻ മെക്സിക്കൻ അതിർത്തിയിൽ മതിൽ നിർമ്മിക്കുമെന്ന ട്രംപിന്റെ പ്രഖ്യാപനമാണ് മാർപാപ്പയുടെ ആക്ഷേപത്തിന് കാരണമായത്. ട്രംപിനെ ക്രിസ്ത്യാനിയായി കാണാൻ കഴിയില്ലെന്ന് മാർപാപ്പ പറഞ്ഞത് പറയാവുന്നതിന്റെ അങ്ങേയറ്റവും ഫ്രാൻസിസിൽനിന്ന് പ്രതീക്ഷിക്കാത്തതും ആയിരുന്നു.

ഹബേമൂസ് പാപ്പാം എന്ന പ്രഖ്യാപനം കേട്ട രാത്രിയിൽത്തന്നെ പുതിയ പാപ്പ വ്യത്യസ്തനാണെന്ന് ലോകം തിരിച്ചറിഞ്ഞു. വാക്കിൽ മാത്രമല്ല പ്രവൃത്തിയിലും അദ്ദേഹം വ്യത്യസ്തനാണ്. തനിക്കു ലഭിച്ച അഭൂതപൂർവ്വമായ സ്വീകാര്യത സഭയ്ക്ക് അവശ്യം വേണ്ടതായ നവീകരണത്തിന് അദ്ദേഹം ന്യായവും ന്യായീകരണവുമാക്കുന്നു. എതിർപ്പുകളുണ്ട്. പക്ഷേ കത്തോലിക്കർ മാത്രമല്ല അകത്തോലിക്കരും എന്തിന് അവിശ്വാസികൾപോലും അദ്ദേഹത്തിന്റെ പിന്നിലുണ്ട്. അമേരിക്കയിൽ ടെഫ്ലോൺ പോപ്പെന്നാണ് അദ്ദേഹം അറിയപ്പെടുന്നത്. വിമർശനം അദ്ദേഹത്തിന്റെമേൽ പതിയുന്നില്ല. വീണപാടേ അത് ചേമ്പിലയിലെ വെള്ളംപോലെ വഴുതിപ്പോകും.

സഭയുടെ ഭരണവും സാമ്പത്തിക ഇടപാടുകളും സുതാര്യമാക്കുന്നതിനൊപ്പം വത്തിക്കാൻ കൗൺസിലിന്റെ തീരുമാനങ്ങൾ പൂർത്തീകരിക്കുന്ന ചുമതലകൂടി ഫ്രാൻസിസ് പാപ്പ ഏറ്റെടുത്തിട്ടുണ്ട്. വൈദിക ബ്രഹ്മചര്യം, സ്ത്രീകളുടെ പൗരോഹിത്യം, വിവാഹമോചിതരുടെയും വിവാഹിതരാകാതെ ഒരുമിച്ച് ജീവിക്കുന്നവരുടെയും അവസ്ഥ എന്നിങ്ങനെ ഒട്ടേറെ വിഷയങ്ങൾ അദ്ദേഹത്തിന്റെ പരിഗണനയിലുണ്ട്. സിദ്ധാന്തത്തിലല്ല സമീപനത്തിലാണ് മാറ്റം വേണ്ടതെന്ന് അദ്ദേഹം പറയുന്നു. ഗർഭഛിദ്രം, സ്വവർഗ്ഗാനുരാഗികളുടെ വിവാഹം, ഗർഭനിരോധനം തുടങ്ങിയ പരമ്പരാഗത വിഷയങ്ങളിൽനിന്ന് വേറിട്ട് മനുഷ്യരെ ബാധിക്കുന്ന മറ്റ് നിരവധി വിഷയങ്ങൾക്ക് ഫ്രാൻസിസ് പാപ്പ പ്രാധാന്യം നല്കുന്നു. പ്രതീക്ഷകളുടെ പെരുപ്പം നിരാശയ്ക്ക് കാരണമാകും. മാർപാപ്പയ്ക്ക് സഭയെ നവീകരിക്കാം; സൃഷ്ടിക്കാനാവില്ല.

സഭയുടെ ഭരണത്തിൽ കൊളീജിയൽ രീതി ആവിഷ്കരിച്ചുകൊണ്ടാണ് പോപ് ഫ്രാൻസിസ് ഭരണം സുതാര്യവും ജനാധിപത്യപരവുമാക്കിയത്.. പല ഭൂഖണ്ഡങ്ങളിൽനിന്നുള്ള എട്ട് കർദ്ദിനാൾമാർ ഉൾപ്പെട്ട ഉപദേശകസമിതിയാണ് ഭരണകാര്യങ്ങളിൽ മാർപാപ്പയെ സഹായിക്കുന്നത്. ഉപദേശികൾ ആകാം; ഉപജാപകർ ഉണ്ടാകരുത്. സിനഡൽ യാത്രയാണ് പോപ് ഫ്രാൻസിസിന്റേത്. ഒരുമിച്ചുള്ള യാത്ര എന്നർത്ഥം വരുന്ന സിൻ, ഓദോസ് എന്ന രണ്ട് ഗ്രീക്ക് പദങ്ങൾ ചേർന്നാണ് സിനഡ് എന്ന പദമുണ്ടായത്. അതു തന്നെയാണ് സുനഹദോസ്. സിനഡ് എന്നത് സഭയുടെ ആദിമരീതിയാണ്. സഹജഭാവവും സഹയാത്രയും പിന്നീടെപ്പോഴോ സഭയ്ക്ക് നഷ്ടമായി. മെത്രാന്മാരുടെ സിനഡുകൾ കൂടാറുണ്ടെങ്കിലും വത്തിക്കാനിലെ അധികാരകേന്ദ്രീകരണത്തിൽ മെത്രാന്മാരുടെ വാക്കുകൾ ആരും കേൾക്കാറില്ല. ഭയത്തിന്റെയും സംശയത്തിന്റെയും അന്തരീക്ഷത്തിൽ മെത്രാന്മാർ തുറന്നു സംസാരിക്കാറുമില്ല.

കഴിഞ്ഞ നൂറ്റാണ്ടുകളിലെ യൂറോകേന്ദ്രീകൃതമായ ഭരണവ്യവസ്ഥയിൽനിന്ന് വത്തിക്കാൻ മോചിതമാവുകയാണ്. യൂറോപ്പിനു പുറത്തുനിന്ന് ഒരു മാർപാപ്പയുണ്ടാകുമ്പോൾ സ്വാഭാവികമായും അത് സംഭവിക്കും. നാനാത്വത്തിലെ ഏകത്വവും ഏകത്വത്തിലെ നാനാത്വവുമാണ് സഭയുടെ ശക്തി. പത്രോസിന്റെ പടവിന് ഒരു കപ്പിത്താൻ വേണം. കപ്പിത്താനെ ഉപദേശിക്കാൻ വിശ്വസിക്കാൻ കൊള്ളാവുന്ന ഒരു വൃന്ദവും വേണം. ഇതായിരുന്നു രണ്ടാം വത്തിക്കാൻ കൗൺസിലിന്റെ നിർദ്ദേശം. കർദ്ദിനാൾസംഘത്തിൽ യൂറോപ്പിന്, പ്രത്യേകിച്ച് ഇറ്റലിക്ക്, ഉണ്ടായിരുന്ന ആധിപത്യം പുതിയ മാർപാപ്പ അവസാനിപ്പിച്ചു. ലാറ്റിൻ അമേരിക്കയിലേക്കും ആഫ്രിക്കയിലേക്കും എഷ്യയിലേക്കും കർദ്ദിനാൾമാരുടെ ചുവന്ന തൊപ്പികൾ കൂടുതലായെത്തി. ആഫ്രിക്കയാണ് സഭയുടെ പുതിയ ശക്തികേന്ദ്രം. അവിടെനിന്നോ ഏഷ്യയിൽനിന്നോ ഒരു മാർപാപ്പ ലാറ്റിൻ അമേരിക്കയ്ക്കു പിന്നാലെ ഉണ്ടായിക്കൂടെന്നില്ല.

റോമൻ കൂരിയ എന്നറിയപ്പെടുന്ന വത്തിക്കാൻ കാര്യാലയത്തിൽനിന്നുതന്നെ ഫ്രാൻസിസ് പാപ്പ നവീകരണം ആരംഭിച്ചു. പോപ്പ് എന്നതിനുപരി റോമിന്റെ ബിഷപ് എന്ന് സ്വയം വിശേഷിപ്പിക്കുന്ന ഫ്രാൻസിസ് പാപ്പയ്ക്ക് ഒഴിവാക്കാനാവാത്ത അജണ്ടയായിരുന്നു അത്. സഭയിലെ ഭരണവകുപ്പുകളെയെല്ലാം ചേർത്തുവിളിക്കുന്ന പേരാണ് വത്തിക്കാൻ കാര്യാലയം. നമ്മുടെ ഭാഷയിൽ സെക്രട്ടേറിയറ്റ് എന്നു പറയാം. കൂരിയ എന്ന പേരിലാണ് വത്തിക്കാൻ കാര്യാലയം അറിയപ്പെടുന്നത്. വത്തിക്കാൻ കാര്യാലയം ഇപ്പോൾ കാണുന്ന രീതിയിൽ ക്രമീകരിച്ചത് പതിനാറാം നൂറ്റാണ്ടിൽ സിക്സ്റ്റസ് അഞ്ചാമൻ മാർപാപ്പയാണ്.

കാര്യാലയത്തിൽ നവീകരണമുണ്ടാകുന്നില്ലെങ്കിൽ സഭയുടെ നവീകരണം അസാദ്ധ്യമാകും.

ഒരു ബിഷപ്പിന്റെ വിധവയുമായി ജോർജ് ബെർഗോളിയോയ്ക്കുണ്ടായിരുന്ന സൗഹൃദം പ്രസിദ്ധമാണ്. ബിഷപ്പിൻെറ വിധവ എന്ന

വിശേഷണംതന്നെ അപ്രായോഗികമോ അസാദ്ധ്യമോ ആണ്. എന്നാൽ അർജന്റീനയിലെ അവെയാനെഡ രൂപതയുടെ ബിഷപ് ജറോനിമോ പൊഡെസ്റ്റായക്ക് അങ്ങനെയൊരു അവസ്ഥയുണ്ടായി. 1972 ൽ ബിഷപ് പൊഡെസ്റ്റ അദ്ദേഹത്തിന്റെ സെക്രട്ടറി ക്ലീലിയ ലൂറോയെ വിവാഹം ചെയ്തു. ഭർത്താവിൽനിന്ന് വേർപെട്ടു കഴിയുന്ന, അഞ്ച് പെൺകുട്ടികളുള്ള, മുപ്പത്തിയൊൻപതുകാരിയായിരുന്നു ബിഷപ്പിന്റെ വധു. സമാനമോ കൂടുതൽ വിചിത്രമോ ആയ സാഹചര്യങ്ങളിൽ അധികാരത്തിൽനിന്ന് ബഹിഷ്കൃതനായ കൊച്ചിയിലെ ബിഷപ് ജോൺ തട്ടുങ്കലിനെപ്പോലെ ബിഷപ് പൊഡെസ്റ്റ പെറുവിലേക്ക് ബഹിഷ്കൃതനായി. അവിടെ അദ്ദേഹം വൈദിക ബ്രഹ്മചര്യം ഐച്ഛികമാക്കണമെന്ന മുദ്രാവാക്യത്തോടെ വിവാഹിതരായ പുരോഹിതരുടെ സംഘടന തന്നെയുണ്ടാക്കി.

പൊഡെസ്റ്റ രോഗബാധിതനായപ്പോൾ അന്ത്യകൂദാശ നല്കിയത് കാർഡിനൽ ബെർഗോളിയോ ആയിരുന്നു. ഇന്റൻസീവ് കെയർ യൂണിറ്റിലെത്തി പാപിയായ ബിഷപ്പിന്റെ കരം ഗ്രഹിച്ച് അദ്ദേഹത്തിന് പാപമുക്തിയോടെ വിട നല്കിയ ബെർഗോളിയോ പാപികളോടുള്ള സമീപനത്തിൽ സുവിശേഷങ്ങളിലെ യേശുവിനെയാണ് അനുസ്മരിപ്പിക്കുന്നത്. അബോധാവസ്ഥയിലായിരുന്നിട്ടും താൻ സ്നേഹിച്ച സഭയോട് നന്ദി പറഞ്ഞുകൊണ്ട് മരണത്തിലേക്ക് വഴുതിവീണ ബിഷപ്പിനെയാണ് കാർഡിനൽ ബെർഗോളിയോ കണ്ടത്.

തുടർന്ന് പന്ത്രണ്ടു വർഷം എല്ലാ ഞായറാഴ്ചയും ക്ലീലിയ ഫോണിൽ ബെർഗോളിയോയുമായി സംസാരിക്കുമായിരുന്നു. വൈദിക ബ്രഹ്മചര്യത്തെക്കുറിച്ച് കൂടുതൽ ആഴത്തിൽ ചിന്തിക്കുന്നതിനും വിവാഹിതരാകുന്ന വൈദികരുടെ പ്രശ്നങ്ങളും പ്രതിസന്ധികളും മനസ്സിലാക്കുന്നതിനും ബെർഗോളിയോയ്ക്ക് ഈ പരിചയം സഹായകമായി. സഭയിൽനിന്ന് പിരിഞ്ഞ വൈദികർക്ക് അവശ്യഘട്ടങ്ങളിൽ സാമ്പത്തികസഹായം നല്കുന്നതിനും അദ്ദേഹം തയ്യാറായിട്ടുണ്ട്.

വൈദികരുടെ ബ്രഹ്മചര്യം വിശ്വാസത്തിന്റെയോ സഭാസിദ്ധാന്തത്തിന്റെയോ ഭാഗമല്ല. ഓർത്തഡോക്സ് സഭയിലും ആംഗ്ലിക്കൻ സഭയിലും വൈദികർക്ക് വിവാഹിതരാകാം. കത്തോലിക്കാ സഭയിൽത്തന്നെ ഗ്രീക് സഭയിലും കോപ്റ്റിക് സഭയിലും വൈദികർക്ക് വിവാഹിതരാകാം. അതുകൊണ്ട് വിവാഹിതരാകുന്ന വൈദികർ സഭയുടെ വ്യവസ്ഥ ലംഘിക്കുന്നു എന്നല്ലാതെ പാപികളാകുന്നില്ല. ഇപ്രകാരം ഉദാരമായ സമീപനം ഉണ്ടെങ്കിലും വൈദിക ബ്രഹ്മചര്യത്തിന്റെ കാര്യത്തിൽ ഫ്രാൻസിസ് പാപ്പ ഉടൻ ഇളവുകൾ പ്രഖ്യാപിക്കുമെന്ന് കരുതാനാവില്ല.

മതവിശ്വാസവും സദാചാരബോധവും തമ്മിലുള്ള ബന്ധത്തെക്കുറിച്ച് പലപ്പോഴും പലരും സംശയം പ്രകടിപ്പിക്കാറുണ്ട്. സ്കാൻഡിനേവിയൻ രാജ്യങ്ങളിലെ പള്ളികളിൽ വലിയ തിരക്കില്ല. എന്നാൽ സദാചാരപാലനത്തിൽ നോർഡിക് ജനത മുന്നിലാണ്. ഡന്മാർക്കിലെന്തോ ചീഞ്ഞുനാറുന്നുവെന്ന് ഷേക്സ്പിയർ എഴുതിയെങ്കിലും സദാചാരത്തി

ന്റെ സൗരഭ്യമാണ് ആ മേഖലയിൽ പ്രസരിക്കുന്നത്. സദാചാരത്തെ ലൈംഗികതയുമായി ബന്ധിക്കുമ്പോഴാണ് നമുക്ക് പ്രശ്നങ്ങൾ ഉണ്ടാകുന്നത്. ദൈവത്തിനു മുന്നിൽ കാപട്യത്തിനു മാപ്പില്ലെന്ന് മാർപാപ്പ വിശ്വാസികളെ അനുസ്മരിപ്പിക്കുന്നു. മനുഷ്യനെ ചൂഷണം ചെയ്തും തട്ടിപ്പുകൾ കാട്ടിയും ജീവിക്കുന്ന വിശ്വാസികളേക്കാൾ നല്ലത് നല്ലത് ചെയ്യുന്ന അവിശ്വാസികളാണെന്ന് കാസ സാന്ത മർത്തയിൽ 2017 ഫെബ്രുവരിയിൽ വിശ്വാസികളോട് സംസാരിക്കവേ ഫ്രാൻസിസ് പാപ്പ പറഞ്ഞു.

പരദൂഷണം പറഞ്ഞും ചൂഷണംചെയ്തും ജീവിക്കുന്ന ക്രിസ്ത്യാനികളെ വിശ്വാസികളായി കണക്കാക്കാൻ കഴിയില്ലെന്ന് മാർപാപ്പ വ്യക്തമാക്കി. ധനികനായ ക്രിസ്ത്യാനി മരണാനന്തരം സ്വർഗ്ഗകവാടത്തിലെത്തി ദൈവത്തോടു പറയുന്നു: ദൈവമേ, ഞാൻ വന്നിരിക്കുന്നു. മുടങ്ങാതെ ഞാൻ പള്ളിയിൽ പോയിരുന്നു. ഞാൻ അങ്ങയോട് ഏറ്റവും അടുത്തുനിന്നിരുന്നു.

താൻ അതു ചെയ്തു ഇതു ചെയ്തു എന്നു പറയുന്ന ധനികനോട് ദൈവം പറയും: ഞാൻ എല്ലാം ഓർക്കുന്നുണ്ട്. എല്ലാം മോശമായിരുന്നു. നീ പാവപ്പെട്ടവരുടെ പണം അപഹരിച്ചു. അതുകൊണ്ട് എനിക്ക് നിന്നെ അറിയില്ല.

ഇരട്ടജീവിതം നയിക്കുന്ന കപടവിശ്വാസികളെ ദൈവം നിരാകരിക്കുമെന്ന് മുന്നറിയിപ്പ് നല്കിയ മാർപാപ്പ ബൈബിൾ അർത്ഥമറിഞ്ഞ് വായിക്കുക മാത്രമാണ് ചെയ്തത്. മാനിഫെസ്റ്റോയും ക്യാപിറ്റലും എഴുതിയ മാർക്സും ശരിയായ രീതിയിൽ ബൈബിൾ വായിച്ചിട്ടുണ്ടാകണം. അതുകൊണ്ടാണ് ഫ്രാൻസിസ് പാപ്പ ചൂഷണത്തിനെതിരെ സംസാരിക്കുമ്പോൾ ഒരു മാർക്സിസ്റ്റിന്റെ സംസാരമായി ലോകത്തിന് അനുഭവപ്പെടുന്നത്. ആഗോളീകരണകാലത്ത് അടിമകളാക്കപ്പെടുന്ന മനുഷ്യരെക്കുറിച്ച് ആകുലതയോടെ സംസാരിക്കുന്ന പാപ്പ മാർക്സിസ്റ്റായി കരുതപ്പെടും. പക്ഷേ, ആത്മീയവാദം ഉപേക്ഷിച്ച് ഭൗതികവാദത്തെ ആശ്ലേഷിക്കാൻ സഭയ്ക്കാവില്ല. എങ്കിലും സഭയുടെ ആശയവാദത്തിൽ അപകടകരമല്ലാത്ത രീതിയിൽ മാർക്സിസം കലരുന്നുണ്ട്. അതുകൊണ്ടാണ് കമ്യൂണിസം ശരിയല്ലാത്ത പ്രത്യയശാസ്ത്രമാണെന്ന് പറയുമ്പോഴും വിശ്വാസികൾക്കിടയിൽ നല്ല കമ്യൂണിസ്റ്റുകാരെ മാർപാപ്പ കാണുന്നത്. കമ്യൂണിസ്റ്റുകാർക്കിടയിൽ നല്ല വിശ്വാസികളെ കാണാൻ കഴിയുന്നതും ഇക്കാരണത്താലാണ്. യഥാർത്ഥ ക്രിസ്ത്യാനികൾ മാർക്സിസ്റ്റ് മനോഭാവമുള്ളവരാണ് എന്ന ചിന്തയും ചിലപ്പോൾ മാർപാപ്പയുടെ വാക്കുകളിലുണ്ട്.

'ലൗദാത്തോ സി' എന്ന ചാക്രികലേഖനത്തോടെയാണ് ഫ്രാൻസിസ് പാപ്പയുടെ ദർശനവും വീക്ഷണവും കൂടുതൽ വ്യക്തമായത്. അസമത്വത്തിനെതിരെ പുതിയ സമരമുഖങ്ങൾ തുറക്കാൻ മാർപാപ്പ ആഹ്വാനം ചെയ്യുന്നു. സമന്മാരായ മനുഷ്യരിലെ അസമത്വം വലിയ തിന്മയാണ്. അസമത്വവും ദാരിദ്ര്യവും വ്യത്യസ്തമായ അവസ്ഥകളാണ്.

ദാരിദ്ര്യത്തിന്റെ പങ്കുവയ്ക്കലല്ല, സമ്പത്തിന്റെ നീതിപൂർവ്വകമായ വിതരണമാണ് മാർപാപ്പ ആവശ്യപ്പെടുന്നത്. ദൈവത്തിന്റെ പിതൃത്വത്തിൽ അധിഷ്ഠിതമായി കത്തോലിക്കാസഭ പ്രഖ്യാപിക്കുന്ന മാനവസാഹോദര്യവും ഭൗതികവാദത്തിൽ അധിഷ്ഠിതമായി മാർക്സിസം പ്രഘോഷിക്കുന്ന മാനവസാഹോദര്യവും വിട്ടുവീഴ്ചകളോടെ സംയോജിപ്പിക്കാവുന്ന മഹനീയമായ ആശയങ്ങളാണ്. അറിഞ്ഞോ അറിയാതെയോ മാർപാപ്പ ഈ ദിശയിലൂടെയാണ് സഞ്ചരിക്കുന്നത്.

ദൈവത്തെയും ധനത്തെയും ഒന്നിച്ച് സേവിക്കാൻ കഴിയില്ലെന്ന് യേശു പറഞ്ഞു. ധനശക്തികളെ ആരാധിക്കുകയും അവരാൽ നയിക്കപ്പെടുകയും ചെയ്യുന്ന ജനതകൾ വലിയ അപകടത്തിലേക്കാണ് നീങ്ങുന്നത്. ആവശ്യങ്ങളെ അപ്രസക്തമാക്കുന്ന ആർത്തിയിൽ അപരന്റെ ആവശ്യങ്ങൾ കാണാതെപോകുന്ന ആധുനികസമൂഹത്തോട് ശാസനയുടെ സ്വരത്തിൽ സംസാരിക്കുന്ന പാപ്പയെ കമ്യൂണിസ്റ്റായല്ലാതെ കാണാൻ കഴിയില്ല.

യഥാർത്ഥത്തിൽ ഫ്രാൻസിസ് മാർപാപ്പ മാർക്സിസ്റ്റല്ല. എന്നാൽ ലോകമെങ്ങുമുള്ള മാർക്സിസ്റ്റുകൾക്ക് അദ്ദേഹം പ്രിയങ്കരനാണ്. ആത്മീയവാദികൾക്കും ഭൗതികവാദികൾക്കും ഒരേ കൂടാരത്തിൽ സഹവസിക്കാൻ കഴിയില്ലെങ്കിലും ഒരേ ലക്ഷ്യത്തിലേക്കുള്ള യാത്രയിൽ സഹകരിക്കാൻ കഴിയുമെന്ന പ്രത്യാശയുടെ സന്ദേശമാണ് മാർപാപ്പ നല്കുന്നത്. ക്യൂബയോടുള്ള അമേരിക്കയുടെ വൈരനിര്യാതനനയം അവസാനിപ്പിക്കാൻ മുൻകൈയെടുത്ത ഫ്രാൻസിസ് പാപ്പയ്ക്ക് വത്തിക്കാനിലെത്തി നന്ദി അറിയിച്ച റൗൾ കാസ്ട്രോ പറഞ്ഞു: “അദ്ദേഹം ഇങ്ങനെ തുടർന്നാൽ ഞാൻ പ്രാർത്ഥനയിലേക്കും പള്ളിയിലേക്കും മടങ്ങും”.

www.ingramcontent.com/pod-product-compliance
Lightning Source LLC
LaVergne TN
LVHW100842051026
849519LV00006B/2391